Learn Hindi through Kannada

ವ್ಯಾಕರಣ ಸಹಿತ

ಕನ್ನಡ-ಹಿಂದಿ

ಕಲಿಕೆ ಮಾರ್ಗದರ್ಶಿ

ಸಾಹಿಲ್ ಗುಪ್ತಾ
ಮಾಧವ ಐತಾಳ್

V&S PUBLISHERS

Published by:

V&S PUBLISHERS

F-2/16, Ansari road, Daryaganj, New Delhi-110002
☎ 23240026, 23240027 • *Fax:* 011-23240028
Email: info@vspublishers.com • *Website:* www.vspublishers.com

Regional Office : Hyderabad
5-1-707/1, Brij Bhawan (Beside Central Bank of India Lane)
Bank Street, Koti, Hyderabad - 500 095
☎ 040-24737290
E-mail: vspublishershyd@gmail.com

Branch Office : Mumbai
Jaywant Industrial Estate, 1st Floor–108, Tardeo Road
Opposite Sobo Central Mall, Mumbai – 400 034
☎ 022-23510736
E-mail: vspublishersmum@gmail.com

BUY OUR BOOKS FROM: AMAZON FLIPKART

© **Copyright:** *V&S PUBLISHERS*
ISBN 978-93-579401-3-9
Edition 2020

ಪ್ರಕಾಶಕರ ಮಾತು (Publisher's Note)

ನಾವು ಈ ಹಿಂದೆ ಕನ್ನಡದಲ್ಲಿ ಹಲವು ಪುಸ್ತಕಗಳನ್ನು ಪ್ರಕಟಿಸಿದ್ದೇವೆ. ಹಿಂದಿ ಭಾಷೆಯನ್ನು ತಿಳಿದಿರುವವರು ಆ ಭಾಷೆ ಮೂಲಕ ಕನ್ನಡದ ಕಲಿಕೆಗೆ ಅಗತ್ಯವಾದ ಪುಸ್ತಕವನ್ನು ಪ್ರಕಟಿಸಬೇಕೆಂದು ಹಲವು ಓದುಗರು ಕೋರಿದ್ದರು. ಈ ಹಿನ್ನೆಲೆಯಲ್ಲಿ ಹಿಂದಿ ಮೂಲಕ ಕನ್ನಡ ಕಲಿಕೆಗೆ ನೆರವಾಗುವ ಹೊತ್ತಗೆಯನ್ನು ಪ್ರಕಟಿಸುವ ನಿರ್ಧಾರಕ್ಕೆ ಬರಲಾಯಿತು. ಈ ಪುಸ್ತಕದ ಹಿಂದೆ ಓದುಗರ ಒತ್ತಾಸೆ ಇದೆ ಎಂಬುದು ಉಲ್ಲೇಖಾರ್ಹ.

ಕರ್ನಾಟಕದಲ್ಲಿ ಹಿಂದಿ ಭಾಷಿಕರ ಸಂಖ್ಯೆ ಕಡಿಮೆ ಏನಿಲ್ಲ. ಉತ್ತರ ಭಾರತದ ಹಿಂದಿ ಭಾಷಿಕರು ರಾಜ್ಯದಲ್ಲಿ ಉದ್ಯೋಗ–ಓದು ಮತ್ತಿತರ ಕಾರಣಗಳಿಂದಾಗಿ ನೆಲೆಸಿದ್ದಾರೆ. ಅಂತೆಯೇ, ಅಸಂಖ್ಯ ಕನ್ನಡಿಗರು ದೇಶದೆಲ್ಲೆಡೆ ನೆಲೆಸಿದ್ದಾರೆ. ಕನ್ನಡಿಗರು–ಅನ್ಯಭಾಷಿಕರು ಪರಸ್ಪರ ಭೇಟಿಯಾಗುತ್ತಾರೆ. ಒಂದು ಪ್ರದೇಶದಿಂದ ಇನ್ನೊಂದು ಕಡೆಗೆ ವಲಸೆ ಹೋಗುತ್ತಾರೆ. ಇಂಥವರಿಗೆ ಭಾಷೆ ದೊಡ್ಡ ತೊಡಕು. ಸ್ಥಳೀಯ ಭಾಷೆಯ ಅರಿವಿಲ್ಲದೆ ಜನರ ಸ್ನೇಹ, ಸಂಪರ್ಕ ಗಳಿಸುವುದು ಸಾಧ್ಯವಿಲ್ಲ. ಹಿಂದಿ ಭಾಷಿಕರು ಹಿಂದಿಯ ಮೂಲಕವೇ ಕನ್ನಡವನ್ನು ಕಲಿಯುವಂತಾಗಲು ಪ್ರಸ್ತುತ ಪುಸ್ತಕ ನೆರವೀಯಲಿದೆ.

ಈ ಹಿನ್ನೆಲೆಯಲ್ಲಿ ರಚನೆಯಾದ ಹೊತ್ತಗೆ ಇದು. ಕಠಿಣ ಎನ್ನಿಸುವ ವ್ಯಾಕರಣವನ್ನು ಸರಳೀಕರಿಸಿ, ನೀಡಲಾಗಿದೆ. ಭಾಷೆಯೊಂದರ ಕಲಿಕೆ ಕಠಿಣವಾದಲ್ಲಿ, ಕಲಿಯುವವರಲ್ಲಿ ಆಸಕ್ತಿ ಕಡಿಮೆಯಾಗುತ್ತದೆ. ವ್ಯಾಕರಣಬದ್ಧ ಕಲಿಕೆಗೆ ಒತ್ತುಕೊಟ್ಟರೆ, ಕಲಿಕೆ ಸರಳವಾಗುವುದಿಲ್ಲ. ಕಲಿಕೆ ಬದಲು ವ್ಯಾಕರಣವನ್ನು ಅರ್ಥಮಾಡಿಕೊಳ್ಳಲು ಹೆಚ್ಚು ಶ್ರಮ ಹಾಕಬೇಕಾಗುತ್ತದೆ.

ಕಲಿಯುವಾತನನ್ನು ವಿದ್ವಾಂಸನನ್ನಾಗಿ ಮಾಡುವುದು ಈ ಹೊತ್ತಗೆಯ ಉದ್ದೇಶವಲ್ಲ. ಬದಲಿಗೆ ಭಾಷೆಯೊಂದಕ್ಕೆ ಪ್ರವೇಶ ಕಲ್ಪಿಸುವುದು ನಮ್ಮ ಉದ್ದೇಶ. ಭಾಷೆ ಬಗ್ಗೆ ಪ್ರೀತಿ ಬೆಳೆಸಿಕೊಂಡರೆ, ಕಲಿಯುವಾತ ಇನ್ನಷ್ಟು, ಮತ್ತಷ್ಟು ಅಧ್ಯಯನ ಮಾಡುತ್ತಾನೆ. ಅಂಥ ಹಲವು ಉದಾಹರಣೆಗಳಿವೆ.

ಪುಸ್ತಕದ ಜತೆಯಲ್ಲಿರುವ ಸಿ.ಡಿ.ಯನ್ನು ಬೇಕೆಂದಲ್ಲಿ ಕೊಂಡೊಯ್ದು, ಸಮಯವಿದ್ದಾಗ ಕಲಿಯಲು ಅನುಕೂಲವಾಗಲಿ ಎಂದು ಕೊಡಲಾಗಿದೆ. ವಿ ಅಂಡ್ ಎಸ್ ಸಂಸ್ಥೆಯ ಕಾರ್ಯಶೀಲತೆ ಬಗ್ಗೆ ನಿಮಗೆ ಗೊತ್ತಿದೆ. ಈ ಹೊತ್ತಗೆ ಆ ಕಾರ್ಯಶೀಲತೆಯ ಇನ್ನೊಂದು ಫಲಿತ.

ಈ ಹೊತ್ತಗೆ ನಿಮಗೆ ಉಪಯುಕ್ತವಾಗಲಿದೆ ಎಂಬುದು ನಮ್ಮ ಆಶಯ.

ಮುನ್ನುಡಿ (Preface)

ಭಾರತ ಬಹಳ ವಿಸ್ತಾರವಾದ ಹಲವು ಭಾಷೆ, ಧರ್ಮಗಳ ದೇಶ. ಎಣಿಸಲು ಸಾಧ್ಯವಾಗದಷ್ಟು, ಒಂದು ಸಾವಿರಕ್ಕೂ ಹೆಚ್ಚು ಭಾಷೆಗಳು ಇಲ್ಲಿವೆ. ಸಂವಿಧಾನ 20 ಭಾಷೆಗಳನ್ನು ಅಂಗೀಕರಿಸಿದೆ. ಹಿಂದಿ ಭಾಷಿಕರ ಸಂಖ್ಯೆ ಹೆಚ್ಚು ಇದೆ.

ಹಿಂದೆ ಗ್ರಾಮಗಳಲ್ಲಿ ಬೆಳೆದ-ತಯಾರಿಸಿದ ವಸ್ತುಗಳನ್ನು ಅಲ್ಲಿಯೇ ಬಳಸುತ್ತಿದ್ದರು. ಗ್ರಾಮ-ಗ್ರಾಮಗಳು, ಪ್ರಾಂತ್ಯಗಳ ನಡುವೆ ಹೆಚ್ಚು ಸಂಪರ್ಕ ಇರಲಿಲ್ಲ. ಖರೀದಿ, ಬಳಕೆ ಮತ್ತು ಮಾರಾಟ ವ್ಯವಸ್ಥೆ ಸೀಮಿತವಾಗಿತ್ತು. ಸಣ್ಣ ಸಮೂಹವಾದ್ದರಿಂದ, ಭಾಷೆಗೆ ಹೆಚ್ಚು ಮಹತ್ವ ಇರಲಿಲ್ಲ. ಆದರೆ, ಇಂದು ಜಗತ್ತು ಭಾರಿಯಾಗಿ ಬೆಳೆದಿದೆ. ಹೀಗಾಗಿ ಜನ ಒಂದೆಡೆಯಿಂದ ಇನ್ನೊಂದು ಕಡೆಗೆ ಹೋಗಬೇಕಾಗುತ್ತದೆ. ಇಲ್ಲಿನ ವಸ್ತುಗಳನ್ನು ಬೇರೆಡೆ ಮಾರುವ ಮತ್ತು ಅಲ್ಲಿನ ವಸ್ತುಗಳನ್ನು ಖರೀದಿಸುವ ಅಗತ್ಯ ಇರುವುದರಿಂದ, ಊಟ, ವಸತಿ ಕಲ್ಪಿಸಿಕೊಳ್ಳಬೇಕಾದ್ದರಿಂದ, ವ್ಯವಹರಿಸಲು ಬೇರೆ ಭಾಷೆ ಕಲಿಕೆ ಅಗತ್ಯವಾಗಿದೆ.

ನಾನಾ ಉದ್ಯೋಗ, ವ್ಯವಹಾರ, ವ್ಯಾಪಾರದಲ್ಲಿ ತೊಡಗಿಸಿಕೊಂಡಿರುವುದರಿಂದಜನ ಅಲ್ಲಿಂದ ಇಲ್ಲಿಗೆ, ಇಲ್ಲಿಂದ ಅಲ್ಲಿಗೆ ಪ್ರಯಾಣ ಬೆಳೆಸುವುದು ಸಹಜವಾಗಿದೆ. ಇಂಥ ಸ್ಥಿತಿಯಲ್ಲಿ ಭಾಷಾಜ್ಞಾನ ಅನಿವಾರ್ಯ ಆಗಿದೆ. ದೇಶದಲ್ಲಿ ಹಿಂದಿ ಭಾಷಿಕರ ಸಂಖ್ಯೆ ಹೆಚ್ಚು ಇದೆ. ಆರು ಕೋಟಿಗೂ ಹೆಚ್ಚು ಕನ್ನಡಿಗರು ಇದ್ದಾರೆ. ಹೀಗಾಗಿ ಹಿಂದಿ ಭಾಷಿಕರು ಕನ್ನಡ ಹಾಗೂ ಕನ್ನಡಿಗರು ಹಿಂದಿ ಕಲಿಯುವ ಅಗತ್ಯವಿದೆ. ಈ ಹಿನ್ನೆಲೆಯಲ್ಲಿ ನಾವು ಕನ್ನಡದ ಮೂಲಕ ಹಿಂದಿ ಕಲಿಸುವ ಪುಸ್ತಕ ಪ್ರಕಟಿಸುತ್ತಿದ್ದೇವೆ.

ಇಂಥ ಬಹುತೇಕ ಪುಸ್ತಕಗಳಲ್ಲಿ ಸಂಭಾಷಣೆ ಮತ್ತು ಹೆಚ್ಚು ಪದಗಳ ವಿವರಣೆ ಇರುತ್ತದೆ. ಆದರೆ, ಈ ಪುಸ್ತಕದಲ್ಲಿ ವ್ಯಾಕರಣವನ್ನೂ ನೀಡಲಾಗಿದೆ. ಇದರಿಂದ ವ್ಯಾಕರಣ ಸಹಿತ ಭಾಷೆ ಕಲಿಕೆ ಸಾಧ್ಯವಾಗಲಿದೆ. ವ್ಯಾಕರಣವಿಲ್ಲದೆ ಭಾಷೆ ಕಲಿಕೆ ಸಾಧ್ಯವಿಲ್ಲ. ಹೀಗಾಗಿ, ಹಿಂದಿ ಮತ್ತು ಕನ್ನಡ ವರ್ಣಮಾಲೆಯಿಂದ ಆರಂಭಿಸಿ ವ್ಯಾಕರಣದ ಸಣ್ಣ ಮತ್ತು ದೊಡ್ಡ ಅಂಶಗಳನ್ನೂ ನೀಡಿದ್ದೇವೆ.

ಇಂದು ಜಗತ್ತು ಇಂಗ್ಲಿಷ್‌ಮಯವಾಗಿದೆ. ಹೀಗಾಗಿ, ಹಿಂದಿ ಮತ್ತು ಇಂಗ್ಲಿಷ್ ಬಲ್ಲ ಕನ್ನಡಿಗರನ್ನು ದೃಷ್ಟಿಯಲ್ಲಿಟ್ಟುಕೊಂಡು, ಶೀರ್ಷಿಕೆ, ಉಪಶೀರ್ಷಿಕೆಯನ್ನು ಇಂಗ್ಲಿಷ್‌ನಲ್ಲಿ ಕೊಡಲಾಗಿದೆ.

ಭಾಷೆ ಯಾವುದೇ ಆಗಿರಲಿ, ಅದನ್ನು ದೈನಂದಿನ ವ್ಯವಹಾರದಲ್ಲಿ ಬಳಸಿದಂತೆ ಕಲಿಸಲು ಸಾಧ್ಯವಿಲ್ಲ. ಅಂಥ ಕಲಿಕೆ 'ಪುಸ್ತಕಿ(ಬುಕಿಶ್)' ಕಲಿಕೆ ಆಗುತ್ತದೆ. ಹೀಗಾಗಿ, ನಿತ್ಯದ ವ್ಯವಹಾರಿಕ ಭಾಷೆಯನ್ನು ವ್ಯಾಕರಣ ಸಹಿತ ಕೊಡಲಾಗಿದೆ.

ಈ ಪುಸ್ತಕವನ್ನು ಹಿಂದಿ, ಪ್ರವೇಶಿಕ, ಮಾಧ್ಯಮಿಕ, ವಿಶಾರದ, ಭೂಷಣ ಮತ್ತು ಪಂಡಿತ ಪರೀಕ್ಷೆ ಹಾಗೂ ಇಂಟರ್‌ಮೀಡಿಯಟ್, ಪದವಿ ಪರೀಕ್ಷೆಯಲ್ಲಿ ದ್ವಿತೀಯ ಭಾಷೆಯಾಗಿ ಹಿಂದಿಯನ್ನು ಕಲಿಯುವವರು ಬಳಸಬಹುದು. ವಿದ್ಯಾರ್ಥಿಗಳು ಪಠ್ಯಗಳ ಜತೆ ಈ ಪುಸ್ತಕದ ನೆರವು ಪಡೆಯಬಹುದು. ಇದರಿಂದ ಭಾಷಾಜ್ಞಾನ ಹೆಚ್ಚಲಿದೆ. ಹಿಂದಿ ಶಿಕ್ಷಕರು ಕೂಡಾ ಭಾಷೆಯನ್ನು ಕಲಿಸಲು ಈ ಪುಸ್ತಕ ನೆರವಾಗಲಿದೆ.

ಸಾಹಿಲ್ ಗುಪ್ತಾ
ಮಾಧವ ಐತಾಳ್

परिविडि ಪರಿವಿಡಿ (Contents)

Part - 5

Part - 6

ಹಿಂದಿ ಮೂಲಕ ಕನ್ನಡ ಕಲಿಕೆ, ಸಿ.ಡಿ.

ಭಾಗ -1

भाग - १

PART - 1

1

ಹಿಂದಿ ವರ್ಣಮಾಲೆ हिन्दी वर्णमाला (Alphabet)

स्वर - अक्षरगळु ಅಕ್ಷರಗಳು (Vowels)

किसी भाषा को सीखनेके लिए सबसे पहले उस भाषा की वर्णमाला सीखनी चाहिए । अब हिन्दी भाषा में वर्णमाला के अनुसार 51 अक्षर ही है । इसी प्रकार कन्नड भाषा में भी अब 51 अक्षर हैं ।

ಅ	ಆ	ಇ	ಈ	ಉ	ಊ	ಋ
अ	आ	इ	ई	उ	ऊ	ऋ
ಎ/ಏ	ಐ	ಒ/ಓ	ಔ	ಅಂ	ಅಃ	
ए	ऐ	ओ	औ	अं	अः	

ವ್ಯಂಜನ – व्यंजन (Consonants)

ಕ	ಖ	ಗ	ಘ	ಙ	'ಕ' ವರ್ಗ
क	ख	ग	घ	ङ	'क' वर्ग
ಚ	ಛ	ಜ	ಝ	ಞ	'ಚ' ವರ್ಗ
च	छ	ज	झ	ञ	'च' वर्ग

ಗಮನಿಸಿ : (1) ಕನ್ನಡ ವರ್ಣಮಾಲೆಯಲ್ಲಿ 51 ಅಕ್ಷರಗಳಿವೆ. ಹಿಂದಿಯಲ್ಲಿ 57 ಅಕ್ಷರಗಳಿವೆ.

(2) ಕನ್ನಡದಲ್ಲಿ ಏ, ಓ ವಿಶೇಷ ಸ್ವರಗಳು **ಬಳಕೆಯಲ್ಲಿವೆ.** ಋ ಕನ್ನಡ–ಹಿಂದಿಯಲ್ಲಿ **ಬಳಸಲ್ಪಡುತ್ತದೆ.** 'ೠ' **ಬಳಕೆಯಲ್ಲಿಲ್ಲ.**

(3) ಹಿಂದಿಯಲ್ಲಿ ಎ, ಏ, ಒ, ಓಗಳಿಗೆ ವ್ಯತ್ಯಾಸವಿಲ್ಲ. ಆದರೆ ಕನ್ನಡದಲ್ಲಿ ವ್ಯತ್ಯಾಸವಿದೆ.

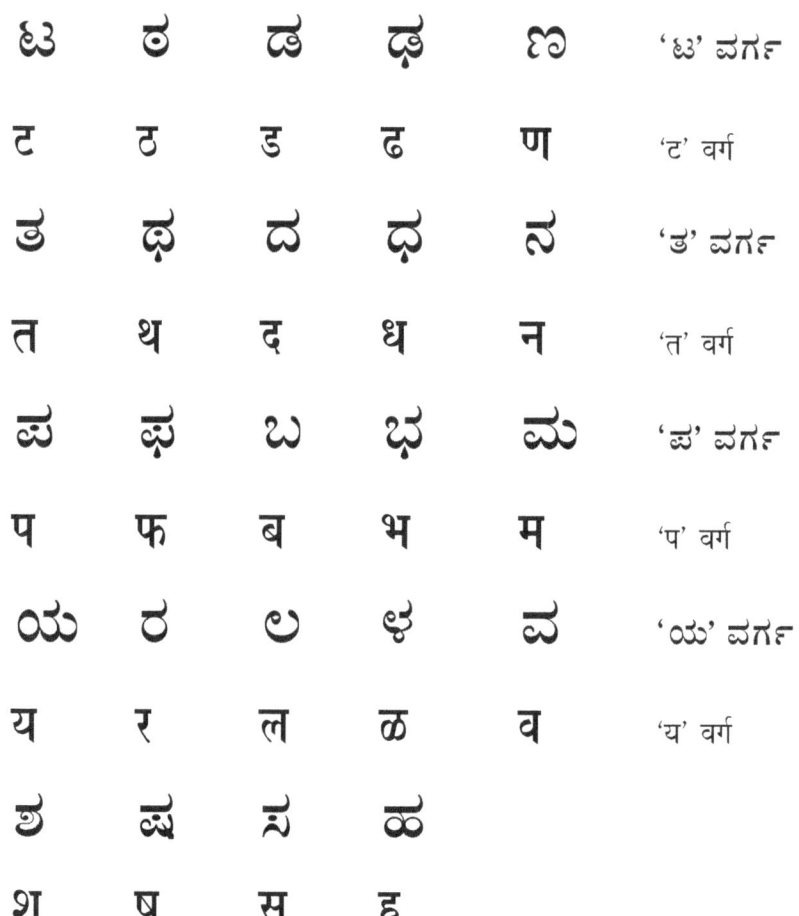

ಟ	ಠ	ಡ	ಢ	ಣ	'ಟ' ವರ್ಗ
ट	ठ	ड	ढ	ण	'ट' वर्ग
ತ	ಥ	ದ	ಧ	ನ	'ತ' ವರ್ಗ
त	थ	द	ध	न	'त' वर्ग
ಪ	ಫ	ಬ	ಭ	ಮ	'ಪ' ವರ್ಗ
प	फ	ब	भ	म	'प' वर्ग
ಯ	ರ	ಲ	ಳ	ವ	'ಯ' ವರ್ಗ
य	र	ल	ळ	व	'य' वर्ग
ಶ	ಷ	ಸ	ಹ		
श	ष	स	ह		

ಸಂಯುಕ್ತಾಕ್ಷರಗಳು—संयुक्ताक्षर - संयुक्ताक्षरगलु (Compound Letters)

ಕ್ಷ	ತ್ರ	ಜ್ಞ	ಶ್ರೀ
क्ष	त्र	ज्ञ	श्री

3. ಅಯೋಗವಾಹಕ / अयोगवाहक

ಅನುಸ್ವಾರ ಮತ್ತು ವಿಸರ್ಗಗಳು ಸ್ವರವೂ ಅಲ್ಲ, ವ್ಯಂಜನವೂ ಅಲ್ಲ, ಅವು ವ್ಯಂಜನದಂತೆಸ್ವರದ ಮೊದಲಿನ ಬದಲು ನಂತರ ಬರುತ್ತವೆ. ಇವು ಅಯೋಗವಾಹಕ.

अनुस्वर और विसर्ग दोनो स्वर और व्यंजन भी नही है । थे व्यंजन की तरह स्वर के पूर्व नही, नंतर आने है । इन दोनो को अयोगवाहक कहते है ।

ಅನುಸ್ವಾರ अनुस्वर ಅಂ अ ವಿಸರ್ಗ विसर्ग ಅಃ अः

ಸ್ವರ / स्वर

ಸ್ವರಗಳಲ್ಲಿ ಎರಡು ವಿಭಾಗ. ಅವು ಹೃಸ್ವ ಮತ್ತು ದೀರ್ಘ.
स्वर मे दो विभाग है । हस्व स्वर और दीर्घस्वर.

1. ಅಲ್ಪ ಕಾಲದಲ್ಲಿ ಉಚ್ಚರಿಸಲ್ಪಡುವ ಸ್ವರಗಳೇ ಹೃಸ್ವ ಸ್ವರಗಳು.
अल्पकाल मे उच्चारण होनेवाले स्वरो को हस्वरस्वर कहते है ।

ಅ(अ), ಇ(इ), ಉ(उ), ಋ(ऋ), ಎ(ए), ಒ(ओ)

2. ಎಳೆದು ಉಚ್ಚರಿಸುವ, ದೀರ್ಘಕಾಲ ಉಚ್ಚರಿಸಲ್ಪಡುವ ಸ್ವರಗಳು.
उच्चरण कहने समय खीचकार उच्चारन होने वाले, दीर्घकाल मे उच्चारण होनेवाले स्वरों को दीर्घस्वर कहते है ।

ಆ(अ), ಈ(ई), ಊ(ऊ), ೠ(ॠ), ಏ(ऐ), ಓ(ओ), ಔ(औ)

ವ್ಯಂಜನ / व्यंजन

ವ್ಯಂಜನಗಳಲ್ಲಿ ಎರಡು ವಿಧ. ವರ್ಗೀಯ ವ್ಯಂಜನ ಮತ್ತು ಅವರ್ಗೀಯ ವ್ಯಂಜನ.
व्यंजन मे दौ विभाग होने है। वर्गीय और अवर्गीय व्यंजन ।

■ ವರ್ಗೀಯ ವ್ಯಂಜನ / वर्गीय व्यंजन

ಈ ವ್ಯಂಜನಗಳನ್ನು ಒಂದು ವರ್ಗದಲ್ಲಿ ಐದೈದು ಅಕ್ಷರಗಳಂತೆ ವಿಂಗಡಿಸಲಾಗಿದೆ. ಇವುಗಳಲ್ಲಿ 2 ವಿಭಾಗ–ಅಲ್ಪಪ್ರಾಣ ಮತ್ತು ಮಹಾಪ್ರಾಣ. ವರ್ಗದ ಐದನೇ ವ್ಯಂಜನವನ್ನು ಅನುನಾಸಿಕ ಎನ್ನುತ್ತಾರೆ.

इस व्यंजनो को एक वर्ग मे पांच पांथ अक्षरो की तरह विंगडन करते है । इस मे और दो विभाग होते है । उल्प प्राण, महा प्राम. वर्ग के पांचवे व्यंजनो को उनुनासिक कहते हौ ।

ಕ್(क्), ಖ್(ख्), ಗ್(ग्), ಘ್(घ्) ಙ್(ङ्)
ಚ್(च्), ಛ್(छ्), ಜ್(ज्), ಝ್(झ्), ಞ್(ञ्)
ಟ್(ट्), ಠ್(ट्), ಡ್(ड्), ಢ್(ढ्), ಣ್(ण्)
ತ್(त्), ಥ್(थ्), ದ್(द्), ಧ್(ध्), ನ್(न्)
ಪ್(प्), ಫ್(फ्), ಬ್(ब्), ಭ್(भ्), ಮ್(म्)

■ ಅಲ್ಪಪ್ರಾಣ / अल्पप्राण

ಅಲ್ಪಸಮಯ ಮತ್ತು ಅಲ್ಪಶ್ವಾಸದಲ್ಲಿ ಉಚ್ಚರಿಸಲ್ಪಡುತ್ತವೆ. ವರ್ಗದ ಒಂದು ಮತ್ತು ಮೂರನೆಯ ವ್ಯಂಜನಗಳು ಅಲ್ಪಪ್ರಾಣಗಳು.

ये व्यंजन अल्प समय और अल्प स्वास मे उच्चारण किये जाते है । वर्ग के पहला और तीसरा व्यंजन अल्पप्राण होने है ।

ಉದಾ : ಕ್(क्), ಗ್(ग्), ಚ್(च्), ಜ್(ज्)

■ ಮಹಾಪ್ರಾಣ / **महाप्राण**

ಅಧಿಕ ಸಮಯ ಮತ್ತು **ಅಧಿಕ** ಶ್ವಾಸದಲ್ಲಿ ಉಚ್ಚರಿಸಲ್ಪಡುತ್ತವೆ. ವರ್ಗದ 2ನೇ ಮತ್ತು 4ನೇ ವ್ಯಂಜನ ಮಹಾಪ್ರಾಣ.

ये व्यंज अधिक समय और प्राण मे उच्चरण किये जाते है । वर्ग का दूसरा और चौथा व्यंजन महाप्राण होने है ।

ಉದಾ : **ಖ್**(ख्), **ಘ್**(घ्), **ಛ್**(छ्), **ಝ್**(झ्)

■ ಅನುನಾಸಿಕ / **अनुनासिक**

ಇವನ್ನು ಮೂಗಿನಿಂದ ಉಚ್ಚರಿಸಲಾಗುತ್ತದೆ. ವರ್ಗದ ಐದನೇ ವ್ಯಂಜನಗಳು ಅನುನಾಸಿಕಗಳು.

व्यंजन को नाक से उच्चारण किये जाते है । वर्ग के वाँचवे व्यंजन अनुनासिक होते है ।

ಉದಾ : **ಙ್**(ङ्), **ಞ್**(ञ्), **ಣ್**(ण्), **ನ್**(न्), **ಮ್**(म्)

■ ಅವರ್ಗೀಯ ವ್ಯಂಜನ / **अवर्गीयव्यंजन**

ಇವು ಯಾವ ವರ್ಗದಲ್ಲೂ ವಿಂಗಡಣೆಯಾಗದವು.

इन व्यंजनों की किसी भी वर्ग मे विंगडन नही कि य है ।

ಉದಾ : **ಯ್**(य्), **ರ್**(र्), **ಲ್**(ल्), **ವ್**(व्), **ಶ್**(श्), **ಷ್**(ष्), **ಸ್**(स्), **ಹ್**(ह्), **ಳ್**(ळ्)

ವ್ಯಂಜನ–ಸ್ವರದ ಸೇರ್ಪಡೆ: ಒತ್ತುಗಳು
व्यंजन - स्वरद सेप्रडे - ओत्तुगळु
व्यंजन और स्वर की मिलावट - चिन्ह
(Joining of consonants and Vowels - symbols)

किसी भाषा में व्यंजन के अपने आप अर्थ नहीं देते । इसके साथ स्वर की मिलावट जरूरी है । यह कैसे होता है इसकी जानकारी के लिए नीचे कुछ नमुने दिये जा रहे हैं ।

ವ್ಯಂಜನ		ಸ್ವರ	ಒತ್ತು	ಅಕ್ಷರ
ಕ್	+	ಅ	ʾ	ಕ
क	+	अ	-	क
ಕ್	+	ಆ	ಾ	ಕಾ
क	+	आ	ा	का
ಕ್	+	ಇ	ಿ	ಕಿ
क	+	इ	ि	कि
ಕ್	+	ಈ	ೀ	ಕೀ
क	+	ई	ी	की
ಕ್	+	ಉ	ು	ಕು
क	+	उ	ु	कु
ಕ್	+	ಊ	ೂ	ಕೂ
क	+	ऊ	ू	कू
ಕ್	+	ಋ	ೃ	ಕೃ
क	+	ऋ	ृ	कृ
ಕ್	+	ೠ	ೄ	ಕೄ
क	+	ऋ	ृ	कृ
ಕ್	+	ಎ	ೆ	ಕೆ
क	+	ए	े	के
ಕ್	+	ಏ	ೇ	ಕೇ
क	+	ए	े	के

ಕ	+	ಐ	ೈ	ಕೈ
क	+	ऐ	ै	कै
ಕ	+	ಒ	ೊ	ಕೊ
क	+	ओ	ो	को
ಕ	+	ಓ	ೋ	ಕೋ
क	+	ओ	ो	को
ಕ	+	ಔ	ೌ	ಕೌ
क	+	औ	ौ	कौ
ಕ	+	ಅಂ	ಂ	ಕಂ
क	+	अं	ं	कं
ಕ	+	ಅಃ	ಃ	ಕಃ
क	+	अः	ः	कः

याद रखिए : इस तरीके से बचे हुए व्यंजनों को भी स्वर चिन्ह मिलाकर बारहखड़ियाँ सीख लेना चाहिए ।

ವ್ಯಂಜನ ಮತ್ತು ವ್ಯಂಜನ ಸೇರ್ಪಡೆ : ಒತ್ತು
व्यंजन मत्तु व्यंजन सेर्पडे -वोत्तु
व्यंजन और व्यंजन की मिलावट - चिन्ह
(Joining of consonants and consonants - symbols)

बारहखडियाँ चिन्ह सीखे बिना इसे सीखना संभव नहीं है । इसलिए इन्हें सावधानी से पढ़िए ।

अक्षरं/ ಅಕ್ಷರ	वत्तु /ವತ್ತು	अक्षरं/ ಅಕ್ಷರ	वत्तु /ವತ್ತು
ಕ	್ಕ	क	क्
ಖ	್ಖ	ख	ख्
ಗ	್ಗ	ग	ग्
ಘ	್ಘ	घ	घ्
ಚ	್ಚ	च	च्
ಛ	್ಛ	छ	छ्
ಜ	್ಜ	ज	ज्

अक्षरं/ ಅಕ್ಷರ	वत्तु/ ವತ್ತು	अक्षरं/ ಅಕ್ಷರ	वत्तु/ ವತ್ತು
ಝ	್ಝ	झ	झ्
ಟ	್ಟ	ट	ट्
ಠ	್ಠ	ठ	ठ्
ಡ	್ಡ	ड	ड्
ಢ	್ಢ	ढ	ढ्
ಣ	್ಣ	ण	ण्
ತ	್ತ	त	त्
ಥ	್ಥ	थ	थ्
ದ	್ದ	द	द्
ಧ	್ಧ	ध	ध्
ನ	್ನ	न	न्
ಪ	್ಪ	प	प्
ಫ	್ಫ	फ	फ्
ಬ	್ಬ	ब	ब्
ಭ	್ಭ	भ	भ्
ಮ	್ಮ	म	म्
ಯ	್ಯ	य	य्
ರ	್ರ	र	्र
ಲ	್ಲ	ल	ल्
ವ	್ವ	व	व्
ಶ	್ಶ	श	श्
ಷ	್ಷ	ष	ष्
ಸ	್ಸ	स	स्
ಹ	್ಹ	ह	ह्
ಕ್ಷ	ಕ್ಷ	क्ष	क्ष्

2 ಕಾಗುಣಿತ / कागुणित / बारहखड़ियाँ (Groupings)

नीचे दिए गए बारहखडियों का सावधानी से अध्ययन करें । हर हिन्दी अक्षर के नीचे उसके संबन्धित अक्षर दिये गये है । हर अक्षर का स्वर चिन्ह कैसा है देखिए ।

ಕ क	ಕಾ का	ಕಿ कि	ಕೀ की	ಕು कु	ಕೂ कू	ಕೃ कृ	ಕೆ के	ಕೈ कै	ಕೊ को	ಕೌ कौ	ಕಂ कं	ಕಃ क:
ಖ ख	ಖಾ खा	ಖಿ खि	ಖೀ खी	ಖು खु	ಖೂ खू	ಖೃ खृ	ಖೆ खे	ಖೈ खै	ಕೊ खो	ಖೌ खौ	ಖಂ खं	ಖಃ ख:
ಗ ग	ಗಾ गा	ಗಿ गि	ಗೀ गी	ಗು गु	ಗೂ गू	ಗೃ गृ	ಗೆ गे	ಗೈ गै	ಗೊ गो	ಗೌ गौ	ಗಂ गं	ಗಃ ग:
ಘ घ	ಘಾ घा	ಘಿ घि	ಘೀ घी	ಘು घू	ಘೂ घू	ಘೃ धृ	ಘೆ घे	ಘೈ घै	ಘೊ घो	ಘೌ घौ	ಘಂ घ	ಘಃ घ:
ಚ च	ಚಾ चा	ಚಿ चि	ಚೀ ची	ಚು चु	ಚೂ चू	ಚೃ चृ	ಚೇ चे	ಚೈ चै	ಚೊ चो	ಚೌ चौ	ಚಂ चं	ಚಃ च:
ಛ छ	ಛಾ छा	ಛಿ छि	ಛೀ छी	ಛು छु	ಛೂ छू	ಛೃ छृ	ಛೆ छे	ಛೀ छै	ಛೊ छो	ಛೌ छौ	ಛಂ छ	ಛಃ छ:
ಜ ज	ಜಾ जा	ಜಿ जि	ಜೀ जी	ಜು जु	ಜೂ जू	ಜೃ जृ	ಜೆ जे	ಜೈ जै	ಜೊ जो	ಜೌ जौ	ಜಂ जं	ಜಃ ज:
ಝ झ	ಝಾ झा	ಝಿ झि	ಝೀ झी	ಝು झु	ಝೂ झू	ಝೃ झृ	ಝೆ झे	ಝೈ झै	ಝೊ झो	ಝೌ झौ	ಝಂ झं	ಝಃ झ:
ಟ ट	ಟಾ टा	ಟಿ टि	ಟೀ टी	ಟು टु	ಟೂ टू	ಟೃ टृ	ಟೆ टे	ಟೈ टै	ಟೊ टो	ಟೌ टौ	ಟಂ ट	ಟಃ ट:
ಠ ठ	ಠಾ ठा	ಠಿ ठि	ಠೀ ठी	ಠು ठु	ಠೂ ठू	ಠೃ ठृ	ಠೆ ठे	ಠೈ ठै	ಠೊ ठो	ಠೌ ठौ	ಠಂ ठ	ಠಃ ठ:
ಡ ड	ಡಾ डा	ಡಿ डि	ಡೀ डी	ಡು डु	ಡೂ डू	ಡೃ डृ	ಡೆ डे	ಡೈ डै	ಡೊ डो	ಡೌ डौ	ಡಂ ड	ಡಃ ड:
ಢ ढ	ಢಾ ढा	ಢಿ ढि	ಢೀ ढी	ಢು ढु	ಢೂ ढू	ಢೃ ढृ	ಢೆ ढे	ಢೈ ढै	ಢೊ ढो	ಢೌ ढौ	ಢಂ ढ	ಢಃ ढ:
ಣ ण	ಣಾ णा	ಣಿ णि	ಣೀ णी	ಣು णु	ಣೂ णू	ಣೃ णृ	ಣೆ णे	ಣೈ णै	ಣೊ णो	ಣೌ णौ	ಣಂ णं	ಣಃ ण:
ತ त	ತಾ ता	ತಿ ति	ತೀ ती	ತು तु	ತೂ तू	ತೃ तृ	ತೆ ते	ತೈ तै	ತೊ तो	ತೌ तौ	ತಂ तं	ತಃ त:
ಥ थ	ಥಾ था	ಥಿ थि	ಥೀ थी	ಥು थु	ಥೂ थू	ಥೃ थृ	ಥೆ थे	ಥೈ थै	ಥೊ थो	ತೌ थौ	ತಂ थं	ತಃ थ:
ದ द	ದಾ दा	ದಿ दि	ದೀ दी	ದು दु	ದೂ दू	ದೃ दृ	ದೆ दे	ದೈ दै	ದೊ दो	ದೌ दौ	ದಂ दं	ದಃ द:

ಧ	ಧಾ	ಧಿ	ಧೀ	ಧು	ಧೂ	ಧೃ	ಧೇ	ಧೈ	ಧೊ	ಧೋ	ಧಂ	ಧಃ
ध	धा	धि	धी	धु	धू	धृ	धे	धै	धो	धौ	धं	धः
ನ	ನಾ	ನಿ	ನೀ	ನು	ನೂ	ನೃ	ನೆ	ನೈ	ನೊ	ನೋ	ನಂ	ನಃ
न	ना	नि	नी	नु	नू	नृ	ने	नै	नो	नौ	नं	नः
ಪ	ಪಾ	ಪಿ	ಪೀ	ಪು	ಪೂ	ಪೃ	ಪೆ	ಪೈ	ಪೊ	ಪೋ	ಪಂ	ಪಃ
प	पा	पि	पी	पु	पू	पृ	पे	पै	पो	पौ	पं	पः
ಫ	ಫಾ	ಫಿ	ಫೀ	ಫು	ಫೂ	ಫೃ	ಫೆ	ಫೈ	ಫೊ	ಫೋ	ಫಂ	ಫಃ
फ	फा	फि	फी	फु	फू	फृ	फे	फै	फो	फौ	फं	फः
ಬ	ಬಾ	ಬಿ	ಬೀ	ಬು	ಬೂ	ಬೃ	ಬೆ	ಬೈ	ಬೊ	ಬೋ	ಬಂ	ಬಃ
ब	बा	बि	बी	बु	बू	बृ	बे	बै	बो	बौ	बं	बः
ಭ	ಭಾ	ಭಿ	ಭೀ	ಭು	ಭೂ	ಭೃ	ಭೆ	ಭೈ	ಭೊ	ಭೋ	ಭಂ	ಭಃ
भ	भा	भि	भी	भु	भू	भृ	भे	भै	भो	भौ	भं	भः
ಮ	ಮಾ	ಮಿ	ಮೀ	ಮು	ಮೂ	ಮೃ	ಮೆ	ಮೈ	ಮೊ	ಮೋ	ಮಂ	ಮಃ
म	मा	मि	मी	मु	मू	मृ	मे	मै	मो	मौ	मं	मः
ಯ	ಯಾ	ಯಿ	ಯೀ	ಯು	ಯೂ	ಯೃ	ಯೆ	ಯೈ	ಯೊ	ಯೋ	ಯಂ	ಯಃ
य	या	यि	यी	यु	यू	यृ	ये	यै	यो	यौ	यं	यः
ರ	ರಾ	ರಿ	ರೀ	ರು	ರೂ	ರೃ	ರೆ	ರೈ	ರೊ	ರೋ	ರಂ	ರಃ
र	रा	रि	री	रु	रू	रृ	रे	रै	रो	रौ	रं	रः
ಲ	ಲಾ	ಲಿ	ಲೀ	ಲು	ಲೂ	ಲೃ	ಲೆ	ಲೈ	ಲೊ	ಲೋ	ಲಂ	ಲಃ
ल	ला	लि	ली	लु	लू	लृ	ले	लै	लो	लौ	लं	लः
ವ	ವಾ	ವಿ	ವೀ	ವು	ವೂ	ವೃ	ವೆ	ವೈ	ವೊ	ವೋ	ವಂ	ವಃ
व	वा	वि	वी	वु	वू	वृ	वे	वै	वो	वौ	वं	वः
ಶ	ಶಾ	ಶಿ	ಶೀ	ಶು	ಶೂ	ಶೃ	ಶೆ	ಶೈ	ಶೊ	ಶೋ	ಶಂ	ಶಃ
श	शा	शि	शी	शु	शू	शृ	शे	शै	शो	शौ	शं	शः
ಷ	ಷಾ	ಷಿ	ಷೀ	ಷು	ಷೂ	ಷೃ	ಷೆ	ಷೈ	ಷೊ	ಷೋ	ಷಂ	ಷಃ
ष	षा	षि	षी	षु	षू	षृ	षे	षै	षो	षौ	षं	षः
ಸ	ಸಾ	ಸಿ	ಸೀ	ಸು	ಸೂ	ಸೃ	ಸೆ	ಸೈ	ಸೊ	ಸೋ	ಸಂ	ಸಃ
स	सा	सि	सी	सु	सू	सृ	से	सै	सो	सौ	सं	सः
ಹ	ಹಾ	ಹಿ	ಹೀ	ಹು	ಹೂ	ಹೃ	ಹೆ	ಹೈ	ಹೊ	ಹೋ	ಹಂ	ಹಃ
ह	हा	हि	ही	हु	हू	हृ	हे	है	हो	हौ	हं	हः
ಕ್ಷ	ಕ್ಷಾ	ಕ್ಷಿ	ಕ್ಷೀ	ಕ್ಷು	ಕ್ಷೂ	ಕ್ಷೃ	ಕ್ಷೆ	ಕ್ಷೈ	ಕ್ಷೊ	ಕ್ಷೋ	ಕ್ಷಂ	ಕ್ಷಃ
क्ष	क्षा	क्षि	क्षी	क्षु	क्षू	क्षृ	क्षे	क्षै	क्षो	क्षौ	क्षं	क्षः
ತ್ರ	ತ್ರಾ	ತ್ರಿ	ತ್ರೀ	ತ್ರು	ತ್ರೂ	ತ್ರೃ	ತ್ರೆ	ತ್ರೈ	ತ್ರೊ	ತ್ರೋ	ತ್ರಂ	ತ್ರಃ
त्र	त्रा	त्रि	त्री	त्रु	त्रू	त्रृ	त्रे	त्रै	त्रो	त्रौ	त्रं	त्रः

3

ಅರ್ಧಾಕ್ಷರ / अर्धाक्षर

ಒಂದು ವ್ಯಂಜನ ಮಾತ್ರ ಇದ್ದರೆ ಅದು ಅರ್ಧಾಕ್ಷರ.

एक व्यंजन मात्र होता है तो वह अर्धाक्षर होता है ।

ಉದಾ : ಕ್(क्), ಸ್(स्), ಗ್(ग्), ರ್(र्)

ಪೂರ್ಣಾಕ್ಷರ / पूर्णाक्षर

ಒಂದು ವ್ಯಂಜನ ಮತ್ತು ಸ್ವರ ಸೇರಿದರೆ, ಪೂರ್ಣ ಅಕ್ಷರ ಆಗಲಿದೆ.

एक व्यंजन और एक स्वर दोनो मिलकर पूर्ण अक्षर हो जाता है ।

ಉದಾ : ಕ್ + ಅ = ಕ	क् + अ = क
ಗ್ + ಆ = ಗಾ	ग् + आ = गा
ಟ + ಇ = ಟಿ	ट् + इ = टि
ಪ್ + ಎ = ಪೆ	प् + ए = पे

ದ್ವಿತಾಕ್ಷರ – ಸಂಯುಕ್ತಾಕ್ಷರ

द्वित्वाक्षर - संयुक्ताक्षर

ದ್ವಿತಾಕ್ಷರ / द्वित्वाक्षर (Double Letters)

ಒಂದು ವ್ಯಂಜನದ ಅಡಿಯಲ್ಲಿ ಅದೇ ಅಕ್ಷರದ ಚಿನ್ಹೆ ಬಂದರೆ ಅದನ್ನು ದ್ವಿತಾಕ್ಷರ ಎನ್ನಲಾಗುತ್ತದೆ.

एक अक्षर (व्यंजन) के नीचे उसी अक्षर (व्यंजन) का चिह्न आया तो उसको द्वित्वाक्षर कहते है ।

ಕ್ಕ	ಗ್ಗ	ಚ್ಚ	ಜ್ಜ	ಟ್ಟ	ತ್ತ	ನ್ನ	ಪ್ಪ	ಲ್ಲ	ಯ್ಯ
क्क	ग्ग	च्च	ज्ञ	ट्ट	त्त	न्न	प्प	ल्ल	य्य

उदा :	सुबय्या	ಸುಬ್ಬಯ್ಯ	बच्चा	ಬಚ್ಚಾ	ಮಗು
	एलय्या	ಎಲ್ಲಯ್ಯ	कच्चा	ಕಚ್ಚಾ	ಕಾಯಿ
	पुलय्या	ಪುಲ್ಲಯ್ಯ	कद्दू	ಕದ್ದೂ	ಸೋರೆಕಾಯಿ
	अप्पाराव	ಅಪ್ಪಾರಾವ್	उल्लू	ಉಲ್ಲೂ	ಗೂಬೆ

ಸಂಯುಕ್ತಾಕ್ಷರ– संयुक्ताक्षर (Compound Letters)

ಒಂದು ಅಕ್ಷರದ ಕೆಳಗೆ ಇನ್ನೊಂದು ಅಕ್ಷರದ ಚಿನ್ಹೆ ಬಂದಲ್ಲಿ ಅದನ್ನು ಸಂಯುಕ್ತಾಕ್ಷರ ಎನ್ನಲಾಗುತ್ತದೆ.

एक अक्षर की नीचे दूसरे अक्षर की आये तो उसको संयुक्ताक्षर कहते है ।

ಕ್ವ	ತ್ಸ	ಣ್ಮ	ಪ್ರ	ನ್ಯ	ಕ್ಲ	ಬ್ಮ	ಹ್ಯ	ವ್ಯ	ದ್ವ
क्व	**त्स**	**ण्म**	**प्र**	**न्य**	**क्ल**	**ब्म**	**ह्य**	**व्य**	**द्व**

उदा :	ताम्र	....	रागि	....	ರಾಗಿ
	पुत्र	....	मग	....	ಮಗ
	क्या	....	एनु	....	ಏನು
	व्यापार	....	व्यापार	....	ವ್ಯಾಪಾರ
	अच्छा	....	वोळ्ळेयदु	....	ಒಳ್ಳೆಯದು
	ग्यारह	....	हन्नोंदु	....	ಹನ್ನೊಂದು
	अष्ट	....	एन्टु	....	ಎಂಟು
	उल्लू	....	गूबे	....	ಗೂಬೆ
	ज्वर	....	ज्वर	....	ಜ್ವರ
	द्वार	....	बागिलु	....	ಬಾಗಿಲು
	व्यवस्था	....	व्यवस्ते	....	ವ್ಯವಸ್ಥೆ
	न्याय	....	न्याय	....	ನ್ಯಾಯ
	कर्ण	....	किवि	....	ಕಿವಿ
	ध्यान	....	ध्यान	....	ಧ್ಯಾನ
	प्रार्थना	....	प्रार्थने	....	ಪ್ರಾರ್ಥನೆ
	सुवर्ण	....	बंगार	....	ಬಂಗಾರ

4

ಭಾಷಾಭಾಗ **भाषा भाग - भाषाभाग** (Parts of Speech)

ಭಾಷೆ ಯಾವುದೇ ಇರಲಿ, ಅದನ್ನು ಸೂಕ್ತವಾಗಿ ಕಲಿಯಲು ವ್ಯಾಕರಣದ ಜ್ಞಾನ ಅಗತ್ಯವಿರುತ್ತದೆ. ವ್ಯಾಕರಣವನ್ನು ಚೆನ್ನಾಗಿ ಕಲಿಯಬೇಕು. 8 ಭಾಷಾ ಭಾಗಗಳೆಂದರೆ,

किसी भी भाषा को सीखने के लिये हमें उस भाषा का व्याकरण अच्छी तरह सीख लेना चाहिये । हमे अच्छा सीख लेना है । भाषा भाग आठ तरह के है :

1.	ನಾಮವಾಚಕ/ನಾಮಪದ	**संज्ञा**	(Noun)
2.	ಸರ್ವನಾಮ	**सर्वनाम**	(Pronoun)
3.	ವಿಶೇಷಣ	**विशेषण**	(Adjective)
4.	ಕ್ರಿಯಾಪದ	**क्रिया**	(Verb)
5.	ಕ್ರಿಯಾವಿಶೇಷಣ	**क्रिया विशेषण**	(Adverb)
6.	ಸಂಬಂಧ ಸೂಚಕ	**सम्बन्ध सूचक**	(Preposition)
7.	ಸಮುಚ್ಚಯ ಬೋಧಕ	**समुच्छय बोधक**	(conjunction)
8.	ವಿಸ್ಮಯ ಬೋಧಕ	**विस्मयादि बोधक**	(Interjection)

1. ನಾಮಪದ संज्ञा नामपद (Noun) :

ವಸ್ತು, ವ್ಯಕ್ತಿ, ಸ್ಥಳ, ಭಾವಗಳನ್ನುನಾಮಪದ ಎನ್ನುತ್ತಾರೆ. किसी वस्तु, व व्यक्ति स्थान या भाव के नाम को संज्ञा कहते हैं ।

जैसे : (ಮಾವು)मावु आम (ಭೂಮಿ) भूमि खेत (ಪ್ರಪಂಚ)प्रपंच दुनिया
(ತಾಯಿ)तायी माता (ತಂದೆ) तंदे पिता (ಸೂರ್ಯ)सूर्य सूरज

ನಾಮವಾಚಕದಲ್ಲಿ3 ವಿಧ. ಆದರೆ, ಜಾತಿವಾಚಕದಲ್ಲಿ2 ವಿಧ.
संज्ञाएँ तीन प्रकार की है । लेकिन जातिवाचक सज्ञा में दो तरह उपभेद है ।

1. **ವ್ಯಕ್ತಿವಾಚಕ व्यक्तीवाचक** **(Proper Noun) :** ವ್ಯಕ್ತಿಯ ಹೆಸರನ್ನುತಿಳಿಸುತ್ತದೆ.यह व्यक्तियों के नाम बताने वाली है ।

   जैसे : ಶ್ಯಾಂ (श्याम) ರಾಮ್ (राम) ಕೃಷ್ಣ (कृष्ण) ರಾಧಾ (राधा)

2. **ಜಾತಿ ವಾಚಕ जाती वाचक** **(Common Noun) :** ಒಂದು ವರ್ಗ ಇಲ್ಲವೇ ಜಾತಿಯ ವಸ್ತುವಿನ ಹೆಸರನ್ನುತಿಳಿಸುತ್ತದೆ. एक ही वर्ग या जाति के वस्तुओं के नाम बताने वाली है ।

   जैसे : ಬಾಲಕ / बालक / लडका ನದಿ/ नदी / नदी

3. **ಭಾವ ವಾಚಕ भाव वाचक (Abstract Noun) :** ವಿವಿಧ ಭಾವ, ಗುಣದ ಬಗ್ಗೆ ತಿಳಿಸುತ್ತದೆ. विविध तरह भाव, दशा, गुणों का नाम बताने वाली है ।

जैसे : ಸಂತೋಷ / संतोष / संतोष ಕೋಪ / कोप क्रोध

ಜಾತಿವಾಚಕದಲ್ಲಿಎರಡು ಉಪವಿಭಾಗವಿದೆ.**जाति वाचक में दो उपभेद है :**

1. **ಸಮೂಹ ವಾಚಕ / समूह वाचक / समूह वाचक संज्ञा :** ಸಮೂಹವಾಚಕವುಸಮೂಹವೊಂದನ್ನು ತಿಳಿಸುವ ಹೆಸರು. एक समूह को बतानेवाली

उदा : ದಳ दल ಸೈನ್ಯ सैन्य सेना

2. ದ್ರವ್ಯ ವಾಚಕ **/ द्रव्य वाचक / द्रव्य वाचक संज्ञा :** ದ್ರವ್ಯವಾಚಕವುದ್ರವ ಇಲ್ಲವೇ ಪದಾರ್ಥವೊಂದನ್ನುತಿಳಿಸುವಂತದ್ದು. एक द्रव और चीजों के नाम बतानेवाली

उदा : ಮೊಸರು / मोसरु /दही ತುಪ್ಪ /तुप्प/घी ನೀರು /नीरु / पानी

यहाँ नीचे दिए गए कुछ संज्ञा वाचक शब्द को सावधानी से पढिए । याद रखिए ।

ಕೆಳಗಿನ ಸಂಜ್ಞಾವಾಚಕಗಳನ್ನು ಓದಿ, ನೆನಪಿಟ್ಟುಕೊಳ್ಳಿ.

1.	ರಾಜ	......	राज	......	नृप
2.	ಸ್ತ್ರೀ-ಮಹಿಳೆ	......	स्त्री - महीले	......	औरत
3.	ಕಾವಲುಗಾರ	......	कावलुगार	......	चौकीदार
4.	ಸೇಬು	......	सेबु	......	सेव
5.	ಮಾವು	......	मावु	......	आम
6.	ಗೊಂಬೆ	......	गोंबे	......	गुड़िया
7.	ಗುಲಾಬಿ ಹೂ	......	गुलाबि हूवु	......	गुलाब
8.	ಸೂರ್ಯ	......	सूर्य	......	सूरज
9.	ಪಕ್ಷಿ	......	पक्षि	......	चिड़िया
10.	ಕತ್ತಿ	......	कत्ती	......	चाकू
11.	ಕುದುರೆ	......	कुदुरे	......	घोड़ा
12.	ಲೋಟ	......	लोट	......	लोटा
13.	ಉಂಗುರ	......	उंगुर	......	अंगूठी

14. ಮೊಟ್ಟೆ	......	मोट्टे	......	अंडा
15. ಗಾಳಿಪಟ	......	गाळिपट	......	पतंग
16. ಆಕಾಶ	......	आकाश	......	आसमान
17. ಎತ್ತು	......	एत्तु	......	बैल
18. ದೋಣಿ	......	दोणि	......	नौका, नाव
19. ದ್ರಾಕ್ಷಿ	......	द्राक्षी	......	अंगूर
20. ನದಿ	......	नदि	......	नदियाँ
21. ಸಮುದ್ರ	......	समुद्र	......	सागर
22. ಉಪಾಧ್ಯಾಯ	......	उपाध्याय	......	अध्यापक
23. ಭೂಮಿ	......	भूमि	......	खेत
24. ಪ್ರಪಂಚ	......	प्रपंच	......	जग
25. ತಾಯಿ	......	तायी	......	माँ

ನಾಮಪದ / नामपद

ವಸ್ತು, ವ್ಯಕ್ತಿ, ಸ್ಥಳ, ಭಾವಗಳನ್ನು ನಾಮಪದ ಎನ್ನುತ್ತಾರೆ. ಹೆಸರು ಅಲ್ಲದೆ ಸರ್ವನಾಮ, ವಿಶೇಷನಾಮ ಕೂಡಾ ನಾಮಪದದ ಗುಂಪಿಗೆ ಸೇರುತ್ತದೆ.

ಕನ್ನಡದಲ್ಲಿ 3 ನಾಮಪದಗಳಿವೆ.

■ ಅಂಕಿತನಾಮ / अंकितनाम

ಯಾರಾದರೂ ಇದ್ದ ಹೆಸರನ್ನು ಅಂಕಿತ ನಾಮ ಎನ್ನುತ್ತಾರೆ.

किसि से रखागया नाम को अंकितनाम कहा जाता है ।

ಉದಾ : ಆನಂದ(आनंद), ದಿಲ್ಲಿ(दिल्लि), ಮುಂಬಯಿ(मुंबइ)

■ ಅನ್ವರ್ಥಕನಾಮ / अन्वर्थकनाम

ಅರ್ಥವನ್ನು ತಿಳಿಸುವ ನಾಮಪದವೇ ಅನ್ವರ್ಥಕನಾಮ.

जो संज्ञा अर्थबोध स्वयं कहता है । वह अन्वर्थकनाम होता है ।

ಉದಾ : ವಿದ್ಯಾರ್ಥಿ(विद्यार्थि), ದೇಶ(देश), ಕ್ಷತ್ರಿಯ(क्षत्रिय), ಪರ್ವತ(पर्वत)

■ ರೂಢನಾಮ / रूढनाम

ರೂಢಿಯಿಂದ ಹೇಳುವ ನಾಮಪದ. केवल रूढि से बताथागया संज्ञा गो रूढनाम कहता है ।

ಉದಾ : ಮನೆ(मने), ಹೊಲ(होल), ವನ(वन), ಗುಡ್ಡ(गुड्ड)

ಕನ್ನಡದಲ್ಲಿ ವಿಭಕ್ತಿ ಆಧಾರಿತ ನಾಮಪದ /कन्नड मे विभक्ति आदारित संज्ञ

- **ಪ್ರಥಮಾ ವಿಭಕ್ತಿ / प्रथमा विभक्ति**

  'ಉ' ಕರ್ತೃವಿನ ಅರ್ಥವಿದೆ.

  ಉದಾ : ರಾಮನು(रामनु), ನಾನು(नानु), ಕವಿಯು(कवियु), ಗೀತೆಯು(गीतेयु), ನೀನು(नीनु)

- **ದ್ವಿತೀಯಾ ವಿಭಕ್ತಿ /द्वितीया विभक्ति**

  'ಅನು' ಕರ್ಮದ ಅರ್ಥವಿದೆ.

  ಉದಾ : ನನ್ನನ್ನು(नन्नन्नु), ಅವನನ್ನು(अवनन्नु), ರಮೇಶನನ್ನು(रमेशनन्नु)

- **ತೃತೀಯಾ ವಿಭಕ್ತಿ /तृतीया विभक्ति**

  'ಇಂದ' ಕರಣದ ಅರ್ಥ ಹೊಂದಿದೆ.

  ಉದಾ : ಯಾರಿಂದ(यारिंद), ನನ್ನಿಂದ(नन्निंद), ರಮೇಶನಿಂದ(रमेशन्निंद)

- **ಚತುರ್ಥಿ ವಿಭಕ್ತಿ /चतुर्थि विभक्ति**

  'ಗೆ', 'ಇಗೆ' ಸಂಪ್ರದಾನದ ಅರ್ಥ.

  ಉದಾ : ರಾಜನಿಗೆ(राजनिगे), ಶಾಮನಿಗೆ(शामनिगे)

- **ಪಂಚಮಿ ವಿಭಕ್ತಿ /पंचमि विभक्ति**

  'ಇಂದ' ಅಪಾದಾನದ ಅರ್ಥ ಹೊಂದಿದೆ.

  ಉದಾ : ಊರಿನಿಂದ(उरिनिंद), ರಮೇಶನ ದೆಸೆಯಿಂದ(रमेशन देसेयिंद)

- **ಷಷ್ಠಿ ವಿಭಕ್ತಿ /षष्टि विभक्ति**

  'ಅ' ಸಂಬಂಧದ ಅರ್ಥವಿದೆ.

  ಉದಾ : ನನ್ನ (नन्न), ಅವರ(अवर), ದೇಶದ(देशद)

- **ಸಪ್ತಮಿ ವಿಭಕ್ತಿ /सप्तमि विभक्ति**

  'ಅಲ್ಲಿ' ಅಧಿಕರಣದ ಅರ್ಥವಿದೆ

  ಉದಾ : ದೇಶದಲ್ಲಿ(देशदल्लि), ಮನೆಯಲ್ಲಿ(मनेयल्लि)

- **ಸಂಬೋಧನ ವಿಭಕ್ತಿ /संभोदन विभक्ति**

  'ಏ' 'ಇರಾ' ಕರೆಯುವಿಕೆ ಅರ್ಥವಿದೆ

  ಉದಾ : ಹೇ ರಾಮ(हे राम), ಏ ಮೂರ್ಖರೇ(ए मूखरि), ಮಗನೇ(मगने)

(ಅ) ಲಿಂಗ / लिग / लिंग (Gender)

ಭಾಷೆಯ ಶುದ್ಧ ಪ್ರಯೋಗಕ್ಕಾಗಿ ಶಬ್ದದ ಬಳಕೆಯ ಅರಿವು ಅಗತ್ಯ. ಸಂಜ್ಞೆ ಅಥವಾ ನಾಮಪದವು ಪುರುಷ ಇಲ್ಲವೇ ಸ್ತ್ರೀ ಜಾತಿಯವಾಗಿರಬಹುದು.

भाषा के शुद्ध प्रयोग के लिए संज्ञा शब्दों के तंत्रज्ञान का होना अत्यावश्यक है । संज्ञा के जिस रूप से उसकी पुरूष जाति या स्त्री जाति के बारे में पता चलता है, उसे लिंग कहते हैं ।

1. ಪುಲ್ಲಿಂಗ / पुलिंग (Masculine Gender) : पुरूष जाति से सम्बन्ध बताने वाले शब्दों को पुल्लिंग कहते हैं ।

उदा : ತಿಂಗಳು, ವಾರ, ಮರ ಇತ್ಯಾದಿ साल, महीने, हफ्ते, वृक्ष, पहाड जैसे चीजें ।

ವೈಶಾಖ, वैशाख ಸೋಮವಾರ, सोमवार ಪರ್ವತ, पर्वत

ವಟವೃಕ್ಷ, वटवृक्ष

'ಅ' ಮತ್ತು 'ಆ' ನಲ್ಲಿ ಕೊನೆಗೊಳ್ಳುವ ಪದಗಳು ಪುಲ್ಲಿಂಗ ಆಗಿರಲಿವೆ.

अ (ಅ) या आ (ಆ) से अंत होनेवाले शब्द पुलिंग शब्द है ।

उदा :	ಮಕ್ಕಳು	....	मक्कळु	....	बच्चा
	ಬಾಲಕ	....	बालक	....	लड़का
	ತಾತ	....	ताता	....	दादा

2. ಸ್ತ್ರೀಲಿಂಗ / स्त्रीलिंग (Feminine Gender) : ಸ್ತ್ರೀ ಜಾತಿ ಜತೆ ಸಂಬಂಧವಿರುವ ಪದಗಳು 'ಸ್ತ್ರೀಲಿಂಗ'. औरत जाति से सम्बन्ध बतानेवाले शब्दों को सीलिंग कहते हैं ।

उदा : ನದಿ, ಭಾಷೆಗೆ ಸಂಬಂಧವಿರುವಂಥವು. नदियाँ और भाषा के संबंध को बताने वाली ।

ತೆಲುಗು तेलुगु ತಮಿಳು तमिळु .... ಗೋದಾವರಿ गोदावरी

ಗಂಗಾ गंगा ಮಂಜಿರಾ मंजीरा

'ಇ' ಮತ್ತು 'ಈ' ಇಂದ ಕೊನೆಗೊಳ್ಳುವ ಪದಗಳು 'ಸ್ತ್ರೀಲಿಂಗ'

इ (ಇ) या ई (ಈ) से अंत होने वाले शब्द स्त्रीलिंग शब्द है ।

जैसे : ಬಾಲಕಿ बालकि लड़की ಮಗು मगु बच्ची ದೇವತಾ देवता देवी

3. ಅನ್ಯಪುರುಷಲಿಂಗ / अन्य पुरुष लिंग (First Person) : ಪುಲ್ಲಿಂಗ ಇಲ್ಲವೇ ಸ್ತ್ರೀಲಿಂಗವಲ್ಲದ ಪದಗಳು 'ಅನ್ಯ ಪುರುಷ ಲಿಂಗ' ಪದಗಳು. ಹಿಂದಿಯಲ್ಲಿ ನಪುಂಸಕ ಲಿಂಗವಿದೆ. ಮರ, ಶಾಲೆ, ರಸ್ತೆ, ಕಲ್ಲು, ನೀರು ಮನೆ- ಇವೆಲ್ಲ ನಪುಂಸಕ ಲಿಂಗ.

शब्दों में पुलिंग या स्त्री लिंग से असम्बन्धित शब्द को हिन्दी में अन्य पुरूष लिंग कहते है ।

सूचना : ಕೆಲ ಪುಲ್ಲಿಂಗಕ್ಕೆ 'ಇನ್' ಸೇರ್ಪಡೆಯಾದರೆ ಅದು 'ಸ್ತ್ರೀ' ಲಿಂಗ ಆಗುತ್ತದೆ.

कुछ पुल्लिंग शब्द के अंत में इन (ಇನ್) आयी तो वह स्त्रीलिंग शब्द जैसा बदल जायेगा ।

जैसे : ಅಗಸ/ अगस / धोबी .... ಅಗಸಗಿತ್ತಿ/ अगसगित्ती / धोबिन

ಮದುವೆ ಗಂಡು /मदुवे गंडु / दुल्हा .... ಮದುವಣಗಿತ್ತಿ/ मदुवणगित्ती / दुल्हन

ನೆರೆಮನೆಯವ /नेरेमनेयव / पड़ोस .... ನೆರೆಮನೆಯಾಕೆ/ नेरेमनेयाके / पड़ोसिन

ಯಜಮಾನ/यजमान / माली .... ಯಜಮಾನಿ/ यजमानि / मालिकित

ಸನ್ಯಾಸಿ/ सन्यासी / भिखारी .... ಸನ್ಯಾಸಿನಿ/ सन्यासिनि / भिखारिन

ಆಚಾರಿ/ आचारि / लुहार .... ಆಭರಣಗಿತ್ತಿ/ आभरणगित्ति / लुहारिन

10. ಕೆಲ ಪುಲ್ಲಿಂಗ ಪದಗಳಿಗೆ 'ನಿ' ಸೇರ್ಪಡೆಯಾದರೆಅದು ಸ್ತ್ರೀಲಿಂಗ ಆಗಲಿದೆ.

कुछ पुल्लिंग शब्द के अंत में 'नी' (ನಿ) आयी तो वह स्त्रीलिंग जैसा बदल जायेगी ।

जैसे : ಗಂಡು ನವಿಲು / गंडु नविलु / मोर .... ಹೆಣ್ಣು ನವಿಲು / हेण्णु नविलु / मोरनी

ಯಜಮಾನ/ यजमान / सेठ .... ಯಜಮಾನಿ / यजमानि / सेठानी

ಗಂಡು ಒಂಟೆ/ गंडु ओंटे / ऊँठ .... ಹೆಣ್ಣು ಒಂಟೆ/ हेण्णु ओंटे /ऊँठनी

ಮೈದುನ/ मैदुन / देवर .... ನಾದಿನಿ / नादिनि / देवरानी

11. ಕೆಲವು ಪುಲ್ಲಿಂಗ ಪದಗಳಿಗೆ 'ಇತ್ರಿ' ಸೇರ್ಪಡೆಗೊಂಡರೆಸ್ತ್ರೀಲಿಂಗ ಆಗಲಿದೆ.

कुछ पुल्लिंग शब्द के अंत में 'इत्री (ಇತ್ರಿ) आयी तो वह स्त्रीलिंग जैसा बदल जायेगी ।

जैसे : ಕವಿ/ कवि / कवि .... ಕವಯಿತ್ರಿ / कवयित्रि / कवियत्री

ಲೇಖಕ/ लेखक / लेखक .... ಲೇಖಕಿ / लेखकि / लेखिका

ಪ್ರಾಣರಹಿತ ವಸ್ತುಗಳು–प्राणरहित वस्तुगळु - अप्राणि वाचक वस्तुएँ (Lifeless Articles)

ಪುಲ್ಲಿಂಗ / पुल्लिग / पुल्लिंग

ಗ್ರಂಥ	......	ग्रंथ	......	ग्रंथ
ಪಟ್ಟಣ	......	पट्टण	......	शहर
ತೆಂಗು	......	तेंगु	......	केला
ಹೂವು	......	हूवु	......	फूल
ಮನೆ	......	मने	......	घर
ಬಟ್ಟೆ	......	बट्टे	......	कपड़ा

ಮಾವು	......	मावु	......	आम
ಹಣ್ಣು	......	हण्णु	......	फल
ಸಂತೆ	......	संते	......	हाथ
ಬೆಟ್ಟ/ ಪರ್ವತ	......	बेट्ट, पर्वत	......	पहाड़

ಸ್ತ್ರೀಲಿಂಗ / स्त्रीलिग / स्त्रीलिंग

ಬಳ್ಳಿ	......	बल्लि	......	लता
ಪುಸ್ತಕ	......	पुस्तक	......	किताब
ಬಂಡಿ	......	बंडि	......	गाड़ी
ರೊಟ್ಟಿ	......	रोट्टि	......	रोटी
ನಿರುದ್ಯೋಗ	......	लिरुद्योग	......	बेकारी
ಗಡಿಯಾರ	......	गडियार	......	घड़ी
ಕುರ್ಚಿ	......	कुर्ची	......	कुर्सी
ಲೇಖನಿ	......	लेखनि	......	कलम
ವಸ್ತು	......	वस्तु	......	चीज

ಕೆಲ ಸ್ತ್ರೀಲಿಂಗ–ಪುಲ್ಲಿಂಗಪದಗಳು **कुछ स्त्रीलिंग और पुंल्लिग शब्द को देखेंगे ।**

ಪುಲ್ಲಿಂಗ पुल्लिंग			**ಸ್ತ್ರೀಲಿಂಗ स्त्रीलिंग**		**ಪುಲ್ಲಿಂಗ पुल्लिंग**			**ಸ್ತ್ರೀಲಿಂಗ स्त्रीलिंग**	
ಯುವಕ	छात्र	x	ಯುವತಿ	छात्रा	ಗಂಡ	मियाँ	x	ಹೆಂಡತಿ	बीबी
ಯಜಮಾನ	सेठ	x	ಯಜಮಾನಿ	सेठानि	ಹಾವು	सर्प	x	ಹೆಣ್ಣುಹಾವು	सर्पिणि
ನಟ	अभिनेत्रा	x	ನಟಿ	अभिनेत्री	ಸ್ನೇಹಿತ	मित्र	x	ಸ್ನೇಹಿತೆ	सहेली
ವಿದ್ವಾನ್	विद्वान्	x	ವಿದುಷಿ	विदुषि	ಪ್ರೇಮಿ	प्रेमि	x	ಪ್ರೇಮಿ	प्रेमि
ಚೌದರಿ	चौधरी	x	ಚೌದರಾಣಿ	चौधरानी	ಯುವಕ	युवक	x	ಯುವತಿ	युवति
ದಾಸ	दास	x	ದಾಸಿ	दासि	ಮಹಾರಾಜ	पादशह	x	ಮಹಾರಾಣಿ	बेगम
ಕೋಳಿ	मुर्गा	x	ಹೆಣ್ಣುಕೋಳಿ	मुर्गी	ಠಾಕೂರ್	ठाकुर	x	ಠಾಕೂರಿಣಿ	ठाकूरिणि
ಅಧಿಕಾರಿ	अधिकारि	x	ಅಧಿಕಾರಿಣಿ	अधिकारिणि	ಲೇಖಕ	लेखक	x	ಲೇಖಕಿ	लेखकि

ಪುಲ್ಲಿಂಗ	पुल्लिंग		ಸ್ತ್ರೀಲಿಂಗ	स्त्रीलिंग	ಪುಲ್ಲಿಂಗ	पुल्लिंग		ಸ್ತ್ರೀಲಿಂಗ	स्त्रीलिंग
ಶಿಷ್ಯ	शिष्य	x	ಶಿಷ್ಯೆ	शिष्ये	ಶ್ರೀಮಾನ್	श्रीमान	x	ಶ್ರೀಮತಿ	श्रीमति
ಮಗ	बच्चा	x	ಮಗಳು	बच्ची	ಪುರುಷ	पुरुष	x	ಸ್ತ್ರೀ	स्त्री
ಸಖಾ	सखा	x	ಸಖಿ	सखी	ಸಾಹೇಬ್	साहेब	x	ಸಾಹಿಬಾ	साहिबा
ರಾಜಪೂತ್	राजपूत	x	ರಜಪೂತಾನಿ	राजपूतानी	ತಂದೆ	पिता	x	ತಾಯಿ	माता
ಮದುಮಗ	दुल्हा	x	ಮದುಮಗಳು	दुल्हन	ನವಿಲು	मोर	x	ಹೆಣ್ಣುನವಿಲು	मोरनी
ಟಗರು	बकरा	x	ಕುರಿ	बकरी	ದಾದಾ	दादा	x	ದಾದಿ	दादी
ಗಂಡು	अदमी	x	ಹೆಣ್ಣು	औरत	ಕುದುರೆ	घोड़ा	x	ಹೆಣ್ಣುಕುದುರೆ	घोड़ी
ಸಿಂಹ	सिंह	x	ಸಿಂಹಿಣಿ	सिंहिणि	ಪೂಜಾರಿ	पूजारि	x	ಪೂಜಾರಿಣಿ	पूजारिणि
ಮಾಮ	मामा	x	ಮಾಮಿ	मामि	ಅಗಸ	दोवी	x	ಅಗಸಗಿತ್ತಿ	दोबिन
ಮಗ	बेटा	x	ಮಗಳು	बेटी	ಪಂಡಿತ	पंडित	x	ಪಂಡಿತೆ	पंडिते
ಹುಡುಗ	हुड्ग	x	ಹುಡುಗಿ	हुड्गि	ಯುವರಾಜ	युवराज	x	ಯುವರಾಣಿ	युवराणि
ಎತ್ತು	भैंसा	x	ಹಸು	भैंस	ರಾಜ	राजा	x	ರಾಣಿ	राणि
ಅಧ್ಯಾಪಕ	अध्यायपक	x	ಅಧ್ಯಾಪಕಿ	अध्यापकि	ತಂದೆ	बाप	x	ತಾಯಿ	माँ
ಪಕ್ಕದಮನೆಯವ	पडोसी	x	ನೆರೆಮನೆಯಾಕೆ	पडोसन	ಒಂಟೆ	ऊँठ	x	ಹೆಣ್ಣುಒಂಟೆ	ऊँठनी
ಬಾಲಕ	बालक	x	ಬಾಲಕಿ	बालकि	ಸೋದರ	सोदर	x	ಸೋದರಿ	सोदरि
ಯುವಕ	युवक	x	ಯುವತಿ	युवती	ಹುಲಿ	शेर	x	ಹೆಣ್ಣುಹುಲಿ	शेरनी
ಇಂದ್ರ	इन्द्र	x	ಇಂದ್ರಾಣಿ	इन्द्राणी	ಆನೆ	हाथी	x	ಹೆಣ್ಣು ಆನೆ	हाथिनी
ಪಾರಿವಾಳ	कबूतर	x	ಹೆಣ್ಣುಪಾರಿವಾಳ	कबूतरी	ಸಾಮ್ರಾಟ	साम्राट	x	ಸಾಮ್ರಾಜ್ಞಿ	साम्राज्ञी
ನಾನಾ	नाना	x	ನಾನಿ	नानी	ವಿದ್ಯಾರ್ಥಿ	विद्यार्थी	x	ವಿದ್ಯಾರ್ಥಿನಿ	विद्यार्थिनी

ಪುಲ್ಲಿಂಗ **पुल्लिंग**		ಸ್ತ್ರೀಲಿಂಗ **स्त्रीलिंग**		ಪುಲ್ಲಿಂಗ **पुल्लिंग**		ಸ್ತ್ರೀಲಿಂಗ **स्त्रीलिंग**	
ಮಾಲಿ	मालि	x ಸ್ತ್ರೀಮಾಲಿ	मालिन	ಪುತ್ರ	पुत्र	x ಪುತ್ರಿ	पुत्री
ನಾಯಿ	कुत्ता	x ಹೆಣ್ಣುನಾಯಿ	कुतिया	ಸೊಸೆ	ससुर	x ಅಳಿಯ	सास
ನೌಕರ	नौकर	x ನೌಕರಾಣಿ	नौकराणि	ಕವಿ	कवि	x ಕವಯತ್ರಿ	कवयित्री
ವರ	वर	x ವಧು	वधु	ಸೇವಕ	सेवक	x ಸೇವಕಿ	सेवकि
ಪ್ರಿಯ	प्रिय	x ಪ್ರಿಯೆ	प्रिये	ಹೋರಿ	बैल	x ಹಸು	गाय

ಪುಲ್ಲಿಂಗ	**ಸ್ತ್ರೀಲಿಂಗ**	**ನಪುಂಸಕಲಿಂಗ**
ಮಗ	ಮಗಳು	ಮರ
ತಂದೆ	ತಾಯಿ	ಶಾಲೆ
ಅಜ್ಜ	ಅಜ್ಜಿ	ರಸ್ತೆ
ಗಂಡ	ಹೆಂಡತಿ	ಮನೆ
ಕೂಲಿಕಾರ	ಕೂಲಿಗಾರ್ತಿ	ಕಲ್ಲು
ಶಿವ	ಪಾರ್ವತಿ	ನೀರು

■ ಲಿಂಗ ಬದಲಾವಣೆ ನಿಯಮ / लिंग परिवर्तन कि नियम

1. 'ಅ' ಕಾರಾಂತ **ಶಬ್ದಗಳು** 'ಇ', 'ಈ' ಕಾರಾಂತವಾದರೆ ಲಿಂಗ **ಬದಲಾಗುತ್ತದೆ.**
   'अ'कारांत शब्द 'इ' 'ई' कारांत होते है तो लिंग परिवर्तन होता है ।
   ಉದಾ : ದೇವ–ದೇವಿ, ಕುಮಾರ–ಕುಮಾರಿ, ಶಂಕರ–ಶಂಕರಿ
2. 'ಗಿತ್ತಿ', 'ರ್ತಿ', 'ತಿ' ಪ್ರತ್ಯಯ ಸೇರಿದರೆ ಲಿಂಗ **ಬದಲಾಗುತ್ತದೆ.**
   गित्ति, र्ति, ति प्रत्यय जोडने से लिंग परिवर्तन होता है ।
   ಉದಾ : ಹಾವಾಡಿಗ–ಹಾವಾಡಗಿತ್ತಿ, ಒಡೆಯ–ಒಡತಿ, ಬೇಡ–ಬೇಡತಿ
   ಮಾಲೆಕಾರ–ಮಾಲೆಕಾರ್ತಿ, ಹೂಗಾರ–ಹೂಗಾರ್ತಿ
3. ಕೆಲವು ಪದಗಳು ಬೇರೆ ಬೇರೆ ಲಿಂಗದಲ್ಲೇ ಇರುತ್ತವೆ.
   कुछ शब्द अलग अलग लिंग मे होते है ।

(ಅ) ವಚನಗಳು - वचनगलु - वचन (Numbers)

ನಾಮವಾಚಕ ಇಲ್ಲವೇ ಸರ್ವನಾಮದ ಮೂಲಕ ವ್ಯಕ್ತಿಗಳ ಸಂಖ್ಯೆಯನ್ನು ತಿಳಿಸುವ **ಶಬ್ದವೇ** ವಚನ. ಒಂದೇ ಸಂಖ್ಯೆಯ ಮೂಲಕ **ತಿಳಿಸಬಹುದಾದರೆ** ಅದು ಏಕವಚನ (Singular), ಒಂದಕ್ಕಿಂತಹೆಚ್ಚು ಸಂಖ್ಯೆಯಾದಲ್ಲಿ ಅದು **ಬಹುವಚನ** (Plural). ಆದರೆ, ಲಿಂಗ **ಬದಲಾವಣೆಗೆ ಸಂಬಂಧಿಸಿದಂತೆ** ಕೆಲವು ನಿಯಮಗಳಿವೆ.

संज्ञा या सर्वनाम द्वारा वस्तु या व्यक्तियों के संख्या बताने वाली शब्द को वचन (वचनगलु ವಚನಗಳು Numbers) कहते हैं। उसको एक की संख्या में बताये तो उसे तो एक वचन (एक वचन ಏಕವಚನSingular) कहते है। यदि एक से अधिक रहो तो बहुवचन (बहु वचन **ಬಹುವಚನ** Plural) कहते है। लेकिन लिंग बदलने के कुछ नियम है।

1. **ವ್ಯಂಜನ–व्यंजन** (Consonant) ವ್ಯಂಜನಾಕ್ಷರದ ಅಂತ್ಯದಲ್ಲಿ **ಬರುವ** ಪುಲ್ಲಿಂಗವು **ಬಹುವಚನದಲ್ಲಿ** ಅದೇ ರೂಪದಲ್ಲಿ ಇರುತ್ತದೆ.

   अक्षर से अंत हो जाने वाले पुल्लिंग शब्द बहुवचन में भी उसी रूप में रहते है।

   जैसे : **ಪಾಠಕ್** - पाठक –पाठक ಮನೆ - मने - घर ಮರ - मर - पेड़

2. ‘ಅ’ ಕಾರಾಂತ ಪುಲ್ಲಿಂಗ ಪದಗಳು **ಬಹುವಚನದಲ್ಲಿ** ‘ಎ’ ಆಗಿ **ಬದಲಾಗುತ್ತವೆ.**

   अ (ಅ) कारांत पुलिंग शब्द बहुवचन में ए (ಎ) जैसा बदल जायेंगे।

   ಉದಾ : ಕುದುರೆ (कुदुरे) घोड़ा ಕುದುರೆಗಳು(कुदुरेगल) घोड़े

3. ‘ಇ’ ಕಾರಾಂತ ಸ್ತ್ರೀಲಿಂಗ **ಶಬ್ದ ಬಹುವಚನದಲ್ಲಿ** ‘ಇಯಾ’ ಆಗಲಿದೆ.

   इ (ಇ) कारांत स्त्रीलिंग शब्द बहुवचन में इयाँ (ಇಯಾ) जैसे बदल जायेंगे।

   जैसे : ಬಾಲಿಕಾ (बलिका) लड़की ಬಾಲಕಿಯರು (बालकियरु) लड़कियाँ

4. ‘ಆ’ ಕಾರಾಂತ ಸ್ತ್ರೀಲಿಂಗ **ಶಬ್ದಗಳು ಬಹುವಚನದಲ್ಲಿ** ‘ಏ’ ಆಗಿ **ಬದಲಾಗುತ್ತವೆ.**

   आ (ಆ) कारांत स्त्रीलिंग शब्द बहुवचन में ए (ಏ) जैसे बदल जायेंगे।

   ಪಕ್ಷಿ पक्षि - चिड़ियाँ ಪಕ್ಷಿಗಳು – पक्षिगळु चिडियाँए

   ತಾಯಿ (ताइ) माता ತಾಯಂದಿರು-मातायों ತಂದೆ(तंदे) ತಂದೆಯರು तंदेयरु पितायें

5. ಅರ್ಧ ಉಚ್ಚರಿಸಲ್ಪಡುವ ಸ್ತ್ರೀಲಿಂಗ ಪದಗಳು **ಬಹುವಚನದಲ್ಲಿ** ‘ಯೆ’ ಎಂದು **ಬದಲಾಗುತ್ತದೆ.**

   आधा उच्चारणवाले स्त्रीलिंग शब्द बहुवचन में ये (ಯೆ) जैसे बदल जायेंगे।

   ಉದಾ : ಪುಸ್ತಕ– पुस्तक– किताब ಪುಸ್ತಕಗಳು– पुस्तकगलु – किताबें

6. ಇ, ಈ ಹೊರತುಪಡಿಸಿಉಳಿದ ಸ್ವರಾಂತ ಶಬ್ದಗಳು ಬಹುವಚನದಲ್ಲಿ ಯಾ, ಯೆ ಎಂದು ಬದಲಾಗುತ್ತವೆ.

इ (ಇ), ई (ಈ) बिना दूसरा स्वरांत शब्द बहुवचन में याँ (ಯಾ) या यें (ಯೆಂ) जैसे बदल जायेंगे ।

उदा : ಮೇಜು मेजु मेज - ಮೇಜುಗಳು मेजुगलु मेजें

ಬಳ್ಳಿ बल्लि लता - ಬಳ್ಳಿಗಳು बल्लिगलु लतायें

ಏಕವಚನ **एकवचन**			ಬಹುವಚನ **बहुवचन**		ಏಕವಚನ **एकवचन**			ಬಹುವಚನ **बहुवचन**	
ಯುವಜನ	छात्रा	-	ಯುವಜನರು	छात्रायें	ನದಿ	नदि	-	ನದಿಗಳು	नदिगलु
ಕುದುರೆ	घोड़ा	-	ಕುದುರೆಗಳು	घोड़े	ಕುರ್ಚಿ	कुर्सी	-	ಕುರ್ಚಿಗಳು	कुर्सियाँ
ಗಡಿಯಾರ	घडि	-	ಗಡಿಯಾರಗಳು	घडियाँ	ಕಣ್ಣು	आँख	-	ಕಣ್ಣುಗಳು	आँखें
ದೇವಿ	देवि	-	ದೇವಿಯರು	देवियाँ	ಯುವರಾಣಿ	युवराणी	-	ಯುವರಾಣಿಯರು	युवराणीयाँ
ಸ್ತ್ರೀ	स्त्री	-	ಸ್ತ್ರೀಯರು	स्त्रीयाँ	ಅಲ್ಮೇರಾ	अलमारी	-	ಅಲ್ಮೇರಾಗಳು	अलमारियाँ
ಗಂಟೆ	घंटा	-	ಗಂಟೆಗಳು	घंटे	ಬಾಗಿಲು	दरवाजा	-	ಬಾಗಿಲುಗಳು	दरवाजे
ಮಹಿಳೆ	औरत	-	ಮಹಿಳೆಯರು	औरतें	ಮಗು	बच्चा	-	ಮಕ್ಕಳು	बच्चे
ತಾಯಿ	माता	-	ತಾಯಂದಿರು	मातायें	ಮೇಜು	मेज	-	ಮೇಜುಗಳು	मेजें
ಬಳ್ಳಿ	लता	-	**ಬಳ್ಳಿಗಳು**	लतायें	ದಿನಾಂಕ	तारिका	-	ದಿನಾಂಕಗಳು	तारिकायें
ಯಶಸ್ಸು	सफलता	-	ಯಶಸ್ಸುಗಳು	सफलतायें	**ವೃದ್ಧೆ**	वुड़िया	-	**ವೃದ್ಧೆಯರು**	वुड़ियाँ
ಹಡಗು	नौका	-	ಹಡಗುಗಳು	नौकायें	ತೆಂಗು	तेंगु	-	ತೆಂಗುಗಳು	तेंगुगलु
ಕಿರಣ	किरण	-	ಕಿರಣಗಳು	किरणें	ಯುಕ್ತಿ	युक्ति	-	ಯುಕ್ತಿಗಳು	युक्तियाँ
ನೌಕೆ	नौका	-	ನೌಕೆಗಳು	नौकायें	ತರಂಗ	तरंग	-	ತರಂಗಗಳು	तरंगें
ಕುಮಾರಿ	कुमारि	-	ಕುಮಾರಿಯರು	कुमारियाँ	ಔಷಧ	दवा	-	ಔಷಧಗಳು	दवायें
ಆಸೆ	आशा	-	ಆಸೆಗಳು	आशायें	ವಸ್ತು	चीज	-	ವಸ್ತುಗಳು	चीजें
ಲೇಖನಿ	कलम	-	ಲೇಖನಿಗಳು	कलमें	ವನಿತೆ	वनिता	-	ವನಿತೆಯರು	वनितायें

ಏಕವಚನ **एकवचन**			ಬಹುವಚನ **बहुवचन**		ಏಕವಚನ **एकवचन**			ಬಹುವಚನ **बहुवचन**	
ಕವಿತೆ	कविता	-	ಕವಿತೆಗಳು	कवितायें	ಬಾಲಕರು	लढ़का	-	ಬಾಲಕರು	लढ़के
ಗಿಣಿ	तोता	-	ಗಿಣಿಗಳು	तोते	ಬಟ್ಟೆ	कपड़ा	-	ಬಟ್ಟೆಗಳು	कपडे
ಸಂಸ್ಥೆ	संस्था	-	ಸಂಸ್ಥೆಗಳು	संस्थायें	ನಕ್ಷತ್ರ	तारा	-	ನಕ್ಷತ್ರಗಳು	तारे
ವಸ್ತು	वस्तु	-	ವಸ್ತುಗಳು	वस्तुएँ	ಜನ	लोग	-	ಜನರು	लोगों
ರಾಜ	राजा	-	ರಾಜರು	राजाओं	ಪತ್ನಿ	पत्नी	-	ಪತ್ನಿಯರು	पत्नियाँ
ವಾಹನ	गाड़ी	-	ವಾಹನಗಳು	गाड़ीयाँ	ವಿಷಯ	बात	-	ವಿಷಯಗಳು	पातें
ರಾತ್ರಿ	रात	-	ರಾತ್ರಿಗಳು	रातें	ಪುಸ್ತಕ	पुस्तक	-	ಪುಸ್ತಕಗಳು	पुस्तकें
ನಾವೆ	नाव	-	ನಾವೆಗಳು	नावें	ಎಲೆ	पत्ता	-	ಎಲೆಗಳು	पत्ते
ಗಾಯ	गाय	-	ಗಾಯಗಳು	गायें	ಪಂಡಿತ	पंडित	-	ಪಂಡಿತರು	पंडितों
ಮಡಕೆ	घटा	-	ಮಡಕೆಗಳು	घटायें	ಪಾಠಶಾಲೆ	पाठशाला	-	ಪಾಠಶಾಲೆಗಳು	पाठशालायें
ಋತು	ऋतु	-	ಋತುಗಳು	ऋतुयें	ಬೆರಳು	अंगूठी	-	ಬೆರಳುಗಳು	अंगूठियाँ
ಕೆಲಸದಾಕೆ	नौकरनी	-	ಕೆಲಸದಾಕೆಯರು	नौकरानियाँ	ಮುಖಂಡ	मुखंड	-	ಮುಖಂಡರು	मुखंडरु
ಕವಯಿತ್ರಿ	कवयित्रि-		ಕವಯಿತ್ರಿಯರು	कवयित्रियरु	ಹುಡುಗಿ	लड़की	-	ಹುಡುಗಿಯರು	लड़कियाँ
ನಾರಿ	नारी	-	ನಾರಿಯರು	नारियाँ	ಮಗಳು	बेटी	-	ಮಗಳು	बेटियाँ

ಬಹುವಚನದಲ್ಲೂ ಬದಲಾಗದ ಶಬ್ದಗಳು
बहुवचनदल्लू बदलागद शब्दगळु / बहुवचन मे भी नहीं बदलनेवाले शब्द

ಎಳನೀರು	नारियल	ವಿದ್ವಾನ್	विद्वान्	ತಂದೆ	पिता	ಮನೆ	घर	ಸಹೋದರ	भाई
ದೇವಾಲಯ	मंदिर	ಮರ	पेड़	ಹೃದಯ	हृदय	ಕಮಲ	कमल	ನಗರ	नगर
ಮಾಮ	माम	ಕಾಕಾ	काका	ಅರಣ್ಯ	जंगल	ಮಹಾತ್ಮ	महात्मा	ಪಂಡಿತ	पंडित

ಹಸ್ತ	हाथ	ಮಾವು	आम	ನಂದನ	नन्दन	ಸಾಮ್ರಾಟ	साम्राट	ಮೊಸರು	दही
ಗೂಬೆ	उल्लू	ಹೂವು	फूल	ಕಣ್ಣು	नेत्र	ಸಮುದ್ರ	समुद्र	ಕೇಶ	बाल
ಕಿವಿ	कान	ವಚನ	वचन	ಹಲ್ಲು	दांत	ಹಣ	धन	ಪರ್ವತ	पर्वत
ದೇವ	देव	ಕೆಲಸ	काम	ಹೆಸರು	नाम	ನಕ್ಷತ್ರ	नक्षत्र	ಮನುಷ್ಯ	आदमी
ತುಪ್ಪ	घी	ನೀರು	पानी	ರಾಜ	राजा	ಚಾಚಾ	चाचा	ದಾದಾ	दादा
ಕವಿ	कवि	ಮಗ	पुत्र						

ಕನ್ನಡದಲ್ಲಿ ರು, ವು, ಗಳು, ಅಂದಿರು ಸೇರ್ಪಡೆಯಾದರೆ, **ಬಹುವಚನ** ಆಗುತ್ತದೆ.

कन्नड भाषा मे एक वचन शब्दों को , 'रु', 'वु', 'गळु' 'अंदिरु' जोडते से बहुवचन होते है ।

		ಏಕವಚನ	**ಬಹುವಚನ**
'रु'	ರು	ಬಾಲಕ	ಬಾಲಕರು
		ಅವನು	ಅವರು
		ಇವನು	ಇವರು
'गळु'	ಗಳು	ಶಾಲೆ	ಶಾಲೆಗಳು
		ಮರ	ಮರಗಳು
'वु'	ವು	ನಾನು	ನಾವು
		ನೀನು	ನೀವು
		ಇದು	ಇವು
'अंदिरु'	ಅಂದಿರು	ಅಳಿಯ	ಅಳಿಯಂದಿರು
		ಮಾವ	ಮಾವಂದಿರು
		ಅಕ್ಕ	ಅಕ್ಕಂದಿರು

(ಇ) ವಿಭಕ್ತಿ - विभक्ति - कारक (Case Endings)

ಯಾವ ಭಾಷೆಯನ್ನಾದರೂ ಉತ್ತಮವಾಗಿ ಕಲಿಯಬೇಕೆಂದಿದ್ದಲ್ಲಿ ಆ ಭಾಷೆಯ **ಶಬ್ದಗಳ** ಬಗ್ಗೆ ಜ್ಞಾನವಿರಬೇಕು.

कोई भाषा अच्छी तरह सीखनी है, तो उस भाषा के शब्दों का बृहत ज्ञान होना तथा भाषा को प्रयोग में लाना जरूरी है ।

ವಿಭಕ್ತಿಯಲ್ಲಿ8 ವಿಧ. कारक के आठ भेद है वे :

1. **ಕರ್ತೃ ಕಾರಕ (कर्ता कारक)** Nominative Case - (ನೆ) ने
(कर्ता सम्बधि) ಪ್ರಥಮಾ ವಿಭಕ್ತಿ प्रथमा विभक्ति

2. **ಕರ್ಮ ಕಾರಕ (कर्म कारक)** Objective Case - (ಕೋ)को
(काम से सम्बन्धित) ದ್ವಿತೀಯಾ ವಿಭಕ್ತಿ द्वितीया विभक्ति

3. **ಕಾರಣ ಕಾರಕ (कारण कारक)** Instrumental Case- (ಸೆ) से
(कारण से सम्बन्धित) ತೃತೀಯಾ ವಿಭಕ್ತಿ तृतिया विभक्ति

4. **ಸಂಪ್ರದಾನ ಕಾರಕ (संप्रदान कारक)** Dative Case - (ಕೆ ಲಿಯೆ) के लिए
(प्रयोजन सम्बन्धित) ಚತುರ್ಥಿ ವಿಭಕ್ತಿ चतुर्थ विभक्ति

5. **ಅನುದಾನ ಕಾರಕ (अपादान कारक)** Ablative Case - (ಸೆ) से
किया गया चीज संबंधि ಪಂಚಮಿ ವಿಭಕ್ತಿ पंचमी विभक्ति

6. **ಸಂಬಂಧ ಕಾರಕ (संबंध कारक)** Possesive Case - (ಕಾ, ಕೆ, ಕಿ) का, के, की
संबंध बताने वाली ಷಷ್ಠಿ ವಿಭಕ್ತಿ षष्ठी विभक्ति

7. **ಅಧಿಕರಣ ಕಾರಕ (अधिकरण कारक)** Locative Case - (ಮೇ)में - (ಪರ್) पर
समाचार के संबंध वाली ಸಪ್ತಮಿ ವಿಭಕ್ತಿ सप्तमी विभक्ति

8. **ಸಂಭೋದನ ಕಾರಕ (सम्बोधन कारक)** Vocative Case - (ಹೆ) हे -(ಅರೇ)अरे
संबोधन के संबंधवाली ಅಷ್ಟಮಿ ವಿಭಕ್ತಿ अष्टमी विभक्ति

1. **ಕರ್ತೃ ಕಾರಕ–कर्ता कारक, प्रथमा विभक्ति (Nominative Case)**

ಏಕವಚನದಲ್ಲಿ'ಉ', ಬಹುವಚನದಲ್ಲಿ 'ದು' 'ವು' ಪ್ರತ್ಯಯ ಬರುತ್ತದೆ. ಪ್ರಥಮಾ ವಿಭಕ್ತಿಯು ಕರ್ತೃಕಾರಕದಿಂದಾಗಿಬರುತ್ತದೆ.

यह कर्ता के बारे में बताती है ।

उदा : ಗೌರಿ ಮಾವಿನ ಹಣ್ಣು ತಿನ್ನುತ್ತಿದ್ದಾಳೆ.
गौरी मावीन हण्णु तीन्नुतीद्दाले.
गौरी ने आम खायी हैं ।

2. **ಕರ್ಮ ಕಾರಕ–कर्म कारक, द्वितीया विभक्ति (Objective Case)**

ಕರ್ಮಪದವನ್ನುಸೂಚಿಸುವ ವಿಭಕ್ತಿಗಳು (ದ್ವಿತೀಯಾ ವಿಭಕ್ತಿ). ಹಿಂದಿಯಲ್ಲಿ ಕೊ ಮತ್ತು ಕನ್ನಡದಲ್ಲಿ 'ಅನ್ನು' 'ರನ್ನು' 'ಗಳನ್ನು' ಸೂಚಿಸುತ್ತದೆ.

यह वाक्य में वक्ता के द्वारा किए गये काम के बारे में बताती है ।

उदा : ಮಾಲೀಕನು ನೌಕರನನ್ನು ಕರೆದನು.

मालीकनु नौकरनन्नु करेदनु ।

सेठ ने नौकर को बुलाया ।

3. **ಕಾರಣ ಕಾರಕ– कारण कारक, तृतीया विभक्ति (Instrumental Case)**

ಕಾರ್ಯವನ್ನು ಮಾಡಲು ಉಪಯೋಗಿಸುವಸಾಧನವೇ ಕರಣ. ಇದು ತೃತೀಯಾ ವಿಭಕ್ತಿ. ಹಿಂದಿಯಲ್ಲಿ 'ಸೆ' ಪ್ರತ್ಯಯ ಬರುತ್ತದೆ.

यह क्रिया के साधन या माध्यम के बारे में बताती है ।

उदा : ರಾಮನು ಬಾಣದಿಂದ ರಾವಣನನ್ನು ಕೊಂದನು.

रामनु बाणदींद रावणनन्नु कौंदनु ।

राम ने बाण से रावण को मारा ।

4. **ಸಂಪ್ರದಾನ ಕಾರಕ–सम्प्रदान कारक, चतुर्थ विभक्ति (Dative Case)**

ಯಾರಿಗಾದರೂ ಏನನ್ನಾದರೂ ಕೊಡುವುದಿದ್ದಾಗ ಸಂಪ್ರದಾನ ಕಾರಕದಿಂದಾಗಿ ಚತುರ್ಥ ವಿಭಕ್ತಿ ಬರುತ್ತದೆ. ಕೊ, ಕೆ, ಲಿಯೆ, ಕೆ ವಾಸ್ತೆ, ಕೆ ನಿಮಿತ್ ಬಳಕೆ ಆಗುತ್ತದೆ.

यह जिसके लिये या जिस उद्देश्य के लिये की जाती है उसके बारे में बताती हैं ।

उदा : ನಾವು ಆರೋಗ್ಯಕ್ಕಾಗಿ ಯೋಗ ಮಾಡುತ್ತೇವೆ

नावु आरोग्यक्कागी योग माड्त्तेवे ।

हम योग स्वास्थ के लिए करते है ।

5. **ಅಪಾದಾನ ಕಾರಕ अपादान कारक, पंचमि विभक्ति (Ablative Case)**

ಹಿಂದಿಯಲ್ಲಿಸೆ, ಏಕವಚನದಲ್ಲಿ 'ಇಂದ', ಬಹುವಚನದಲ್ಲಿ 'ರಿಂದ' 'ಗಳಿಂದ' ಬಳಕೆ ಆಗುತ್ತದೆ. ಕೊಡುವ ವಸ್ತುವಿಗೆ ಸಂಬಂಧಿಸಿದೆ. ಪಂಚಮಿ ವಿಭಕ್ತಿ.

इस वाक्य में जिस स्थान या वस्तु से किसी व्यक्ति या वस्तु की पृथकता अथवा तुलना के बारे में बताती है ।

उदा : ಮರದಿಂದ ಹಣ್ಣು ಬಿದ್ದು ಹೋಯಿತು.

मारदींद हण्णु बीद्दु होयीतु ।

फल पेड़ से अलग हो गया ।

6. ಸಂಬಂಧ ಕಾರಕ **सम्बन्ध कारक (Possesive Case)**

ಸಂಬಂಧವನ್ನು ಸೂಚಿಸುವಂಥದ್ದು.ಪುಲ್ಲಿಂಗ ಏಕವಚನದಲ್ಲಿ' ಕಾ', ಸ್ತ್ರೀಲಿಂಗ ಏಕವಚನದಲ್ಲಿ' ಕೀ', ಪುಲ್ಲಿಂಗ ಬಹುವಚನದಲ್ಲಿ 'ಕೆ' ಮತ್ತು ಸ್ತ್ರೀಲಿಂಗ ಬಹುವಚನದಲ್ಲಿ 'ಕೀ' ಬಳಕೆಯಾಗುತ್ತದೆ. ಇದು ಷಷ್ಠಿವಿಭಕ್ತಿ.

इस वाक्य में कर्ता या संज्ञा का दूसरा व्यक्ति से या वस्तु से संबंध के बारे में बताती है ।

उदा : ನಿನ್ನ ಸೋದರಿಯ ಹೆಸರೇನು?

नीन्न सोदरीय हेसरेनु ?

तुम्हारी बहन का नाम क्या है ?

7. ಅಧಿಕರಣ ಕಾರಕ **अधिकरण कारक (Locative Case)**

'ಮೆ' '**ಪರ್**' ಕನ್ನಡದಲ್ಲಿ' ಅಲ್ಲಿ', 'ರಲ್ಲಿ', 'ಗಳಲ್ಲಿ' ಬಳಸಲ್ಪಡುತ್ತದೆ. ಇದು ಸಪ್ತಮೀ ವಿಭಕ್ತಿ.

इस वाक्य में क्रिया का आधार, आश्रय या शर्त के बारे में बताती है ।

ಉದಾ: ಶಿವ ಸಿನೆಮಾ ಶೂಟಿಂಗ್‌ನಲ್ಲಿ ಇದ್ದಾನೆ.

शीव सीनेमा शूटींग्नल्ली इद्दाने ।

शिवा सिनेमा शूटिंग में है ।

8. ಸಂಬೋಧನ ಕಾರಕ **सम्बोधन कारक (Vocative Case)**

ಇನ್ನೊಬ್ಬರನ್ನು ಕರೆಯಲು ಬಳಕೆಯಾಗುತ್ತದೆ. 'ಹೇ', 'ಜೀ', 'ಏ', 'ಅರೇ'. ಕನ್ನಡದಲ್ಲಿ' ಏ' 'ಇರಾ'. ಅಷ್ಟಮಿ ವಿಭಕ್ತಿ.

इस वाक्य में कर्ता की मनोभाव को या किसी को बुलाने या सम्बोधित करने के विषय में बताती है ।

ಉದಾ: ಹೇ ದೇವನೇ, ದಯೆ ತೋರು

हे देवने, दये तोरु ।

हे भगवान ! कृपा करो ।

ಸೂಚನೆ: ಕಾರಕಗಳನ್ನು ಬಳಸುವಾಗ ಕೆಲವು ನಿಯಮಗಳನ್ನು ಪಾಲಿಸಬೇಕಾಗುತ್ತದೆ. ಕಾರಕಗಳು ಸಂಜ್ಞೆ ಮತ್ತು ಸರ್ವನಾಮದ ನಂತರ ಬರುತ್ತವೆ.

सूचना : कारक प्रयोग करने के समय में सब कुछ नियम के अनुसार करना है । हिन्दी में भी कारक संज्ञा और सर्वनाम के बाद आती है । सावधानी से देखना पडता है ।

'ಕೋ' ಅನ್ನು ಪ್ರಾಣವಾಚಕ ಶಬ್ದಗಳಿಗೆ ಮಾತ್ರ ಬಳಸಬೇಕು. ಕಾ, ಕೆ, ಕೀ ಎಂಬ ಸಂಬಂಧ ಕಾರಕಗಳನ್ನು ಷಷ್ಠಿವಿಭಕ್ತಿಯ ಮೊದಲ 'ಕಾ' ಬಳಿಕ, ಆಯಿ ಸಂಜ್ಞೆ ಬಳಿಕ ಯಾವುದೇ ವಿಭಕ್ತಿ ಬಂದರೆ, ಅದು ವಚನ ಆಗಲಿದೆ. ಅದು 'ಕೆ' ಆಗಿ ಬದಲಾಗಲಿದೆ. 'ಆ'ಕಾರಾಂತ ಸಂಜ್ಞೆಯು 'ಎ' ಕಾರಾಂತ ಸಂಜ್ಞೆಯಾಗಿ ಬದಲಾದರೆ, ಸ್ತ್ರೀಲಿಂಗದಲ್ಲಿ ವ್ಯತ್ಯಾಸ ಆಗುವುದಿಲ್ಲ.

को (ಕೊ) - यह सिर्फ प्राणि वाचक शब्दों को उपयोग होती है । का, के, की (ಕಾ, ಕೆ, ಕಿ) जैसे संबंध कारक षष्ठी विभक्ति प्रत्यय 'का' (ಕಾ) के बाद, आयी संज्ञा के बाद कोई विभक्ति आयी तो वह एक वचन है तो भी वे 'के' (ಕೆ) जैसे बदल जायेंगे । मतलब अकारांत संज्ञा एकारांत संज्ञा जैसे बदल जायेगी लेकिन स्त्रीलिंग में कोई भेद नहीं आता है ।

उदा : ಮಾತಾಜಿಯ ಪುಸ್ತಕದಲ್ಲಿ

माताजी पुस्तकदल्लि

माताजी की किताब में

ಮೇಲಿನ ವಾಕ್ಯದಲ್ಲಿ ಸರ್ವನಾಮದ **ಬಳಿಕ** ವಿಭಕ್ತಿ 'ಮೆ' **ಬಂದಿದ್ದರೂ** 'ಕೀ' **ಬದಲಾಗಿಲ್ಲ.**

इस वाक्य में संज्ञा के बाद विभक्ति मे (ಮೆ) आयी तो भी की (ಕಿ) नहीं बदल गयी है ।

ಕಲಾ ಶಾಲೆಯ ವಿದ್ಯಾರ್ಥಿಗಳಲ್ಲಿ

कला शालेय विद्यार्थिगल्लि

कलाशाला के विद्यार्थियों से

ಇಲ್ಲಿ ಕಲಾಶಾಲೆಯ **ಬಳಿಕ** 'ಕಾ' **ಬರಬೇಕಿತ್ತು.** ಆದರೆ, ವಿದ್ಯಾರ್ಥಿಗಳ (ಸರ್ವನಾಮ) **ಬಳಿಕ** ವಿಭಕ್ತಿ 'ಸೆ' **ಬಂದಿದೆ.** ಹೀಗಾಗಿ 'ಕಾ' ಕಾರಕವು 'ಕೆ' ಆಗಿ **ಬದಲಾಗಿದೆ.**

या इस वाक्य में कलाशाला के बाद 'का' (ಕಾ) आना । लेकिन विद्यार्थियों (ಸರ್ವನಾಮ) के बाद विभक्ति से (ಸೆ) आयी है । उसलिए 'का' कारक 'के' (ಕೆ) जैसा बदल गयी है ।

सूचना :	ಪುಲ್ಲಿಂಗ ಏಕವಚನ	पुल्लिंग एक वचन	: (ಕಾ) का
	ಪುಲ್ಲಿಂಗ **ಬಹುವಚನ**	पुल्लिंग बहु वचन	: (ಕೆ) के
	ಸ್ತ್ರೀಲಿಂಗ ಏಕವಚನ	स्त्रीलिंग एक वचन	: (ಕಿ) की
	ಸ್ತ್ರೀಲಿಂಗ **ಬಹುವಚನ**	स्त्रीलिंग बहु वचनु	: (ಕಿ) की
	(ಸ್ತ್ರೀಲಿಂಗದಲ್ಲಿಯಾವುದೇ **ಬದಲಾವಣೆ** ಆಗಿಲ್ಲ)	स्त्रीलिंग में भेद नहीं रहती है ।	

ಆದರೆ, ಪುಲ್ಲಿಂಗ ಏಕವಚನ (ಕಾ) ಸಂಜ್ಞೆಯ ನಂತರ ಯಾವುದೇ ಕಾರಕ **ಬಂದಲ್ಲಿ** 'ಕೆ' ಆಗಿ **ಬದಲಾಗುತ್ತದೆ.**

लेकिन पुल्लिंग एक वचन 'का' (ಕಾ) संज्ञा के बाद किसी कारक आया तो वह 'के' (ಕೆ) में बदल जाता है ।

ನಾಮಪದ, ಸರ್ವನಾಮ ಮತ್ತು ವಿಶೇಷಣಗಳಿಗೆಕಾರಕದಿಂದಾಗಿವಿಭಕ್ತಿ ಪ್ರತ್ಯಯಗಳು **ಬರುತ್ತವೆ.** ಕನ್ನಡದಲ್ಲಿಎಂಟು ವಿಭಕ್ತಿಗಳಿವೆ.

संज्ञा, सर्वनाम और विशेषणों को 'कारक' से विभक्ति प्रत्यय आने है । कन्नड मे आठ विभक्तिया होती है ।

1. **ಪ್ರಥಮಾ ವಿಭಕ್ತಿ:** ಏಕವಚನದಲ್ಲಿ'ಉ', **ಬಹುವಚನದಲ್ಲಿ** 'ರು' 'ವು' **ಬರುತ್ತದೆ.**

2. **ದ್ವಿತೀಯಾ ವಿಭಕ್ತಿ:** ಏಕವಚನದಲ್ಲಿ'ಅನ್ನು', **ಬಹುವಚನದಲ್ಲಿ** 'ರನ್ನು' 'ಗಳನ್ನು' **ಬಳಕೆಯಾಗುತ್ತದೆ.**

3. **ತೃತೀಯಾ ವಿಭಕ್ತಿ:** ಏಕವಚನದಲ್ಲಿ'ಇಂದ', **ಬಹುವಚನದಲ್ಲಿ** 'ರಿಂದ' 'ಗಳಿಂದ' **ಬಳಕೆಯಾಗುತ್ತದೆ.**

4. **ಚತುರ್ಥಿ ವಿಭಕ್ತಿ:** ಏಕವಚನದಲ್ಲಿ'ಇಗೆ', 'ಕ್ಕೆ', 'ಗೆ' ಮತ್ತು **ಬಹುವಚನದಲ್ಲಿ** 'ರಿಂದ' 'ಗಳಿಗೆ' **ಬರುತ್ತದೆ.**

5. **ಪಂಚಮಿ ವಿಭಕ್ತಿ:** ಏಕವಚನದಲ್ಲಿ'ದೆಸೆಯಿಂದ' 'ಇಂದ', **ಬಹುವಚನದಲ್ಲಿ** 'ರಿಂದ' 'ಗಳಿಂದ' **ಬರಲಿದೆ.**

6. **ಷಷ್ಠಿ ವಿಭಕ್ತಿ:** ಏಕವಚನದಲ್ಲಿ'ಅ', **ಬಹುವಚನದಲ್ಲಿ** 'ರಲ್ಲಿ' 'ಗಳಲ್ಲಿ' **ಬಳಕೆಯಾಗುತ್ತದೆ.**

7. **ಸಪ್ತಮಿ ವಿಭಕ್ತಿ:** ಏಕವಚನದಲ್ಲಿ'ಅಲ್ಲಿ', **ಬಹುವಚನದಲ್ಲಿ** 'ರಲ್ಲಿ' 'ಗಳ' **ಬಳಕೆಯಾಗುತ್ತದೆ.**

8. **ಸಂಭೋದನ ವಿಭಕ್ತಿ:** 'ಏ' 'ಇರಾ' **ಬಳಏಪಿ ಯಾಗುತ್ತದೆ.**

ವಿಭಕ್ತಿಪ್ರತ್ಯಯ ಸೂಚಿ

ವಿಭಕ್ತಿ	**ಕನ್ನಡ**	**ಹಿಂದಿ**
ಪ್ರಥಮ	ಉ, ರು	ने
ದ್ವಿತೀಯ	ಅನ್ನು, ರನ್ನು, ಗಳನ್ನು	को
ತೃತೀಯ	ಇಂದ, ರಿಂದ, ಗಳಿಂದ	से
ಚತುರ್ಥಿ	ಗೆ, ಇಗೆ, ರಿಗೆ, ಗಳಿಗೆ	के, केलिये, केवास्ते
ಪಂಚಮಿ	ದೆಸೆಯಿಂದ, ರಿಂದ, ಗಳಿಂದ	से
ಷಷ್ಠಿ	ಅ, ರ, ಗಳ	का, कि, के, रा, रि, से
ಸಪ್ತಮಿ	ಅಲ್ಲಿ, ರಲ್ಲಿ, ಗಳಲ್ಲಿ	मे, पे, पर
ಸಂಭೋದನ	ಎ, ಇರಾ	हे, उ, आरे, अजी

ಪುರುಷ

ಉತ್ತಮ ಪುರುಷ	ನಾನು मै	ನಾವು हम
ಮಧ್ಯಮ ಪುರುಷ	ನೀನು तु	ನೀವು तुम
ಅನ್ಯ ಪುರುಷ	ಅವನು/ಅದು वह	ಅವರು/ಅವುವೆ
ಪುಲ್ಲಿಂಗ	ಇವನು यह	ಅವನು वह
ಸ್ತ್ರೀಲಿಂಗ	ಇವಳು यब	ಅವಳು वह
ನಪುಂಸಕ ಲಿಂಗ	ಇದು यह	ಅದು वह

2. ಸರ್ವನಾಮ सर्वनाम (Pronoun) : ನಾಮಪದದಬದಲು ಬರುವ ವಿಕಾರಿಶಬ್ದವನ್ನುಸರ್ವನಾಮ ಎನ್ನುತ್ತಾರೆ. संज्ञा के बदले प्रयुक्त होने वाले शब्दों को सर्वनाम कहते हैं ।

उदा : (ನಾವು) नावु हम, (ನೀವು)नीवु तुम ,(ಅವನು)अवनु वह,
(ನಾನು)नानु मैं , (ತಾವು)तावु आप

सूचना : 'ಮೈ' ಬಳಸಿದಾಗ ವಾಕ್ಯಾಂತ್ಯದಲ್ಲಿ'ಹೂ' ಬರಬೇಕು, 'ಹೂ' ಬಳಸಿದಾಗ ಕೂಡಾ. 'ಹಮ್', 'ವಹಾ', **'ಆಪ್'**, 'ವೆ' ಮತ್ತು 'ಯೆ' ಬಳಸಿ ವಾಕ್ಯ ರಚಿಸಿದಲ್ಲಿ'ಹೈ' ಬಳಸಬೇಕು. ಆದರೆ**'ತುಮ್'** ಬಳಸಿದಾಗ 'ಹೋ' ಅಂತ್ಯದಲ್ಲಿ ಬರಬೇಕು.

मैं (ಮೈ) वाक्य कहते समय वाक्यांत में 'हूँ' (ಹೂ) आता है वैसे ही . 'हम' (ಹಮ್), 'वह' (ವಹಾ), 'आप' (ಆಪ್), 'वे' (ವೇ), और 'ये' (ಯೆ) से वाक्य बनाते के समय 'हैं' (ಹೈ) का प्रयोग करते हैं । लेकिन 'तुम' (ತುಮ್) वाक्य के वाक्यांत में हो (ಹೋ) आता है ।

उदा :	ನಾನು ಊಟ ಮಾಡುತ್ತಿದ್ದೇನೆ.	नानु ऊट माडुत्तिद्देने ।	मैं खाना खाता हूँ
	ನೀವು ಎಲ್ಲಿದ್ದೀರಿ ?	नीवु एल्लिद्दीरि ?	तुम कहाँ हो ?
	ನೀವು ಯಾವಾಗ ಬರುತ್ತೀರಿ ?	नीवु यावाग बरुत्तीरि ?	आप कब आते हैं ?

■ **ಸರ್ವನಾಮ ವಿಭಜನೆ सर्वनाम विभाजन Division of Pronoun** सर्वनाम छः प्रकार के होते है।

1. ಪುರುಷ ವಾಚಕ ಸರ್ವನಾಮ पुरुष वाचक सर्वनाम (Personal Pronoun)

ಕೇಳುವವ, ಹೇಳುವವಮತ್ತು ವಿಷಯದೊಡನೆಸಂಬಂಧವಿರುವವರ ಬಗ್ಗೆ ಹೇಳುವ ವಾಚಕವೇಪುರುಷ ವಾಚಕ ಸರ್ವನಾಮ. ಹೇಳುವವ(ಉತ್ತಮ ಪುರುಷ), ಕೇಳುವವ(ಮಧ್ಯಮಪುರುಷ) ಹಾಗೂ ಅನ್ಯವಸ್ತು-ವ್ಯಕ್ತಿ (ಅನ್ಯಪುರುಷ)

यह सुनने वाले या बोलने वाला या उस विषय से सम्बन्ध होने वालों के बारे में बताती है । उसको पुरुष वाचक सर्वनाम कहते है ।

उदा :	ನಾನು	....	नानु	....	मैं
	ನಾವು	....	नावु	....	हम
	ನೀನು	....	नीनु	....	तुम
	ನೀವು	....	नीवु	....	तु
	ತಾವು	....	तावु	....	आप
	ಇವನು	....	इवनु	....	यह
	ಆತನು	....	आतनु	....	वह
	ಇವರು	....	इवरु	....	ये
	ಅವರು	....	अवरु	....	वे

2. ನಿಜವಾಚಕ ಸರ್ವನಾಮ **निजवाचक सर्वनाम** (Reflexive Pronoun)

ಯಾವ ಸರ್ವನಾಮದಿಂದಸ್ವತಃ ಅರ್ಥ ಬೋಧನೆ ಆಗುವುದೋ ಅದು ನಿಜವಾಚಕ ಸರ್ವನಾಮ. ಇದರಲ್ಲಿ ಕರ್ತೃನ ಬಳಿಯೇ 'ಹಿ' ಬಳಕೆ ಆಗುತ್ತದೆ.

जिस सर्वनाम का प्रयोगकर्ता कारक स्वयं के लिये करता है उसे निजवाचक सर्वनाम कहते हैं । इसमें कर्ता की बाजू में 'ही' (ಹಿ) का प्रयोग होता है ।

उदा :	ತಾವೇ	....	तावे	....	आप ही
	ನಾವೇ	....	नावे	....	हम ही
	ನೀವೇ	....	नीवे	....	तुम ही
	ಅವನೇ	....	अवने	....	यह ही

3. ನಿಶ್ಚಯವಾಚಕ ಸರ್ವನಾಮ **निश्चयवाचक सर्वनाम** (Demonstrative Pronoun)

ಇದರಲ್ಲಿ ವ್ಯಕ್ತಿ ಅಥವಾ ವಸ್ತುವಿನ ಬಗ್ಗೆ ನಿಶ್ಚಿತವಾಗಿ ಹೇಳಲಾಗುತ್ತದೆ.

यह व्यक्ति या वस्तु के बारे में निश्चित तौर पर बताती है ।

उदा :	ಇವನು / ಇವಳು	......	इवनु / इवळु	....	यह
	ಅವನು / ಅವಳು	......	अवनु / अवळु	....	वह
	ಇವು	....	इवु	....	ये
	ಅವು	....	अवु	....	वे

4. ಅನಿಶ್ಚಯವಾಚಕ ಸರ್ವನಾಮ **अनिश्चय वाचक सर्वनाम** (Indefinite Pronoun)

ಒಂದು ವ್ಯಕ್ತಿ ಇಲ್ಲವೇ ವಸ್ತುವಿನ ಬಗ್ಗೆ ನಿಶ್ಚಿತವಾಗಿ ಹೇಳುವುದಿಲ್ಲ.

यह एक व्यक्ति के बारे में या एक वस्तु के बारे में निश्चित तौर पर नहीं बताती है ।

उदा :	ಯಾರೋ	....	यारो	....	कोई
	ಕೆಲವು	....	केलवु	....	कुछ
	ಎಲ್ಲರೂ	....	एल्लरू	....	सब

5. ಸಂಬಂಧವಾಚಕ ಸರ್ವನಾಮ **सम्बन्ध वाचक सर्वनाम** (Relative Pronoun)

यह एक शब्द या वाक्य से दूसरे शब्द या वाक्य के परस्पर सम्बन्ध के बारे में बताती है ।

उदा :	ಯಾವುದೋ ಅದು	....	यावुदो अदु	वह
	ಯಾವನೋ ಅವನು	......	यावनो अवनु	जिससे उससे
	ಯಾವನದೋ ಅವನದು	....	यवनदो अवनदु	जिसकि उसकि
	ಯಾವುದರಲ್ಲೋ ಅದರಲ್ಲಿ	......	यावुदरल्लो अदरल्लि	जिसमे उसमे

ಯಾರು ಕೆಲಸ ಮಾಡುತ್ತಾರೋ ಅವರಿಗೆ ಫಲ ಸಿಗುತ್ತದೆ.

यारु केलस माडुत्तारो अवरीगे फल सिगुत्तदे ।

जो काम करता है वो फल पाता है ।

'ಜೋ' ಎಂಬುದು **ಸಂಬಂಧವಾಚಕ** ಸರ್ವನಾಮ. 'ಏನಾದರೂ' ಎನ್ನುವ ಅರ್ಥದಲ್ಲಿ ತೆಗೆದುಕೊಳ್ಳಬೇಕು. जो (ಜೋ) एक संबंध वाचक सर्वनाम है । इसको हमे समझ आने के लिए उसको हम 'ऐनादरू' (ಏನಾದರೂ) अर्थ में लेना पडता है ।

1. 'ಜೋ' ಪದ **ಬಂದರೆ,** ಅದೇ ವಾಕ್ಯದಲ್ಲಿ ಈ **ಶಬ್ದ ಬರುತ್ತದೆ.**
   हिन्दी में जो शब्द आया तो (उसी) वाक्य में वह शब्द आता है । शब्द आया तो उसी वाक्य में अवळु (ಅವಳು), अवरु (ಅವರು) शब्द आते हैं ।

2. 'ಜೋ' **ಶಬ್ದವು** ನಾಮಪದ ಜತೆ ಇಲ್ಲವೇ ಸರ್ವನಾಮದ ಜತೆ ಹೆಚ್ಚು ಸಂಬಂಧ ಹೊಂದಿರುತ್ತದೆ.
   'जो' (ಜೋ) शब्द संज्ञा से सम्बन्ध या सर्वनाम से अधिक संबंध रहती है ।

3. 'ಜೋ' ಪದವು ವಾಕ್ಯದ ಮೊದಲು ಹಾಗೂ ಕೆಲವೊಮ್ಮೆ ವಾಕ್ಯದ ಮಧ್ಯದಲ್ಲಿ **ಬರುತ್ತದೆ.**
   'जो' (ಜೋ) शब्द कभी-कभी वाक्य के पहले और कभी वाक्य के बीच में आता है ।

   उदा : ಯಾರು ಚೆನ್ನಾಗಿ ಓದುತ್ತಾರೋ ಅವರು ತೇರ್ಗಡೆ ಹೊಂದುತ್ತಾರೆ.
   यारु चेन्नागि ओदुत्तारो अवरु तेर्गडि हौंदुत्तारे ।
   जो अच्छा पढ़ता हैं वह पास होता हैं ।
   ಯಾರು ಮಹಾಪುರುಷರೋ ಅವರು ದೇಶಕ್ಕಾಗಿ ಕಷ್ಟವನ್ನು ಅನುಭವಿಸಿರುತ್ತಾರೆ.
   यारु महापुरुषरो अवरु देशक्कागि कष्टवन्नु अनुभविसिरुत्तारे ।
   वे महापुरुष होते है जो देश के लिए कष्ट सहन करते है ।

4. ವಿಭಕ್ತಿಗಳಾದ 'ನೆ' 'ಕೋ' 'ಸೆ' **'ಪರ್'**ಗಳು ಬಂದಾಗ 'ಜೋ' ರೂಪ **ಬದಲಾಗುತ್ತದೆ.**
   विभक्तियाँ ने 'ನೆ', को 'ಕೋ', से 'ಸೆ', पर **'ಪರ್'** आयेतो 'जो' 'ಜೋ' की रूप बदल जाती है ।

उदा :	ಏಕವಚನ **एक वचन**	ಬಹುವಚನ **बहुवचन**
जो + ने	जिसने	जिन्होने
जो + को	जिसको / जिसे	जिनको/जिन्हे
जो + से	जिससे	जिनसे
जो + पर	जिस पर	जिन पर

5. 'ಜೋ' ಶಬ್ದವು ವಿಶೇಷಣವಾಗಿಯೂ ಬಳಸಲ್ಪಡುತ್ತದೆ. ನಾಮಪದದ ಬಳಿಕ ವಿಭಕ್ತಿ ಬಂದರೆ, ಏಕವಚನವು ಬಹುವಚನವಾಗಿ ಬದಲಾಗುತ್ತದೆ.

'जो' 'ಜೋ'शब्द विशेषण के जैसा भी उपयोग होता है । संज्ञा के बाद विभक्ति आयी तो एक वचन जैसा बदल जाता है ।

ಯಾವ ದೇಶದಲ್ಲಿಗಂಗೆಯು ಹರಿಯುತ್ತಾಳೋ ಅದೇ ದೇಶದಲ್ಲಿನಾವು ಇದ್ದೇವೆ.

याव देशदल्लि गंगेयु हरियुत्ताळो अदे देशदल्लि नावु इद्देवे ।

जिस देश मे गंगा बहती है उस देश में हम रहते हैं ।

उदा : ನೀವು ಕೆಲಸ ಮಾಡುತ್ತಿರುವ ಕಚೇರಿ ಎಲ್ಲಿದೆ ? (ಏಕವಚನ)
नीवु केलस माडुत्तिरुव कचेरि एल्लिदे ? (एकवचन)
जिस दप्तर मे आप काम करते है । वह कहा हैं ?
ನೀವು ಯಾವ ಮಕ್ಕಳನ್ನು ಕೇಳುತ್ತಿರುವಿರೋ ಆ ಮಕ್ಕಳು ಇಲ್ಲಿ ಇಲ್ಲ. (ಬಹುವಚನ)
निवु याव मक्कळन्नु केळुत्तिरुविरो आ मक्कळु इल्लि इल्ल. (बहुवचन)
जिन बच्चों को तुम चाहते हो वे यहाँ नहीं है ।

6. **ಪ್ರಶ್ನಾವಾಚಕ ಸರ್ವನಾಮ प्रश्नवाचक सर्वनाम (Interrogative Pronoun)**

ವ್ಯಕ್ತಿಯ ಬಗ್ಗೆ ಇಲ್ಲವೇ ವಸ್ತುವಿನ ಬಗ್ಗೆ ಪ್ರಶ್ನೆ ಮಾಡಲು ಬಳಕೆಯಾದ ಸರ್ವನಾಮವೇ ಪ್ರಶ್ನಾವಾಚಕ.
किसी व्यक्ति के बारे में, या किसी चीज के बारे में प्रश्न करनेवाली सर्वनाम है ।

उदा :	ಏನು ?	....	ऐनु?	क्या
	ಯಾರು ?	....	यारु ?	कौन
	ಯಾರದು ?	....	यारदु ?	किसका

■ ಯಾವುದು यावुदु कौनसा (which)

यह शब्द हिन्दी भाषा जाननेवाले सबको मालूम है ।

ಅದು ಯಾವ ಸಂಖ್ಯೆ ? — अदु याव संख्ये ?
वह कौनसा नम्बर है ?

ಅದು ಯಾರ ವಾಹನ ? — अदु यार वाहन ?
वह कौनसी गाड़ी हैं ?

■ ಈತ / ಇವನು / ईत- इवनु / इन्होने-ईमे (This Person)

ಇವನು/ಇವಳು, ಇವು ಎಲ್ಲೆಡೆ ಬಳಕೆಯಾಗುವ ಪದಗಳು. ಇವನು/ಇವಳು ಸರ್ವನಾಮ. ಅವನು/ ಅವಳು ಕೂಡಾ ಮಾಮೂಲಿ ಬಳಕೆಯ ಪದಗಳು. ದೈನಂದಿನ ವ್ಯವಹಾರದಲ್ಲಿ ಬಳಸಲ್ಪಡುತ್ತವೆ.

इवनु (ಇವನು) / इवु (ಇವು) का अर्थ इवळु (ಇವಳು), अवनु (ಅವನು), अवळु (ಅವಳು), इवु (ಇವು), यह सर्वनाम है । इन शब्दों को रोजाना व्यवहार मे प्रयोग करते हैं ।

उदा :	ಅವರು ಅಲ್ಲಿ ಇಲ್ಲ.	ಇವರು ರೊಟ್ಟಿ ತಿಂದರು.
	अवरु अल्लि इल्ल ?	इवरु रोट्टि तिंदरु ।
	ये वहाँ नही थे ।	इन्होंने रोटी खायी ।

■ ಅವನು– ಆತ / अवनु - आत / वह-उन्होने (That Person)

ಅವನು/ ಅವಳು, ಅವು- ಇವು ಸರ್ವನಾಮಗಳು. ವ್ಯಾವಹಾರಿಕ ಬಳಕೆಯಲ್ಲಿವೆ.

अवनु/अवळु ಅವನು/ ಅವಳು का अर्थ अवु (ಅವು) आतनु (ಆತನು), अवरु (ಅವರು) सर्वनाम है । इन शब्दों को हम रोजाना व्यवहार में प्रयोग करते है ।

उदा : ಅವನು ಇಲ್ಲಿಗೆ ಬರುತ್ತಾನೆ.
अवनु इल्लिगे बरुत्ताने ।
वह यहाँ आयेंगे ।

ನಾಳೆ ಇಲ್ಲಿ ಉತ್ಸವ ಇದೆ ಎಂದು ಆತ ಹೇಳಿದ.
नाळे इल्लि उत्सव इदे एंदु आत हेळिद ।
उन्होने कहा कि कल यहाँ बड़ा उत्सव होगा ।

(ಅ) ಸರ್ವನಾಮದ ರೂಪಾಂತರ / सर्वनामद रूपांतर / सर्वनाम का रूपान्तर

ವಿಭಕ್ತಿಯಿಂದಾಗಿ ಸರ್ವನಾಮವು ರೂಪಾಂತರಗೊಳ್ಳುವುದಿದೆ.

विभक्ति से सर्वनाम के रूप बदलता है ।

01.	कौन + का = किसका	ಯಾರದು	यारदु	(whose)
02.	कौन + का = किनका	ಯಾರದು	यारदु	(whose)
03.	कौन + ने = किन्होने	ಯಾರು	यारु	(who)
04.	तुम + का = तुम्हारा	ನಿನ್ನದು	निन्नदु	(your)
05.	मैं + का = मेरा	ನನ್ನದು	नन्नदु	(my)
06.	आप + का = आपका	ತಮ್ಮದು	तम्मदु	(yours)

07.	कौन + से = किससे	ಯಾರಿಂದ	यारिंद	(by whom)
08.	कौन + को = किनको	ಯಾರಿಗೆ	यारिगे	(to whom)
09.	मैं + से = मुझसे	ನನ್ನಿಂದ	नन्निंद	(by me)
10.	तुम + से = तुमसे	ನಿನ್ನಿಂದ	निन्निंद	(by you)
11.	आप + से = आपसे	ನಿಮ್ಮಿಂದ	निम्मिंद	(by you)
12.	मैं + ने = मैंने	ನಾನು	नानु	(I)
13.	तुम + ने = तुमने	ನೀವು	नीवु	(you)
14.	यह + ने = इसने	ಅವನು	अवनु	(he)
15.	हम + का = हमारा	ನಮ್ಮದು	नम्मदु	(our/ours)
16.	वह + ने = उसने	ಅದು	अदु	(that)
17.	यह + का = इसका	ಇದರಿಂದ	इदरिंद	(of this)
18.	वे + का = उनको	ಅದರಿಂದ	अदरिंद	(of that)
19.	ये + ने = इन्होने	ಇವು	इवु	(these)
20.	वह + का = उसका	ಅವನಿಂದ	अवनिंद	(of him)
21.	ये + का = इनका	ಇವುಗಳಿಂದ	इवुगळिंद	(of these)
22.	आप + ने = आपने	ನೀನು	नीनु	(you)
23.	मैं + को = मुझे	ನನಗೆ	ननगे	(to me)
24.	तुम + को = तुमको	ನಿನಗೆ	निनगे	(to you)
25.	यह + को = इसको	ಇದಕ್ಕೆ	इदक्के	(to this)
26.	वह + को = उसको	ಅದಕ್ಕೆ	अदक्के	(to that)
27.	वे + से = उनसे	ಅವರಿಂದ	अवरिंद	(by them)

28.	वह + से = उससे	ಅವರಿಂದ	अवरिंद	(by them)
29.	ये + से = इससे	ಅವರಿಂದ	अवरिंद	(by them)
30.	तुम + से = तुमसे	ನಿನ್ನಿಂದ	निन्निंद	(by you)
31.	हम + से = हमसे	ನಮ್ಮಿಂದ	नम्मिंद	(by us)
32.	आप + को = आपको	ನಿನಗಾಗಿ	निनगागि	(to you)
33.	यह + से = इससे	ಇದರಿಂದ	इदरिंद / इवरिंद	(by this / From this)

(ಆ) ಪುರುಷ / पुरुष / पुरुष (Persons)

ಹಿಂದಿಯಲ್ಲಿಮೂರು ಪುರುಷಗಳಿವೆ. ಅವೆಂದರೆ, हिन्दी व्याकरण में तीन पुरुष शब्द है । वे :

1. ಉತ್ತಮ ಪುರುಷ उत्तम पुरुष (First Person) : ಮಾತನಾಡುವವಇಲ್ಲವೇಬರೆಯುವವ ತನ್ನಬಗ್ಗೆ ಪ್ರಯೋಗಿಸಿಕೊಳ್ಳುವಸರ್ವನಾಮವೇ ಉತ್ತಮ ಪುರುಷ.

बात करनेवाला या लिखनेवाला अपने बारे में प्रयोग करे सो सर्वनाम को उत्तम पुरूष कहते है ।

उदा : ನಾನು – नानु – मैं, ನಾವು– नावु – हम

2. ಮಧ್ಯಮ ಪುರುಷ मध्यम पुरुष (Second Person) : ಕೇಳುವವ ಇಲ್ಲವೇ ಎದುರಿನವನೊಡನೆ ಮಾತನಾಡುವವ ಬಳಸುವ ಸರ್ವನಾಮವೇಮಧ್ಯಮ ಪುರುಷ.

सुननेवाले या सामने से बात करने वाले सर्वनाम को मध्यम पुरुष कहते है ।

उदा : ನೀನು - नीनु - तू ನೀವು - नीव -तुम ತಾವು - तावु- आप

3. ಅನ್ಯ ಪುರುಷ अन्य पुरुष (Third Person) : ಯಾರ ಬಗ್ಗೆ ಹೇಳುತ್ತಿದ್ದಾರೋಇಲ್ಲವೇ ಬರೆಯುತ್ತಿದ್ದಾರೋ, ಅವರನ್ನು ಅನ್ಯ ಇಲ್ಲವೇ ಪ್ರಥಮ ಪುರುಷ ಎನ್ನಲಾಗುತ್ತದೆ.

जिसके बारे में बता रहें है या लिख रहे है, उसको अन्य पुरूष या प्रथम पुरुष कहते है ।

उदा :	ಅವರು / अवरु	वे	ಈ / ಇವನು / ई / इवनु	ये
	ಅವನು/ ಅದು / अवनु / अदु	वह	ಇ / ಇವನು / इ / इवनु	यह

सूचना : अंग्रेजी की तरह हिन्दी में अन्य पुरुष को तृतीय पुरुष नहीं कहते है ।

3. **ವಿಶೇಷಣ विशेषण (Adjective)** : ನಾಮಪದ ಇಲ್ಲವೇ ಸರ್ವನಾಮದ ವರ್ಣನೆ ಮಾಡುವ ಶಬ್ದವೇ ವಿಶೇಷಣ.

संज्ञा का या सर्वनाम का गुण बतानेवाला है ।

उदा :	ವೀರೂ ಚೆನ್ನಾಗಿದ್ದಾನೆ.	वीरू चेन्नागिद्दाने ।	वीरू अच्छा हैं ।
	ಆತ ಕುಳ್ಳಗಿದ್ದಾನೆ.	आत कुळ्ळगिद्दाने ।	वह छोटा है ।
	ಇದು ಸಿಹಿಯಾಗಿದೆ.	इदु सिहियागिदे ।	यह मीठा हैं ।

ವಿಶೇಷಣಗಳು / **विशेषणगळु** / **विशेषण** (Adjectives)

ಕೆಟ್ಟದು	केट्टदु	बुरा	ತಾಜಾ	ताजा	ताजा
ಒಳ್ಳೆಯದು	ओळ्ळेयदु	अच्छा	ನೇರ	नेर	सीदा
ದೊಡ್ಡದು	दौड्डदु	बड़ा	ಪಾಪಿ	पापि	पापी
ಸಣ್ಣದು	सण्णदु	छोटा	ಪವಿತ್ರ	पवित्र	वित्र
ಉದ್ದಗಿನ/ ಎತ್ತರ	उद्दगिन/एत्तर	लम्बा	ಕುಳ್ಳಗಿನ	कुळ्ळगिन	मोटा
ಬಿಳಿ	बिळि	सफेद	ಕಪ್ಪು	कप्पु	ाला
ಸಮತಳದ	समतळद	समतल	ಸಿಹಿಯಾದ	सिहियाद	मीठा
ಕೆಂಪು	केंपु	लाल	ಶುಭ್ರವಾದ	शुभ्रवाद	साफ
ದುರ್ವಾಸನೆಯ	दुर्वासिनेय	गंदा	ಉಚ್ಚ/ಎತ್ತರದ	उच्च/एत्तरद	ऊँचा
ಶೂರ	शूर	वीर	ನೀಚ/ಕೆಳಗಿನ	नीच/ केळगिन	नीचा
ಸುಂದರ	सुंदर	सुंन्दर	ಮೂರ್ಖ	मूर्ख	मूर्ख
ವಿಕೃತ	विकृत	भद्दा	ತಣ್ಣಗಿನ	तण्णगिन	ठंडा

ವಿಶೇಷಣಗಳಲ್ಲಿ ನಾಲ್ಕು ವಿಧ. विशेषण मे ४ भेद है ।

1. **ಗುಣವಾಚಕ ವಿಶೇಷಣ (गुणवाचक विशेषण)**

ಯಾವ ಪದದಿಂದ ನಾಮಪದದ ಗುಣ, ಸ್ಥಿತಿ, ಸ್ವಭಾವ ಮುಂತಾದ್ದು ತಿಳಿಯುತ್ತದೋ ಅದು ಗುಣವಾಚಕ ವಿಶೇಷಣ.

जिस शब्द मे संज्ञा क गुण, दश, स्वभाव आदि लक्षित होने है उसे गुणवाचक विशेषण कहते है ।

ಉದಾ : ಹಳೆಯ(पुरना), ಹೊಸ(नया), ಎತ್ತರವಾದ(लंबा), ಕೆಂಪಾದ(लाल), ಕಪ್ಪಾದ(काला)

2. **ಪರಿಮಾಣ ವಾಚಕ ವಿಶೇಷಣ (परिवाचक विशेषण)**

ಒಂದು ವಸ್ತುವಿನ ಅಳತೆ ಇಲ್ಲವೇ ತೂಕವನ್ನು ತಿಳಿಸುತ್ತದೆ।एक वस्तु की माप या तौल का बोद करता है ।

ಉದಾ : ಅರ್ಧ ಲೀಟರ್ ಹಾಲು(आदा लीठर दूद), 2 ಗ್ರಾಂ ಕೇಸರಿ(दो ग्राम केसर), ಒಂದು ತೊಲ ಚಿನ್ನ (एक तोला सोना)

3. **ಸಂಖ್ಯಾವಾಚಕ ವಿಶೇಷಣ (संख्यावाचक विशेषण)**

ನಾಮಪದ ಇಲ್ಲವೇ ಸರ್ವನಾಮದ ಸಂಖ್ಯೆಯನ್ನು ತಿಳಿಸುತ್ತದೆ.

संज्ञा या सर्वनाम की संख्या बोलनेवाले सब्द ।

ಉದಾ : ನಾಲ್ಕು ದಿನ (चाप दिन), ಕೆಲವು ಜನ(कुछ लोग), ಎಲ್ಲ ಆಟಗಾರರು(सब किलाडि)

4. **ಸರ್ವನಾಮಿಕ ವಿಶೇಷಣ (सार्वनामिक विशेषण)**

ಪುರುಷವಾಚಕ ಮತ್ತು ನಿಜವಾಚಕ ಸರ್ವನಾಮಗಳನ್ನು ಹೊರತುಪಡಿಸಿ ಉಳಿದ ಸರ್ವನಾಮ.

पुरुषवाच और निजवाचक सर्वनाम के अलावा सदनेदाले विशेषण ।

ಉದಾ : ಅದು ಮನೆ(वह गर), ಅವನು ವಿದ್ಯಾರ್ಥಿ(वह छात्र), ಯಾರೋ ವ್ಯಕ್ತಿ (कोइ व्यक्ति), ಇಂತಹ ಮನುಷ್ಯ(इसा अदमी), ಇಷ್ಟು ದರ(इतना दर), ಅಷ್ಟು ಕೆಲಸ(अतना काम)

ಅವ್ಯಯ (अव्यय)

ಅವ್ಯಯ ಎಂದರೆ ಅರ್ಥವನ್ನು ಹೊಂದಿರುವ ಅವಿಕಾರಿ ಶಬ್ದ. ಇದಕ್ಕೆ ಲಿಂಗ, ವಿಭಕ್ತಿ, ವಚನ ಹಾಗೂ ಪುರುಷಗಳ ಸಂಬಂಧ ಇರುವುದಿಲ್ಲ. ಕೆಲವು ಅವ್ಯಯಗಳು ಅನೇಕ ಅರ್ಥ ಹೊಂದಿರುತ್ತವೆ.

अव्यय एक अर्थ देनेवाले अविकारि शब्द है । इसे लिंग, वचन, विभब्कि, पुरुवों का संबंध नही होता है । कुछ अव्यय अनेक अर्थवाले होने है ।

ಉದಾ : ಇಲ್ಲದೆ-बिना, ಇಲ್ಲ -न, नही, ಯಾವಾಗ -कब, ಆದರೆ -परंतु.

1. **ಸಂಬಂಧ ಸೂಚಕ ಅವ್ಯಯ सबंद सूचक अव्यय**

ಇಲ್ಲದೆ-बिता, ಇಲ್ಲವಾದರೆ-नही तो, ಅಂತೆ-तहर, ಮುಖಾಂತರ-द्वारा, ಅನುಸಾರ-अनुसार

2. **ಸಮುಚ್ಚಯ ಬೋಧಕ ಅವ್ಯಯ समुच्चय भोदक अव्यय**

ಮತ್ತು ಹಾಗೂ-और, ಅಥವಾ-या, ಏಕೆಂದರೆ-व्योंकि, ಆದ್ದರಿಂದ-इसलिये

3. **ನಿಷೇಧಾರ್ಥಕ ಅವ್ಯಯ निषेधार्थक अव्यय**

ಇಲ್ಲ, ಅಲ್ಲ-न, ಬೇಡ-मत, ಕೂಡದು, ಆಗದು, ಬಾರದು-नहि चादिये

4. **ಕಾಲಾರ್ಥಕ ಅವ್ಯಯ कालार्थक अव्यय**

ನಾಡಿದ್ದು , ಮೊನ್ನೆ-परसो, ಆವಾಗಲೇ-तभी, ಯಾವಾಗ, ಎಂದು-तब, ಇಂದು-आज, ಆಗ,ಆವಾಗ-तब, ನಾಳೆ, ನಿನ್ನೆ-कल, ಯಾವಾಗ-जब, ಈಗ-अब.

5. **ಸ್ಥಾನಾರ್ಥಕ ಅವ್ಯಯ स्थानार्थक अव्यय**

ಇಲ್ಲಿ-कहा, जहा, किदर, ಅಲ್ಲಿ-वहाँ, ಎಲ್ಲ ಕಡೆ-सबजगह, ಇಲ್ಲಿ-यहाँ

6. **ಪ್ರಶ್ನಾರ್ಥಕ ಅವ್ಯಯ प्रश्नार्थक अव्यय**

ಯಾರು-कौन, ಯಾವಾಗ-कब, ಏಕೆ-क्यों, ಹೇಗೆ-कैसे, ಏನು-क्या

7. **ಕ್ರಿಯಾ ವಿಶೇಷಣಾರ್ಥಕ ಅವ್ಯಯ क्रियाविशेषणार्थक अव्यय**

ನಿಧಾನವಾಗಿ-धीरे, ಚೆನ್ನಾಗಿ-अच्चथी तहर से, ಬೇಗ-जल्दि, ನೇರವಾಗಿ-सीधा

8. **ಭಾವಸೂಚಕ ಅವ್ಯಯ भावसूचक अव्यय**

ಓಹ್-ओह, ಛೆ !-छे, ಅಯ್ಯೋ-अय्यो, ಛೀ-छी, ಥೂ-थू, ಹಾ-हा

4. ಕ್ರಿಯಾಪದ क्रियापद (Verb) :

ಕ್ರಿಯೆಯನ್ನು ತಿಳಿಸುವ ಪದ. यह काम के बारे में बताती है ।

उदा :	ನಾಯಿ ಬೊಗಳುತ್ತದೆ.	नायि बोगळुत्तदे ।	कुत्ता भौंकता है
	ಹಕ್ಕಿ ಹಾರುತ್ತದೆ.	हक्कि हारुत्तदे ।	पक्षी उडते हैं
	ಕುದುರೆ ಓಡುತ್ತದೆ.	कुदुरे ओडुत्तदे ।	घोड़ा दौडता है
	ನಾವು ನೋಡುತ್ತೇವೆ.	नावु नोडुत्तेवे ।	हम देखते हैं

ಯಾವ ಭಾಷೆಯಲ್ಲಿ ಮಾತನ್ನಾಡಲು, ಬರೆಯಲು ಇಚ್ಛಿಸುತ್ತೇವೋ ಆ ಭಾಷೆಯ ಕ್ರಿಯಾಪದಗಳ ಬಗ್ಗೆ ಅರಿವು ಇದ್ದಲ್ಲಿ ನಾವು ಆ ಭಾಷೆಯನ್ನು ಚೆನ್ನಾಗಿ **ಕಲಿಯಬಹುದು.** ಬೇರೆಯವರ ಜತೆ ಚೆನ್ನಾಗಿ **ಮಾತನಾಡಬಹುದು.** ಚೆನ್ನಾಗಿ ಅರ್ಥ **ಮಾಡಿಕೊಳ್ಳಬಹುದು.**

किसी भाषा में बात करने लिखने और उसे समझने के लिए हमें उस भाषा की क्रियाओं की अच्छी तरह जानकारी होनी चाहिये, तभी हम उस भाषा को भली प्रकार सीख सकते हैं । दुसरों से अच्छी तरह बात कर सकते हैं । उस भाषा को समझ सकते हैं ।

ಕ್ರಿಯಾಪದಗಳಲ್ಲಿ ಎರಡು ವಿಧ. ಅವೆಂದರೆ,इन मे दो भेद है । वे :

1. **ಸಕರ್ಮಕ ಕ್ರಿಯಾಪದ सकर्मक क्रियापद** (Transitive Verb)
2. **ಅಕರ್ಮಕ ಕ್ರಿಯಾಪದ अकर्मक क्रियापद** (Intransitive verb)

1. **ಸಕರ್ಮಕ ಕ್ರಿಯಾಪದ सकर्मक क्रिया :** ಕರ್ತೃ, ಕರ್ಮ, ಕ್ರಿಯೆ ಮೂರೂ ಇರುತ್ತದೆ. ಕರ್ಮದ ಸಹಾಯದಿಂದ ಪೂರ್ಣ ಅರ್ಥ ನೀಡುವ ಪದವೇ ಸಕರ್ಮ ಕ್ರಿಯಾಪದ.

   एक वाक्य में कर्ता, कर्म, क्रिया होते है । कर्म की सहायता से पूरा अर्थ देनेवाली क्रिया को सकर्मक क्रिया कहते है ।

उदा : ಕೃಷ್ಣ ಪಾಠವನ್ನು ಓದುತ್ತಿದ್ದಾನೆ.

कृष्ण पाठवन्नु ओदुत्तिद्दाने ।

कृष्णा पाठ पढ़ रहा है ।

ಕರ್ತ (ಕೃಷ್ಣ), ಕರ್ಮ (ಪಾಠ), ಕ್ರಿಯೆ (ಓದು)

कर्ता (कृष्णा), कर्म (पाठ), क्रिया (पढ़ रहा है)

2. **ಸಕರ್ಮಕ ಕ್ರಿಯಾಪದ अकर्मक क्रिया :** ಬರಿ 'ಕರ್ಮ' ಮಾತ್ರವೇ ಇದ್ದರೂ, ಸಂಪೂರ್ಣ ಅರ್ಥವನ್ನು ನೀಡಿದಲ್ಲಿ ಅದು ಅಕರ್ಮಕ ಕ್ರಿಯಾಪದ.

एक वाक्य में कर्म नहीं है तो भी पूरा अर्थ देनेवाले कर्म को अकर्मक क्रिया कहते है ।

उदा :	ನಾವು ಕುಳಿತೆವು.	नावु कुळितेवु ।	हम बैठे
	ಕ್ರಿಯೆ (ಕುಳಿತೆವು)	क्रिया - बैठे	कर्ता - हम, ಕರ್ತ ನಾವು
	ರಾಜು ಮಲಗಿದ್ದಾನೆ.	राजु मलगिद्दाने ।	राजु सोया
	ಕ್ರಿಯೆ (ಮಲಗಿದ್ದಾನೆ)	क्रिया - सोया	कर्ता - राजू, ಕರ್ತ - ರಾಜು

ಕ್ರಿಯಾಪದಗಳು / क्रियापदगळु

1.	ಬರೆಯುವುದು	बरेयुवुदु	लिखना	14.	ಕಲಿಸುವುದು	कलिसुवुदु	सीखना
2.	ತೆರೆಯುವುದು	तेरेयुवुदु	खोलना	15.	ಹತ್ತುವುದು	हत्तुवुदु	चढ़ना
3.	ಓದುವುದು	ओदुवुदु	पढना	16.	ಕುಡಿಯುವುದು	कुडियुवुदु	पीना
4.	ತಿನ್ನುವುದು	तिन्नुवुदु	खाना	17.	ಬರುವುದು	बरुवुदु	आना
5.	ಹೋಗುವುದು	होगुवुदु	जाना	18.	ಕೇಳುವುದು	केळुवुदु	सुनना
6.	ನೋಡುವುದು	नोडुवुदु	देखना	19.	ಕತ್ತರಿಸುವುದು	कत्तरिसुवुदु	कतरना
7.	ಕತ್ತರಿಸುವುದು	कत्तरिसुवुदु	काटना	20.	ಚಲಿಸುವುದು	चलिसुवुदु	चलना
8.	ಭಯಪಡುವುದು	भयपडुवुदु	डरना	21.	ಓಡುವುದು	ओडुवुदु	दौड़ना
9.	ಮಾಡುವುದು	माडुवुदु	करना	22.	ಆಟವಾಡುವುದು	आटवाडुवुदु	खेलना
10.	ಅಳುವುದು	अळुवुदु	रोना	23.	ನಗುವುದು	नगुवुदु	हँसना
11.	ಕುಳಿತುಕೊಳ್ಳುವುದು	कुळितुकोळ्ळुवुदु	बैठना	24.	ಏಳುವುದು	एळुवुदु	उठना
12.	ಧುಮುಕುವುದು	धुमुकुवुदु	कूदना	25.	ಮುಳುಗುವುದು	मुळुगुवुदु	डूबना
13.	ತೆಗೆದುಕೊಳ್ಳುವುದು	तेगेदुकोळ्ळुवुदु	लेना	26.	ನಡೆಯುವುದು	नडेयुवुदु	चलाना

27.	ಕೊಡುವುದು	कोडुवुदु	देना	36.	ನಿಲ್ಲಿಸುವುದು	निल्लिसुवुदु	बन्द करना
28.	ಹಾರುವುದು	हारुवुदु	उड़ना	37.	ಜಾರುವುದು	जारुवुदु	फिसलना
29.	ಹಾಕುವುದು	हाकुवुदु	डालना	38.	ತೆಗೆಯುವುದು	तेगेयुवुदु	निकालना
30.	ಕಿರುಚುವುದು	किरुचुवुदु	चिल्लाना	39.	ಗೆಲ್ಲುವುದು	गेल्लुवुदु	जीतना
31.	ಧರಿಸುವುದು	धरिसुवुदु	पहनना	40.	ನಿದ್ರಿಸುವುದು	निद्रिसुवुदु	सोना
32.	ಎಚ್ಚರಗೊಳ್ಳುವುದು	एच्चरगोळ्ळुवुदु	जागना	41.	ಹೇಳುವುದು	हेळुवुदु	बोलना
33.	ಹೊಡೆಯುವುದು	होडेयुवुदु	मारना	42.	ಜಗಳವಾಡುವುದು	जगळवाडुवुदु	झगडना
34.	ಮೃತಪಡುವುದು	मृतपडुवुदु	मरना	43.	ತಡೆಯುವುದು	तडेयुवुदु	रोकना
35.	ಗಳಿಸುವುದು	गळिसुवुदु	पाना	44.	ರಚಿಸುವುದು	रचिसुवुदु	रचना

ಕ್ರಿಯಾತ್ಮಕ ನಾಮವಾಚಕ - क्रियात्मक नामवाचक **क्रियार्थक संज्ञा** (Gerund)

क्रिया कुछ संदर्भो में संज्ञा जैसे प्रयोग होते है । इसे क्रियार्थक संज्ञा कहते है । क्रिया शब्द की अंत में 'ना' (ನಾ) आयी तो वह क्रियार्थक संज्ञा होता है ।

ಕ್ರಿಯಾಮೂಲಪದ **क्रियामूलपद**				ಕ್ರಿಯಾತ್ಮಕ ನಾಮಪದ **क्रियात्मक नामपद**		
ಓದು	ओदु	पढ़	.....	ಓದುವುದು	ओदुवुदु	पढ़ना
ಬರೆ	बरे	लिख	.....	ಬರೆಯುವುದು	बरेयुवुदु	लिखना
ಕಲಿಸು	कलिसु	सीख	.....	ಕಲಿಸುವುದು	कलिसुवुदु	सीखना
ಆಡು	आडु	खेल	.....	ಆಡುವುದು	आडुवुदु	खेलना
ಏರು	ऐरु	चढ़	.....	ಏರುವುದು	एरुवुदु	चढ़ना

ಸೇವಿಸು	सेविसु	खा	.....	ಸೇವಿಸುವುದು	सेविसुवुदु	खाना
ಕುಡಿ	कुडि	पी	.....	ಕುಡಿಯುವುದು	कुडियुवुदु	पीना
ಬಾ	बा	आ	.....	ಬರುವುದು	बरुवुदु	आना
ಹೋಗು	होगु	जा	.....	ಹೋಗುವುದು	होगुवुदु	जाना
ನೋಡು	नोडु	देख	.....	ನೋಡುವುದು	नोडुवुदु	देखना
ಕೇಳು	केळु	सुन	.....	ಕೇಳುವುದು	केळुवुदु	सुनना
ಕತ್ತರಿಸು	कत्तरिसु	काट	.....	ಕತ್ತರಿಸುವುದು	कत्तरिसुवुदु	काटना
ಮಾಡು	माडु	कर	.....	ಮಾಡುವುದು	माडुवुदु	करना
ನಗು	नगु	हँस	.....	ನಗುವುದು	नगुवुदु	हँसना
ಓಡು	ओडु	दौड़	.....	ಓಡುವುದು	औडुवुदु	दौड़ाना
ಆಟ	आट	खेल	.....	ಆಡುವುದು	आडुवुदु	खेलना
ನಿದ್ರಿಸು	निद्रिसु	सो	.....	ನಿದ್ರಿಸುವುದು	निद्रिसुवुदु	सोना
ಹೆದರು	हेदरु	डर	.....	ಹೆದರುವುದು	हेदरुवुदु	डरना
ನಡೆ	नडे	चल	.....	ನಡೆಯುವುದು	नडेयुवुदु	चलाना
ಕುಳಿತುಕೊ	कुळितुको	बैठ	.....	ಕುಳಿತುಕೊಳ್ಳುವುದು	कुळितुकोळ्ळुवुदु	बैठना
ಏಳು	एळु	उठ	.....	ಏಳುವುದು	ऐळुवुदु	उठना
ಧುಮುಕು	धुमुकु	कूद	.....	ಧುಮುಕುವುದು	धुमुकुवुदु	कूदना
ಮುಳುಗು	मुळगु	डूब	.....	ಮುಳುಗುವುದು	मुळगुवुदु	डूबना
ತೆಗೆದುಕೋ	तेगेदुको	ले	.....	ತೆಗೆದುಕೊಳ್ಳುವುದು	तेगेदुकोळ्ळुवुदु	लेना
ಚಲಿಸು	चलिसु	चला	.....	ಚಲಿಸುವುದು	चलिसुवुदु	चलना
ಕೊಡು	कोडु	दे	.....	ಕೊಡುವುದು	कोडुवुदु	देना

ಹಾರು	हारु	उड़	.....	ಹಾರುವುದು	हारुवुदु	उड़ना
ತಿರುಗು	तिरुगु	घूम	.....	ತಿರುಗುವುದು	तिरुगुवुदु	घूमना
ತೆಗೆ	तेगे	निकाल	.....	ತೆಗೆಯುವುದು	तेगेयुवुदु	निकालना
ಕಿರುಚು	किरुचु	चिल्ला	.....	ಕಿರುಚುವುದು	किरुचुवुदु	चिल्लाना
ಜೀವಿಸು	जीविसु	जी	.....	ಜೀವಿಸುವುದು	जीविसुवुदु	जीना
ಧರಿಸು	धरिसु	पहन	.....	ಧರಿಸುವುದು	धरिसुवुदु	पहनना
ಎಚ್ಚರಾಗು	एच्चरागु	जाग	.....	ಎಚ್ಚರಾಗುವುದು	एच्चरवागुवुदु	जागना
ಹೊಡೆ	होडे	मार	.....	ಹೊಡೆಯುವುದು	होडेयुवुदु	मारना
ಜಗಳ	जगळ	झगड़ा	.....	ಜಗಳಾಡುವುದು	जगळाडुवुदु	झगड़ना
ಸಾಯು	सायु	मर	.....	ಸಾಯುವುದು	सायुवुदु	मरना
ವಾಂತಿ	वांति	उगल	.....	ವಾಂತಿ ಮಾಡುವುದು	वांति माडुवुदु	उगलना
ತಡೆ	तडे	रोक	.....	ತಡೆಯುವುದು	तडेयुवुदु	रोकना
ಗಳಿಸು	गळिसु	पा	.....	ಗಳಿಸುವುದು	गळिसुवुदु	पाना
ರಚಿಸು	रचिसु	रच	.....	ರಚಿಸುವುದು	रचिसुवुदु	रचना
ಜಾರು	जारु	फिसल	.....	ಜಾರುವುದು	जारुवुदु	फिसलना
ಮೇಯು	मेपु	चर	.....	ಮೇಯುವುದು	मेयुवुदु	चरना

(ಅ) ಕಾಲ -काल (Tenses)

ಯಾವುದೇ ಭಾಷೆಯನ್ನು ಕಲಿಯಲು ಇಲ್ಲವೇ ಮಾತನ್ನಾಡಲು, ಇನ್ನೊಬ್ಬ ವ್ಯಕ್ತಿ ಜತೆ ಸಂಭಾಷಣೆ ನಡೆಸಲು ವ್ಯಾಕರಣ ಸರಿಯಾಗಿ ಗೊತ್ತಿರಬೇಕು.

किसी भाषा को सीखने के लिए या बात करने के लिए हमे दूसरे लोगों की बात जो बोल रहे है वह अच्छी तरह समझना चाहिए या सामनेवाले लोगों को हमे जो कहना है वह सही ढंग से समझाना चाहिए । इसके लिए हमें उस भाषा के व्याकरण की अच्छी जानकारी होना चाहिए ।

ಕಾಲ ವಿಭಜನೆಯನ್ನು ನಾವು ಸರಿಯಾಗಿ ಕಲಿಯಬೇಕಿದೆ. ಇದರಿಂದ ಭಾಷೆ ಮೇಲೆ ಹಿಡಿತ ಸಿಗಲಿದೆ.

काल (ಕಾಲ) को हमे अच्छी तरह सीख लेना चाहिए जिससे हमें उस भाषा पर अच्छी पकड़ बन जायेगी ।

ಕೆಲಸ ಆದ **ಬಳಿಕ** ಯಾವಾಗ ಆಯಿತು, ಯಾವಾಗ ಆಗಲಿದೆ ಹಾಗೂ ಕಾರ್ಯ ಆಗಿದ್ದರೆ, ಯಾವಾಗ ಆಗಿತ್ತು ಎನ್ನುವುದನ್ನು ತಿಳಿಸುವುದೇ 'ಕಾಲ'.

कार्य होने के बाद वह किस समय पर हुआ, या कार्य होने के समय वे किस समय में होने जा रहें हैं या कार्य हो जाने के समय में वह कब होगा इसकी जानकारी बताने को हम 'काल' (ಕಾಲ) कहते है ।

ಇದರಲ್ಲಿಮೂರು ವಿಧ. काल का किसी भाषा में तीन तरह विभाजन करते है ।

I.	ವರ್ತಮಾನ ಕಾಲ	वर्तमान काल	वर्तमान काल	(Present tense).
II.	ಭೂತಕಾಲ	भूतकाल	भूत काल	(Past tense).
III.	ಭವಿಷ್ಯತ್‌ಕಾಲ	भविष्यत् काल	भविष्यत काल	(Future tense).

I. ವರ್ತಮಾನ ಕಾಲ वर्तमान काल : ಕೆಲಸ ಯಾವಾಗ ಆಯಿತು ಎಂಬುದನ್ನು ತಿಳಿಸುತ್ತದೆ.
यह कार्य होने के समय के बारे में बताता है ।

उदा : ರೈತ ಎತ್ತಿನ ಗಾಡಿಯನ್ನು ಓಡಿಸುತ್ತಿದ್ದಾನೆ.
रैत एत्तिन गाडियन्नु ओडिसुत्तिद्दाने ।
किसान बैलगाड़ी चलाता है ।

ತಂದೆ ಬಟ್ಟೆಯನ್ನು ಧರಿಸುತ್ತಿದ್ದಾರೆ.
तंदे बट्टेयन्नु धरिसुत्तिद्दारे ।
पिताजी कपड़े सी रहे है ।

ವರ್ತಮಾನಕಾಲದಲ್ಲಿಮೂರು ವಿಧ. वर्तमान काल के तीन भेद है । वे :

1. ಸಾಮಾನ್ಯ ವರ್ತಮಾನ ಕಾಲ सामान्य वर्तमान काल (Simple Present Tense) :
ವರ್ತಮಾನಕಾಲದಲ್ಲಿಕ್ರಿಯೆಯು ನಡೆಯುವ ರೂಪವನ್ನು ಸಾಮಾನ್ಯ ವರ್ತಮಾನಕಾಲ ಎನ್ನುತ್ತಾರೆ.
यह साधारणतया आदत के बारे में बताता है ।

उदा : ಅವನು ಇಂಗ್ಲಿಷ್‌ನಲ್ಲಿ ಮಾತನ್ನಾಡುತ್ತಿದ್ದಾನೆ.
अवनु इंग्लिष्नल्लि मातन्नाडुत्तिद्दाने ।
वह अंग्रेजी में बात करता है ।

ಸೀತೆ ಬಟ್ಟೆ ಆಯ್ಕೆ ಮಾಡುತ್ತಿದ್ದಾಳೆ.
सीते बट्टे आय्के माडुत्तिद्दाळे ।
सीता कपड़े धोती है ।

ಸೂರ್ಯನು ಪೂರ್ವ ದಿಕ್ಕಿನಲ್ಲಿಉದಯಿಸುತ್ತಿದ್ದಾನೆ.
सूर्यनु पूर्व दिक्किनल्लि उदयिसुत्तिद्दाने ।
सूरज पूरब में चमकता है ।

ಹಕ್ಕಿ ಹಾರಾಡುತ್ತಿದೆ.
हक्कि हाराडुत्तिदे ।
पक्षी उड़ते है ।

2. ತಾತ್ಕಾಲಿಕ ವರ್ತಮಾನಕಾಲ तत्कालिक वर्तमान काल (Present Continuous Tense)
ಇದು ಆ ಕ್ಷಣದಲ್ಲಿ ನಡೆಯುತ್ತಿರುವ ಕೆಲಸದ ಕುರಿತು ತಿಳಿಸುತ್ತದೆ.
यह उस क्षण में हो रहे काम के बारे में बताता है

उदा : ಕುದುರೆಗಳು ಓಡುತ್ತಿವೆ.
कुदुरगळु औडुत्तिवे ।
घोडे दौड रहे है ।

ಆತ ಪುಸ್ತಕ ಓದುತ್ತಿದ್ದಾನೆ.
आत पुस्तक औदुत्तिद्दाने ।
वह आदमी किताब पढ़ रहा है ।

सूचना : इस में क्रिया के अन्त में रह (ರಹ) के रूप आते है । मतलब रहा (ರಹಾ), रहे (ರಹೆ), रहीं (ರಹಿ).
ಇದರಲ್ಲಿ ಕ್ರಿಯೆಯ ಅಂತ್ಯದಲ್ಲಿ 'ರಹ' ಬರುತ್ತದೆ. 'ರಹಾ' 'ರಹೆ' 'ರಹೀ' ಪ್ರತ್ಯಯ ಬರುತ್ತದೆ.

ಅದೇ ಹೊತ್ತು / अदे होत्तु / हुए (While)

ವಿಷಯವೊಂದರ ಬಗ್ಗೆ ಇನ್ನೊಬ್ಬ ವ್ಯಕ್ತಿಗೆ ಘಟನೆ ಹೇಗೆ ಸಂಭವಿಸಿತು ಎಂದು ಹೇಳುತ್ತಿರುವಾಗ ಈ ಶಬ್ದ ಬಳಕೆ ಮಾಡಲಾಗುತ್ತದೆ.

किसी एक विषय के बारे में दूसरा लोगों को बोलने के समय एक संघटन कैसा हुआ, वह होते जब और एक संघटन कैसा हुआ वगैरह बोलते रहते है । वैसा संदर्भ में यह शब्द को प्रयोग करते है ।

उदा : ಆತ ಹೋಗುತ್ತಿರುವಾಗಲೇನನ್ನ ಜತೆ ಮಾತನ್ನಾಡಿದ.

आत हौगुत्तिरुवागले नन्न जते मातन्नाडिद ।

उसने जाते हुए मुझ से बात की ।

ಮಕ್ಕಳು ಅಳುತ್ತಲೇ ಊಟ ಮಾಡಿದರು.

मक्कळु अळुत्तले ऊट माडिदरु ।

बच्चे ने रोते हुए खाना खाया ।

3. **ಸಂದಿಗ್ಧ ವರ್ತಮಾನ ಕಾಲ संदिग्ध वर्तमान काल (Doubtful Present Tense)**

ಇದು ಕಾರ್ಯ/ಕ್ರಿಯೆ ನಡೆಯುವ ಸಂದೇಹಸ್ಥಿತಿ ಬಗ್ಗೆ ಹೇಳುತ್ತದೆ.

यह कार्य के संदेह स्थिति के बारे में बताती है

उदा : ನಾನು ತಿನ್ನುತ್ತಿರಬಹುದು.	ನೀನು ಓದುತ್ತಿರಬಹುದು.
नानु तिन्नुत्तिरबहुदु ।	नीनु औदुत्तिरबहुदु ।
मैं खाता हूँगा ।	तुम पढ़ते होगे ।

सूचना : इसमे क्रिया के अन्त में होंगा (ಹೋಂಗಾ), होंगी (ಹೋಂಗಿ), होंगे (ಹೋಂಗೆ) शब्द आते है ।
ಇದರಲ್ಲಿ ಕ್ರಿಯೆಯ ಕೊನೆಯಲ್ಲಿ 'ಹೋಂಗಾ', 'ಹೋಂಗಿ', 'ಹೋಂಗೆ' ಶಬ್ದ ಬರುತ್ತದೆ.

II. **ಭೂತಕಾಲ भूतकाल (Past Tense)** : ಇದು ಕಳೆದುಹೋದ/ ನಡೆದು ಹೋದಕಾಲದ ಬಗ್ಗೆ ತಿಳಿಸುತ್ತದೆ.यह बीते समय के बारे में बताती है ।

उदा : ನಾನು ಬರೆದೆ. नानु बरेदे मैंने लिखा ।

ನೀನು ಹೋದೆ नीनु हौदे तुमने गाया ।

इसमें छः भेद है. वे : ಇದರಲ್ಲಿ ಆರು ವಿಧ.

1.	ಸಾಮಾನ್ಯ ಭೂತಕಾಲ	सामान्य भूतकाल	Simple Past Tense
2.	ಅಸನ್ನ ಭೂತಕಾಲ	असन्न भूतकाल	Present Perfect Tense
3.	ಪೂರ್ಣ ಭೂತಕಾಲ	पूर्ण भूतकाल	Past Perfect Tense
4.	ಅಪೂರ್ಣ ಭೂತಕಾಲ	अपूर्ण भूतकाल	Imperfect Past Tense
5.	ಸಂದಿಗ್ಧ ಭೂತಕಾಲ	संदिग्ध भूतकाल	Doubtful Past Tense
6.	ನಿರ್ಬಂಧಿತ ಭೂತಕಾಲ	निर्बंधित भूतकाल	Conditional Past Tense

1. **ಸಾಮಾನ್ಯ ಭೂತಕಾಲ सामान्य भूतकाल** : ಆಗಿಹೋದಕೆಲಸದ ಬಗ್ಗೆ ತಿಳಿಸುವ ಕ್ರಿಯಾರೂಪ.

यह हो गया काम का सामान्य बोध करनेवाली क्रिया रूप है ।

उदा : माताजी आयी है । वह गया ।

तायि बंदिद्दारे । अवनु हौदनु ।

ತಾಯಿ ಬಂದಿದ್ದಾರೆ. ಅವನು ಹೋದನು.

2. **ಅಸನ್ನ ಭೂತಕಾಲ असन्न भूत काल** : ಈಗ ತಾನೇ ಮುಗಿದ ಕೆಲಸದ ಬಗ್ಗೆ ತಿಳಿಸುವ ಕ್ರಿಯಾರೂಪ.

यह अभी समाप्त हुए काम का बोध करनेवाली क्रिया रूप है ।

उदा : ರಾಮಕೃಷ್ಣ ಈಗತಾನೇ ಬಂದಿದ್ದಾನೆ.

रामकृष्ण ईगताने बंदिद्दाने ।

रामकृष्ण अभी आया है ।

3. **ಪೂರ್ಣಭೂತಕಾಲ पूर्ण भूतकाल** : : ಬಹಳ ಹಿಂದೆಯೇ ಆಗಿಹೋದಕೆಲಸದ ಬಗ್ಗೆ ತಿಳಿಸುತ್ತದೆ.

यह काम बहुत समय पहले पूरा हो गया है, इसके बारे में बताती है।

उदा : ಭಗತ್‌ಸಿಂಗ್ ದೇಶಕ್ಕಾಗಿ ಪ್ರಾಣಾರ್ಪಣೆ ಮಾಡಿದರು. ಆತನು ಆಗಲೇ ಬಂದನು.

भगत्सिंग् देशक्कागि प्राणार्पणे माडिदरु । आतनु आगले बंदनु ।

भगत सिंग ने देश के लिए प्राणार्पण किया । वह जब ही आया ।

4. **ಅಪೂರ್ಣ ಭೂತಕಾಲ अपूर्ण भूतकाल** : ಇಲ್ಲಿ ಕ್ರಿಯೆ ನಡೆಯುತ್ತಿದೆ, ಆದರೆ ಅಂತ್ಯ ತಿಳಿದಿರುವುದಿಲ್ಲ. यह भूतकाल मे होने वाले एक काम की अपूर्णता या होने विषय के बारे में बताती है ।

उदा : ಗೌರಿ ರೊಟ್ಟಿ ತಿನ್ನುತ್ತಿದ್ದಳು. गौरि रोट्टि तिन्नुत्तिद्दळु । गौरी रोटी खाती थी ।
ಶ್ಯಾಮ **ಬರುತ್ತಿದ್ದನು.** श्याम बरुत्तिद्दनु । श्याम आता था ।
ನಾನು ರಸ್ತೆಯಲ್ಲಿ ಹೋಗುತ್ತಿದ್ದೆ. नानु रस्तेयल्लि होगुत्तिद्दे । मैं सड़क पर जा रहा था ।

5. **ಸಂದಿಗ್ಧ ಭೂತಕಾಲ संदिग्ध भूतकाल** : ಕಾರ್ಯ ಪೂರ್ಣಗೊಂಡಿದೆಯೋ,ಇಲ್ಲವೋ ಎಂದು ಖಚಿತವಾಗಿ ಗೊತ್ತಿಲ್ಲದಿರುವುದು. ಯಾ, ಯೆ, ಯಿ, ಹೂಂಗಾ, ಹೂಂಗಿ, ಹೋಂಗೆ **ಬಳಕೆಯಾಗುತ್ತದೆ.**
यह बीते समय में हो गये काम के संदेहात्मक स्थिति के बारे में बतातीवाली है ।

उदा : **ಮಣಿಭೂಷಣರಾವ್** ಬಂದಿರಬಹುದು.
मणीभूषणराव् बंदिरबहुदु ।
मणिभूषणराव आया होगा ।

ಶಿವ ಪಾಠ ಓದಿರಬಹುದು.
शिव पाठ ओदिरबहुदु ।
शिवा पाठ पढ़ा होगा ।

6. **ನಿರ್ಬಂಧಿತ ಭೂತಕಾಲ निर्बंधित भूतकाल** : ಒಂದು ಕೆಲಸವು ಮತ್ಯಾವುದೋ ಕಾರಣದಿಂದ ಆಗದೆ ಇದ್ದಲ್ಲಿ, ಅದನ್ನು ಹೇಳುವ ಕ್ರಿಯಾರೂಪ.

यह बीते समय में होने वाले एक काम किसी एक कारणवश पूरा नहीं हो गया उसके विषय में बताने वाली क्रिया रूप है ।

उदा : ಸುರೇಶನು ಚೆನ್ನಾಗಿ ಓದಿದಲ್ಲಿ ಸುಲಭವಾಗಿ ತೇರ್ಗಡೆ ಆಗಬಹುದು.
सुरेशनु चेन्नागि ओदिनल्लि सुलभवागि तेर्गडि आगबहुदु ।
सुरेश खूब पढ़ा होता तो जरूर पास हो गया होता ।

मणिकण्ठ ने दवा खाया होता तो स्वस्थ हो गया होता ।
मणिकंठनु औषध सेविसिदल्लि आत गुणमुख आगबहुदु ।
ಮಣಿಕಂಠನು ಔಷಧ ಸೇವಿಸಿದಲ್ಲಿ ಆತ ಗುಣಮುಖ ಆಗಬಹುದು.

ನೀವು ಆಗಲೇ **ಕೇಳಬಹುದಿತ್ತು.** नीवु आगले केळबहुदित्तु । आपको उसी समय पूछना था ।
ನೀವು ಆಗಲೇ **ಬರಬೇಕಿತ್ತು.** नीवु आगले बरबेकित्तु । आपको तभी आना था ।

सूचना :ಇದು ಸಾಧಾರಣವಾಗಿ **ಬಳಕೆಯಾಗುವಂತದ್ದು.** ಇದರಲ್ಲಿ ಕ್ರಿಯೆಯ ಪಕ್ಕದಲ್ಲಿ 'ಥಾ' **ಬರುತ್ತದೆ.**

यह सर्वसाधारण से हर एक व्यक्ति बात करने का तरीखा है। इसमें क्रिया की बाजू में था (ಥಾ) आता है।

ಕ್ರಿಯೆ + ನಾ/ತಾ + ಥಾ (**ಪಡ್** + ನಾ/ತಾ + ಥಾ), ಪಡ್ನಾಥಾ, ಪಡಾಥಾ

क्रिया + ना/ता + था (पड + ना/ता + था) पडनाथा, पडताथा

■ **ಥಾ / ಇರು, ಆಗಿರು, ಆಗು - था - was**

ಹಿಂದಿಯಲ್ಲಿ ವರ್ತಮಾನಕಾಲ 'ಹೈ'. ಇದರ ಭೂತಕಾಲ ಕ್ರಿಯಾಪದ 'ಥಾ' 'ಥೇ' 'ಥೀ'. ಇಂಗ್ಲಿಷ್‌ನ **'ಈಸ್'**ನ ಭೂತಕಾಲ ಪದ **'ವಾಸ್'**, ಕನ್ನಡದಲ್ಲಿ ವರ್ತಮಾನ ಕಾಲದಲ್ಲಿ 'ಇರು' ಹಾಗೂ ಭೂತಕಾಲದಲ್ಲಿ 'ಇದ್ದರು' ಎಂದು **ಬಳಸಲಾಗುತ್ತದೆ.**

हिन्दी में वर्तमान काल 'है', इसका भूतकाल क्रिया शब्द था, थे, थी। ऐसा अंग्रेजी में ईज (is) को भूतकाल क्रिया शब्द वाज (was).

सूचना 1 : ಕರ್ತೃವಿಗೆ ಅನುಸಾರವಾಗಿ ಪದ **ಬದಲಾಗುತ್ತದೆ.**

कर्ता के अनुसार जैसा बदलती है।

उदा :	ತಾವು ಎಲ್ಲಿ ಇದ್ದಿರಿ ?	तावु एल्लि इद्दिरि ?	आप कहाँ थे ?
	ಲಕ್ಷ್ಮಿ ಮಾಡುತ್ತಿದ್ದಳು.	लक्ष्मि माडुत्तिद्दळु ।	लक्ष्मी कर रही थी ।

सूचना 2 : ವಾಕ್ಯದಲ್ಲಿ ಕ್ರಿಯಾಶಬ್ದ 'ಥಾ' ಬಂದಿದ್ದಲ್ಲಿ, ನಿರ್ದಿಷ್ಟ ಅರ್ಥ **ಬರುತ್ತದೆ.**

किसी वाक्य में भी क्रिया शब्द 'ता' (ತಾ) तो वह - एक काम बीते समय में अक्सर या एक आदत का प्रयोग हो - जैसा अर्थ होता है।

उदा :	ನಾನೂ ಅದನ್ನೇ ಮಾಡುತ್ತಿದ್ದೆ.	नानू अदन्ने माडुत्तिद्दे ।	मैं वैसा करता था ।
	ತಾವು ಇತ್ತಕಡೆ ನೋಡುತ್ತಿದ್ದಿರಿ.	तावु इत्तकडे नोडुत्तिद्दिरि ।	आप ऐसा देखते थे ।

सूचना 3 : ಒಂದು ವಾಕ್ಯದ ಬಗ್ಗೆ ಹೇಳುವಾಗ, ಕ್ರಿಯೆ ಹಾಗೆ ಆಗದಿದ್ದಲ್ಲಿ 'ಇದು ಆ ರೀತಿ ಆಗುತ್ತಿರಲಿಲ್ಲ' ಎಂದು **ಬಳಕೆಯಾಗುತ್ತದೆ.**

एक वाक्य के बारे में बताने के समय में, उसी समय में यह वैसा नहीं हुआ तो 'यह ऐसा नहीं होता था' - जैसा बोलने में यह उपयोग होता है।

उदा : ಮಹಾತ್ಮ **ಗಾಂಧಿ** ಈಗ **ಬದುಕಿದ್ದರೆ,** ಈ ರೀತಿ ಆಗುತ್ತಿರಲಿಲ್ಲ.
महात्मागांधि ईग बदुकिद्दरे, ई रीति आगुत्तिरलिल्ल ।
अगर महात्मा गांधी जिन्दा रहते तो ऐसा नहीं होता था ।

सूचना 4 : ಯಾವುದೋ ಕಾರಣದಿಂದ ಕೆಲಸವೊಂದು ಆಗದೇ ಹೋದಾಗ 'ಥಾ' ಬಳಸುವ ಮೂಲಕ ಭಾವವನ್ನು ಪ್ರಕಟಿಸಬಹುದು. ಅಂಥ ಸಮಯದಲ್ಲಿ ಕ್ರಿಯಾಶಬ್ದದ ಅಂತ್ಯದಲ್ಲಿ 'ನಾ' ಜೋಡಣೆಯಾಗುತ್ತದೆ. बीते समय मे या इसके पहले करने वाले कुछ काम, किसी कारण से नहीं किया होगा उस समय में इस शब्द से भाव प्रकट कर सकते है । उस समय क्रिया शब्द के अन्त में ना (ನಾ) जोड़ना होता है ।

उदा : ನೀವು ಆ ಕಡೆ ನೋಡುತ್ತಿದ್ದಿರಿ.

नीवु आकडे नोडुत्तिद्दिरि ।

तुम्हे वहाँ देखना था ।

ನಾನು ಆ ಕೆಲಸವನ್ನು ಆಗಲೇ ಮಾಡಬೇಕಿತ್ತು.

नानु आ केलसवन्नु आगले माडबेकित्तु ।

मुझे यह काम उसी समय करना था ।

सूचना 5 : ವಾಕ್ಯದ ಅಂತ್ಯದಲ್ಲಿ 'ಬೇಕಿತ್ತು' 'ತ್ತಿದ್ದಿರಿ' 'ದ್ದರೆ' ಬಂದಿದ್ದಲ್ಲಿ ಅದು ಭೂತಕಾಲಕ್ರಿಯೆ ಆಗಲಿದೆ. किसी वाक्य के अंत में बेकित्तु (ಬೇಕಿತ್ತು), त्तिद्दिरि (ತ್ತಿದ್ದಿರಿ), द्दरे (ದ್ದರೆ) आये तो वह भूतकाल क्रिया है ।

III. ಭವಿಷ್ಯತ್‌ಕಾಲ भविष्यत काल (Future Tense) ಮುಂದೆ ಬರಬಹುದಾದ ಸಮಯದಲ್ಲಿ ಆಗಬಹುದಾದ ಕೆಲಸವನ್ನು ಭವಿಷ್ಯತ್‌ಕಾಲ ತಿಳಿಯಪಡಿಸುತ್ತದೆ. ಇದರಲ್ಲಿ 2 ವಿಧ.

आनेवाले समय में होनेवाले काम के बारे में बताने वाली क्रिया का रूप ही भविष्यत काल है इसके दो भेद हैं ।

1. **ಸಾಮಾನ್ಯ ಭವಿಷ್ಯತ್‌ಕಾಲ सामान्य भविष्यत काल** (Simple Future Tense)
2. **ಸಂಭಾವ್ಯ ಭವಿಷ್ಯತ್‌ಕಾಲ सम्भाव्य भविष्यत काल** (Future Indefinite Tense)

1. **ಸಾಮಾನ್ಯ ಭವಿಷ್ಯತ್‌ಕಾಲ सामान्य भविष्यत काल** : यह आनेवाली समय में होनेवाले काम का सामान्य रूप बताता है ।

ಶೀನು ಪುಸ್ತಕ ತರುತ್ತಾನೆ.

शीनु पुस्तक तरुत्ताने ।

श्रीनु किताब लायेगा ।

ಶರತ್ ನಾಳೆಯಿಂದ ಹಿಂದಿ ಕಲಿಸುತ್ತಾನೆ.

शरत् नाळेयिंद हिंदि कलिसुत्ताने ।

शरत कल से हिन्दी सीखेगा ।

2. **ಸಂಭಾವ್ಯ ಭವಿಷ್ಯತ್‌ಕಾಲ सम्भाव्य भविष्य काल** : ಮುಂದೆ ಆಗಬಹುದಾದ, ಸಂಭವಿಸಬಹುದಾದ ಕೆಲಸದ ಬಗ್ಗೆ ಹೇಳುತ್ತದೆ. ಕನ್ನಡದ 'ಏಯಾ' 'ಏರಾ', ಹಿಂದಿಯಲ್ಲಿ ಊ, ಯೇ, ಔ **ಬಳಕೆಯಾಗುತ್ತದೆ.** यह आने वाले समय में होने वाले काम की संभावना बताती है ।

ಅವನು ಚೆನ್ನಾಗಿ ಓದಿದರೆ ಉತ್ತೀರ್ಣನಾಗುತ್ತಾನೆ.
अवनु चेन्नागि ओदिदरे उत्तीर्णनागुत्ताने ।
अगर वह खूब पढ़ेगी तो पास होंगी ।
ಕೋಟೇಶ್ವರ್‌ರಾವ್ ಪೂಜೆ ಮಾಡಿದರೆ ಒಳ್ಳೆಯದಾಗುತ್ತದೆ.
कोटेश्वरराव् पूजे माडिदरे ओळ्ळेयदागुत्तदे ।
अगर कोटेश्वर राव पूजा करे तो अच्छा होगा ।

सूचना 1 : 'ಮೈ ಕರ್ತಾ ಹೈ' ಎಂಬುದು ಕೆಳಗಿನ ವಾಕ್ಯದಲ್ಲಿ **ಬದಲಾಗಿದೆ.**
'मैं कर्ता है' जब क्रिया का रुप यहाँ नीचे दिये जैसे बदलते हैं ।

कर	ಮಾಡು	मैं करूँगा / करूँगी	नानु माडुत्तेने	ನಾನು ಮಾಡುತ್ತೇನೆ
जा	ಹೋಗು	मैं जाउँगा / जाउँगी	नानु होगुत्तेने	ನಾನು ಹೋಗುತ್ತೇನೆ
ले	ತೆಗೆದುಕೊ	मैं लूँगा / लूँगी	नानु तेगेदुकोळ्ळुत्तेने	ನಾನು ತೆಗೆದುಕೊಳ್ಳುತ್ತೇನೆ.
पी	ಕುಡಿ	मैं पीऊँगा / पीऊँगी	नानु कुडियुत्तेने	ನಾನು ಕುಡಿಯುತ್ತೇನೆ
दे	ಕೊಡು	मैं दूँगा / दूँगी	नानु कोडुत्तेने	ನಾನು ಕೊಡುತ್ತೇನೆ.
हो	ಆಗು	मै हूँगा / हूँगी	नानु आगुत्तेने	ನಾನು ಆಗುತ್ತೇನೆ.

2. 'तुम कर्ता है' जब क्रिया का रूप यहाँ नीचे दिये जैसे बदलते हैं ।
'ನೀನು ಮಾಡುತ್ತಿರುವೆ' ಕೆಳಕಂಡಂತೆ **ಬದಲಾಗುತ್ತದೆ.**

पी	ಕುಡಿ	तुम पीओगे / पीओगी	नीनु कुडियुवे	ನೀನು ಕುಡಿಯುವೆ
पढ	ಓದು	तुम पढोगे / पढोगी	नीनु ओदुवे	ನೀನು ಓದುವೆ.
ले	ಕೊಡು	तुम लोगे / लोगी	नीनु तेगेदुकोळ्ळुवे	ನೀನು ತೆಗೆದುಕೊಳ್ಳುವೆ

3. अकारांत और आकारांत धातू के अंत में एगा (ಏಗಾ) जमा हुए तो, भविष्यत काल क्रिया बनती है।
ಅಕಾರಾಂತ ಮತ್ತು ಆಕಾರಾಂತ ಧಾತುಗಳ ಅಂತ್ಯದಲ್ಲಿ 'ಏಗಾ' **ಬಂದಲ್ಲಿ ಭವಿಷ್ಯತ್‌ಕಾಲವು** ಕ್ರಿಯೆಯಾಗಿ **ಬದಲಾಗುತ್ತದೆ.**
गा ಗಾ - राजा गायेगा / रानी गायेगी / राज हाडुत्ताने / राणि हाडुत्ताळे
ರಾಜ ಹಾಡುತ್ತಾನೆ/ ರಾಣಿ ಹಾಡುತ್ತಾಳೆ.
ला ಲಾ - वह लायेगा / लायेगी अवनु तरुत्ताने / तरुत्ताळे ಅವನು ತರುತ್ತಾನೆ / ತರುತ್ತಾಳೆ.
चल ನಡೆ- यह चलेगा / चलेगी अवनु नडेयुत्ताने / नडेयुत्ताळे । ಅವನು ನಡೆಯುತ್ತಾನೆ / ನಡೆಯುತ್ತಾಳೆ.

4. नै / नहीं वगैरा भाव प्रकट को क्रिया के पहले नहीं / नै / न जमा हो जायेगी ।
'ಇಲ್ಲ' ಎಂಬ ಭಾವ ಪ್ರಕಟಗೊಳ್ಳುವ ಮುನ್ನ ನಕಾರಾತ್ಮಕ ಸೂಚನೆಗಳು **ಬರುತ್ತವೆ.**

उदा : ನಾನು ಬರೆಯುವುದಿಲ್ಲ. नानु बरेयुवुदिल्ल। मैं नही लिखूँगा / लिखूँगी

ನೀನು ಮಾಡಬೇಡ. नीनु माडबेड तुम न करे

■ **ಆಗು / आगु / गा (will)**

ಇಂಗ್ಲಿಷ್‌ನ 'ವಿಲ್' ಭವಿಷ್ಯತ್‌ನ್ನು ಸೂಚಿಸುತ್ತದೆ. ಹಿಂದಿಯಲ್ಲಿ ಕರ್ತೃವನ್ನು ಆಧರಿಸಿ ಗಾ, ಗಿ, ಗೆ ಬರುತ್ತವೆ. 'ತ್ತೇನೆ', 'ತ್ತಿದೆ' ಇತ್ಯಾದಿ ಕನ್ನಡದಲ್ಲಿ ಬರುತ್ತದೆ.

अंग्रेजी में सहायक क्रिया विल (will –'ವಿಲ್') भविष्यत सूचना करती है । हिन्दी में कर्ता के आधार पर गा (ಗಾ), गी (ಗಿ), गे (ಗೆ) आते हैं ।

उदा : ನಾನು ನಾಳೆ ಬರುತ್ತೇನೆ. नानु नाळे बरुत्तेने । मैं कल आऊँगा ।

सूचना 1 : ಸಂಭವಿಸಬಹುದಾದ ಕ್ರಿಯೆಯನ್ನು ಸೂಚಿಸುವ ವಾಕ್ಯದಲ್ಲಿ 'ಗಾ' ಬಂದರೆ, ಕ್ರಿಯಾಶಬ್ದ 'ಊ' 'ಏ' ಬರುತ್ತದೆ.

आने वाले समय के सूचने वाले वाक्य में गा (ಗಾ) आये जब क्रिया शब्द ऊ (ಊ) था ए (ಏ) कर पाता है ।

उदा : ನಾನು ಮಾಡುತ್ತೇನೆ. नानु माडुत्तेने । मैं करूँगा ।

ನಾವು ಕೊಡುತ್ತೇವೆ. नावु कोडुत्तेवे । हम देंगे ।

सूचना 2 : ವಾಕ್ಯದಲ್ಲಿ ಕ್ರಿಯಾಶಬ್ದದ ಬಳಿಕ 'ಗಾ' ಬಂದಲ್ಲಿ, ಅದನ್ನು ಭವಿಷ್ಯತ್‌ಕಾಲ ಎಂದು ಪರಿಗಣಿಸಬೇಕು.

वाक्य में क्रिया शब्द के बाद में गा (ಗಾ) आये तो उसे भविष्यत काल समझ लीजिए ।

सूचना 3 : ಕರ್ತೃ ಸ್ತ್ರೀಲಿಂಗವಾಗಿದ್ದರೆ, ಕ್ರಿಯಾಶಬ್ದದ ಕೊನೆಯಲ್ಲಿ 'ಗೀ' ಬರುತ್ತದೆ.

वाक्य में कर्ता स्त्रीलिंग है तो क्रिया शब्द के अन्त में गी (ಗೀ) आती है ।

उदा : ಲತಾ ಮಾಡುತ್ತಾಳೆ. लता माडुत्ताळे । लता करेगी ।

(ಆ) ಕೃದಂತಗಳು कृदन्तं (Participles)

ಕ್ರಿಯೆ ಯಾವ ಕಾಲದಲ್ಲಿ ನಡೆಯಿತು ಎಂಬುದನ್ನು ತಿಳಿಸಲು ಕ್ರಿಯಾಶಬ್ದದ ಅಂತ್ಯದಲ್ಲಿ ಬರುವ ಶಬ್ದವೇ ಕೃದಂತ. ಇಂಗ್ಲಿಷ್‌ನಲ್ಲಿ ing, en, ed ಇಂಥ ಪದಗಳು. ಕೃದಂತಗಳಲ್ಲಿ 3 ವಿಧ.

क्रिया कौन सा काल है जानकारी बताने के लिए क्रिया शब्द की अंत में आनेवाली शब्द को कृदतं कहते है ।कृदतं को तीन भेद है वे : 1. वर्तमान कालिक कृदंत, 2. भूतकालिक कृदंत, 3. पूर्व कालिक कृदंत. जैसा अंग्रेजी में इंग (ing), एन (en), एड (ed) है ।

1. ವರ್ತಮಾನ ಕೃದಂತ वर्तमान कृदंत (Present Participle)

ಒಂದು ಕೆಲಸದ ಜತೆಗೆ ಇನ್ನೊಂದು ಕೆಲಸವನ್ನು ಮಾಡುತ್ತಿದ್ದಲ್ಲಿ, ಮೊದಲನೆಯ ಕ್ರಿಯೆಗೆ ವರ್ತಮಾನ

ಕೃದಂತ ಎನ್ನುತ್ತಾರೆ. 'ತಾ' ಇಲ್ಲವೇ 'ತಾ ಹುವಾ' ವನ್ನು ಜೋಡಿಸಲಾಗುತ್ತದೆ.ಇದು ಕರ್ತೃವಿನ ಲಿಂಗ ಮತ್ತು ವಚನಕ್ಕೆ ಅನುಗುಣವಾಗಿ **ಬದಲಾಗುತ್ತದೆ.**

एक काम करते हुए साथ में दूसरा काम करे तो, पहले वाली क्रिया को, वर्तमान कालिक कृदंत कहतै है । क्रिया शब्द 'ता' (ತಾ) अथवा ता हुआँ (ತಾ ಹುವಾ) जोड़ता है । लेकिन यह कर्ता के लिंग और वचन के अनुसार बदलते हैं ।

उदा : ನಗುತ್ತಿರುವ ಬಾಲಕ.	नगुत्तिरुव बालक	हँसते लड़के
ಓಡುತ್ತಿರುವ ಕುದುರೆ.	ओडुत्तिरुव कुदुरे	दौड़ते घोड़े

ಕೆಲವೊಮ್ಮೆ ಇದು ವಿಶೇಷಣದಂತೆಯೂ**ಬಳಕೆಯಾಗುತ್ತದೆ.**

कभी-कभी इसका विशेषण (Adjective) की तरह उपयोग होता है ।

उदा : ಹಾರುತ್ತಿರುವ ಹಕ್ಕಿ	हारुत्तिरुव हक्कि	उडती हुयी चिड़िया
ನಗುತ್ತಿರುವ ಬಾಲಕರು	नगुत्तिरुव बालकरु	हँसते (हुए) लड़के

सूचना : ವರ್ತಮಾನ ಕಾಲಿಕ ಕೃದಂತದ**ಬಳಿಕ** ಸಮಯ (ಕಾಲ) ಬಂದರೆ, 'ತಾ', 'ತೀ', 'ತೇ' **ಬರುತ್ತದೆ.**

वर्तमान कालिक कृदतं के बाद समय आये तो संदर्भानुसार कृदंत की अंत में ता (ತಾ), ती (ತೀ), ते (ತೆ) आते हैं ।

उदा : ಶಾಲೆಗೆ ಹೋಗುವ ಸಮಯ	शालेगे होगुव समय	स्कूल जाते (हुये) समय ।
ಶಹರದಲ್ಲಿ ತಿರುಗಾಡುವ ಸಮಯ	शहरदल्लि तिरुगाडुव समय	शहर से लौटते (हुये) समय ।

ಓದುವಾಗ ಮಾತನ್ನು ಆಡಬಾರದು.
ओदुवाग मातन्नु आडबारदु ।
पढ़ते (हुये) समय नहीं बोलना चाहिए ।

2. ಭೂತಕಾಲಿಕ ಕೃದಂತ भूतकालिक कृदन्त (Past participle)

ಸಾಮಾನ್ಯ ಭೂತಕಾಲಿಕ ಕ್ರಿಯೆಗೆ 'ಹುವಾ' 'ಹುಯೆ' 'ಹುಯೀ' ಸೇರಿದರೆ ಭೂತಕಾಲಿಕ ಕೃದಂತವಾಗುತ್ತದೆ.

सामान्य भूतकालिक क्रिया को हुआ (ಹುವಾ), हुए (ಹುಯೆ), हुई (ಹುಯೀ) जोडने से भूतकालिक कृदतं बनता है ।

उदा : ಮೃತಪಟ್ಟ ನವಿಲು.	मृतपट्ट नविलु	मरा मोर
ಮಲಗಿರುವ ಹಸು.	मलगिरुव हसु	सोयी गाय

ಇದು ಕೂಡಾ ಕೆಲವೊಮ್ಮೆ ವಿಶೇಷಣದಂತೆಬಳಕೆಯಾಗುತ್ತದೆ.

इदु कूडा केलवोम्मे विशेषणदंते बळकेयागुत्तदे ।

यह कभी-कभी विशेषण की तरह उपयोग होता है ।

ಓದು, ಬರೆಯುತ್ತಿರುವ ಮಹಿಳೆ	ओदु, बरेयुत्तिरुव महिळे	पढ़ी लिखी हुई औरत
ಒರಗಿರುವ ಹುಲಿ	ओरगिरुव हुलि	लेटा हुआ शेर

3. ಪೂರ್ವಕಾಲಿಕ ಕೃದಂತ **पूर्वकालिक कृदन्त** (Perfect participle)

ಕ್ರಿಯಾ **ಶಬ್ದವಾದ 'ಕರ್'** ಜೋಡಿಸಿದರೆ, ಪೂರ್ವಕಾಲಿಕ ಕೃದಂತ ಆಗಲಿದೆ. ಒಬ್ಬನೇ ಕರ್ತೃ ಎರಡು ಕ್ರಿಯೆಯಲ್ಲಿ ತೊಡಗಿಸಿಕೊಂಡಿದ್ದರೆ,ಮೊದಲಿನದು ಪೂರ್ವಕಾಲಿಕ ಕೃದಂತ ಆಗಲಿದೆ.

क्रिया शब्द कर (ಕರ್) जोडने से पूर्वकालिक कृदतं बनती है । एक ही कर्ता की दो क्रियायें होने पर उनमें पहली क्रिया पूर्वकालिक कृदंत बनती है ।

उदा : ಸೋಮನಾಥನು ರೊಟ್ಟಿ ತಿಂದು ಶಾಲೆಗೆ ಹೋದನು.

सोमनाथनु रोट्टि तिंदु शालेगे होदनु ।

सोमनाथ रोटी खाकर स्कूल गया ।

ವೀರೇಂದ್ರನಾಥ ಹಾಲು ಕುಡಿದು ಕಚೇರಿಗೆ ಹೋದ.

वीरेंद्रनाथ हालु कुडिदु कचेरिगे होद ।

वीरेन्द्रनाथ दूध पीकर ऑफिस गया ।

■ (ಕೆ, ಕರ್) के / कर

ಕೆ,ಕರ್ ಹಿಂದಿಯ ಅತಿ ಸಣ್ಣ ಪದಗಳು. ನೋಡಲು ಸಣ್ಣ ಇದ್ದರೂ, ಅವುಗಳ **ಬಳಕೆ** ವ್ಯಾಪಕವಾಗಿದೆ.

हिन्दी भाषा में अक्सर आने वाली बहुत छोटे शब्द के (ಕೆ), कर (ಕರ್) । यह देखने में बहुत छोटा है । लेकिन यह पंखी छोटा है ।

ಇವನ್ನು ಪ್ರಧಾನ ಕ್ರಿಯೆಗೆ ಸೇರ್ಪಡೆಗೊಳಿಸಿದ್ದರೆ,ಕೆಲಸ ಮುಗಿದು ಹೋಗಿರುವ ಸೂಚನೆ ನೀಡುತ್ತವೆ. ಇವೇ ಪೂರ್ವಕಾಲಿಕ ಕೃದಂತ.

1. इसे प्रधान क्रिया के साथ जोड़ दें तो यह काम के हो जाने की सूचना देती है । उसको व्याकरण परिभाषा में पुर्वकालिक कृदंत (Perfect Participle) कहते है ।

उदा : ನಾವು ಊಟ ಮಾಡಿಕೊಂಡು ಸಿನೆಮಾಕ್ಕೆ ಹೋದೆವು.

नावु ऊट माडिकोंडु सिनेमाक्के होदेवु ।

हम खाकर सिनेमा गये ।

ನಾನು ಟಿ.ವಿ.ನೋಡುತ್ತಾನಿದ್ರೆ ಹೋದೆ.

नानु टि.वि. नोड्डुत्ता निद्रे होदे ।

मैं टीवी देखकर सो गया ।

'ಕರ್', 'ಕರ್‌ನಾ' ಕ್ರಿಯಾಶಬ್ದದ ಬಳಿಕ 'ಕರ್' ಬಂದರೆ ಅದು 'ಕೆ' ಆಗಲಿದೆ.

कर - करना क्रिया शब्द के बाद कर (ಕರ್) आये तो वह के (ಕೆ) होता है ।

उदा : ನನ್ನ ತಂದೆ ಸ್ನಾನ ಮಾಡಿದ **ಬಳಿಕ** ಪೂಜೆ ಮಾಡುತ್ತಾರೆ.

नन्न तंदे स्नान माडिद बळिक पूजे माड्डुत्तारे ।

मेरे पिताजी स्नान करके पूजा करते है ।

सूचना 1 : **'ಕರ್'** ಮುಂದೆ ಮತ್ತೆ **'ಕರ್'** ಬಂದರೆ 2ನೇ **'ಕರ್'**, 'ಕೆ' ಆಗಿ ಬದಲಾಗುತ್ತದೆ.

कर (ಕರ್) धातु के बाद फिर कर (ಕರ್) आये तो दूसरा कर के (ಕೆ) जैसा बदलता है ।

उदा : ಲಕ್ಷ್ಮಿ ಪಾಠವನ್ನು ಓದಿ ಮಲಗಿದಳು.

लक्ष्मी पाठवन्नु ओदि मलगिदळु ।

लक्ष्मी पाठ पढ़कर सो गयी ।

ಸುಬ್ರಹ್ಮಣ್ಯಂ ಕೆಲಸ ಮುಗಿಸಿ ಹೋದರು.

सुब्रह्मण्यम केलस मुगिसि होदरु ।

सुब्रह्मण्यम काम कर के चले गये ।

सूचना 2 : ಪೂರ್ವಕಾಲಿಕ ಕೃದಂತದ ನಂತರ 'ಆನಾ' 'ಜಾನಾ' ಬಂದರೆ, **'ಕರ್'** ಲೋಪವಾಗುತ್ತದೆ.

सकर्मक क्रियाओं के पूर्वकालिक कृदंत के बाद आना (ಆನಾ), जाना (ಜಾನಾ) जैसी क्रियायें आये तो अक्सर कर (ಕರ್) लोप होता है ।

उदा :	ನೋಡುತ್ತ ಹೋದ.	नोड्डुत्त होद ।	देख जाता है ।
	ಕೇಳುತ್ತ ಹೋದನು.	केळुत्त होदनु ।	सुनायी देता है ।
	ತೆಗೆದುಕೊಂಡುಹೋಗು	तेगेदुकोंड्डु होगु ।	ले जाओ
	ಮಾಡಲಾಗಿದೆ.	माडलागिदे ।	किया हुआ ।

सूचना 3 : ಒಂದು ಕೆಲಸವನ್ನು ಕ್ರಮವಾಗಿ ಇಲ್ಲವೇ ಅಭ್ಯಾಸದಂತೆ ಮಾಡುವಾಗಲೂ **'ಕರ್'ನ್ನು ಬಳಸಲಾಗುತ್ತದೆ.** ಅದನ್ನು ಅನಿಶ್ಚಿತ ವರ್ತಮಾನಕಾಲ ಎನ್ನುತ್ತಾರೆ. ಇದರಲ್ಲಿ ಕ್ರಿಯೆ ಭೂತಕಾಲದಲ್ಲಿ ಇರುತ್ತದೆ.

एक काम क्रम से या एक अभ्यास जैसा करने के संदर्भ में भी कर (ಕರ್) उपयोग किया जाता है । इसको नित्यत्व बोधक क्रिया (ಅನಿಶ್ಚಿತ ವರ್ತಮಾನಕಾಲ Indefinite Present Tense) कहते है । इस वाक्य में क्रिया भूतकाल में रहती है ।

उदा : ರಾತ್ರಿ 10 ಗಂಟೆವರೆಗೆ ಓದಿಕೋ.
रात्रि 10 गंटेवरेगे ओदिको ।
रात दस बजे तक पढ़ा कर ।

ತಂದೆ-ತಾಯಿ ಮೇಲೆ ಪ್ರೀತಿ ತೋರಿಸು.
तंदे-तायि मेले प्रीति तोरिसु ।
माता और पिता पर प्रेम दिखाया कर ।

ಪ್ರತಿದಿನ ಬೆಳಗ್ಗೆ ಯೋಗಾಭ್ಯಾಸ ಮಾಡು.
प्रतिदिन बेळग्गे योगाभ्यास माडु ।
रोज सबेरे योगा किया कर ।

(ಇ) ಸಹಾಯಕ ಕ್ರಿಯಾಪದಗಳು - सहायक क्रियापदगळु - सहायक क्रियायें (Auxiliary Verbs)

ಭಾಷೆ ಯಾವುದೇ ಇರಲಿ, ಅದಕ್ಕೆ ಸಹಾಯಕ ಕ್ರಿಯೆಗಳ ಅಗತ್ಯ ಹೆಚ್ಚಾಗಿ ಇರುತ್ತದೆ. ಇವು ಪ್ರಧಾನ ಕ್ರಿಯೆಯಂತೆ ಹಾಗೂ ವಿಶೇಷತೆಯನ್ನು ಪ್ರಕಟಿಸುತ್ತವೆ. ಇದರಿಂದ ವಾಕ್ಯದಲ್ಲಿನ ಲಿಂಗ, ಕಾಲ, ವಚನ ಬದಲಾಗುತ್ತದೆ. ಆದರೆ ಪ್ರಧಾನ ಕ್ರಿಯೆಯ ಮೂಲಧಾತು ಬದಲಾಗುವುದಿಲ್ಲ.

किसी भाषा में भी सहायक क्रियाओं के उपयोग बहुत ज्यादा रहता है । ये प्रधान क्रिया का रीति और विशेषता प्रकट करते है । इनके कारण से वाक्य में है सो लिंग, वचन, काल में बदले आते है । लेकिन प्रधान क्रिया मूल धातु स्थिर रहता है ।

■ ಬೇಕು - बेकु होना (Want)

ಇದೊಂದು ಸಹಾಯಕ ಕ್ರಿಯಾಪದ. ವ್ಯಕ್ತಿಯೊಬ್ಬ ಏನನ್ನೋ ಕೇಳುವಾಗ ಬಳಸುತ್ತಾನೆ.

यह सहायक क्रिया है । व्यक्ति कुछ चाहने के संदर्भ में होना (ಬೇಕು) आता है ।

उदा : ನನಗೆ ಚಹಾ ಬೇಕು ननगे चहा बेकु मुझे चाय चाहिए

■ ಲಗಾ- लगा (ಆರಂಭ ಬೋಧಕ) आरंभ बोधक (To start)

ಇದರಲ್ಲಿ ಒಂದು ಕೆಲಸ ಆರಂಭವಾದ ಬಗ್ಗೆ ಹೇಳುತ್ತದೆ. ಕೆಲವೊಮ್ಮೆ ನಡೆಯುತ್ತಿರುವ ಕೆಲಸದ ಬಗ್ಗೆಯೂ ಹೇಳುತ್ತದೆ.

यह एक काम आरंभ हुआ विषय की जानकारी बताता है । कभी-कभी जारी रहे काम के बारे में भी बताता है ।

उदा : ಭಾಸ್ಕರ್ ಎರಡು ಗಂಟೆಯಿಂದ ಓದುತ್ತಿದ್ದಾನೆ.
भास्कर एरडु गंटेयिंद ओदुत्तिद्दाने ।
भास्करजी दो बजे से पढ़ने लगा ।

ಕರ್ತೃವಿನ ಲಿಂಗ ಮತ್ತು ವಚನಕ್ಕೆ ಅನುಗುಣವಾಗಿ 'ಲಗಾ'ದ ರೂಪ **ಬದಲಾಗುತ್ತದೆ.** ಕ್ರಿಯಾಶಬ್ದದ ಅಂತ್ಯದಲ್ಲಿ ಇದ್ದರೆ, 'ನಾ' 'ನೆ' ಎಂದು **ಬದಲಾಗುತ್ತದೆ.**

कर्ता का लिंग और वचन के अनुसार सिर्फ लगा (ಲಗಾ) का रूप बदल जाता है । क्रिया शब्द के अंत में है तो ना (ನಾ) ने (ನೆ) जैसा बदलता है ।

उदा : ಸೋಮೇಶ್ವರಿ ಓದಲು ಆರಂಭಿಸಿದಳು.
सोमेश्वरि ओदलु आरंभिसिदळु
सोमेश्वरी पढने लगी

■ ಸಮಾಪ್ತಿಬೋಧಕ - समाप्ति बोधक चुक (To end)

ಈ ಸಹಾಯಕ ಕ್ರಿಯಾಪದ ಕೆಲಸದ ಅಂತ್ಯವನ್ನು ತಿಳಿಸುತ್ತದೆ. ವಾಕ್ಯದ ಅಂತ್ಯದಲ್ಲಿ **ಕ್ರಿಯಾಶಬ್ದವು** ಧಾತುರೂಪದಲ್ಲಿ **ಬಳಕೆಯಾಗುತ್ತದೆ.** ಕರ್ತೃವಿನ ಲಿಂಗ, ವಚನ ಹಾಗೂ ವಿಭಕ್ತಿಗೆ ಅನುಗುಣವಾಗಿ **'ಚುಕ್'**ನ ರೂಪ **ಬದಲಾಗುತ್ತದೆ.**

यह सहायक क्रिया काम की समाप्ति बताती है । वाक्य में चुक आये जब क्रिया शब्द का सिर्फ धातु रूप (Base form) ही उपयोग किया जाता है । कर्ता का लिंग, वचन, विभक्ति के अनुसार चुक (ಚುಕ್) का रूप बदलता रहता है ।

ನೀನು ಊಟ ಮಾಡಿ ಮುಗಿಸಿದೆ.	नीनु ऊट माडि मुगिसिदे	तुम खा चुके हो
ನಾನು ಬಂದು ತಲುಪಿರುವೆ.	नानु बंदु तलुपिरुवे	मै आ चुका हूँ

■ ಶಕ್ತಿಬೋಧಕ - शक्ति बोधक सक (Can)

ಇದು ಕೆಲಸವೊಂದನ್ನು ಮಾಡಿ ಮುಗಿಸುವ ಸಾಮರ್ಥ್ಯವನ್ನು ಹೇಳಲು **ಬಳಸಲ್ಪಡುತ್ತದೆ.** ಅನುಮತಿ ಕೇಳುವಾಗ, ನೀಡುವಾಗ ಮತ್ತು ಆಸಕ್ತಿ ಪ್ರಕಟಿಸಲೂ **ಬಳಕೆ** ಆಗುತ್ತದೆ.

यह एक काम करने की शक्ति प्रकट करने के लिए प्रयोग होता है । अनुमति माँगते समय, देने के समय और आसक्ति प्रकट करने के लिए भी यह आता है ।

उदा : ನೀನು ಈ ಕೆಲಸ **ಮಾಡಬಲ್ಲೆ.** नीनु ई केलस माडबल्ले तुम यह काम कर सकते हो ।

'ಸಕ್' ಬಂದಲ್ಲಿ ಕ್ರಿಯೆಯ ಧಾತು ರೂಪವೂ **ಬರುತ್ತದೆ.**

सक (ಸಕ್) आये जब सिर्फ क्रिया का धातु रूप (Base Form) ही आता है ।

उदा :	ಓದಬಲ್ಲೆ	ओदबल्ले	पढ़ सकता हूँ
	ಬರೆಯಬಲ್ಲೆ	बरेयबल्ले	लिख सकता हूँ

ಕರ್ತೃವಿನ ಲಿಂಗ, ವಚನಕ್ಕೆ ಅನುಗುಣವಾಗಿ **'ಸಕ್'** ರೂಪ **ಬದಲಾಗುತ್ತದೆ.**

कर्ता का लिंग, वचन के अनुसार सक (ಸಕ್) का रूप बदलता रहता है ।

उदा : ಮಹಿಳೆಯರು **ಹೋಗಬಹುದು.** महिळेयरु होगबहुदु औरतें जा सकती है ।

ಹುಡುಗರು ಆಟ **ಆಡಬಹುದು.** हुडुगरु आट आडबहुदु लड़के खेल सकते है ।

■ ಅವಕಾಶ ಬೋಧಕ – अवकाश बोधक पा/पाना (Can)

ಈ ಸಹಾಯಕ ಕ್ರಿಯಾಪದವು ಸ್ವತಂತ್ರ ರೂಪದಲ್ಲಿ ಇಲ್ಲವೇ ಕ್ರಿಯಾರ್ಥಕ ನಾಮಪದದ ಜತೆ **ಬರುತ್ತದೆ.** ಇದು ಕೂಡ **'ಸಕ್'ನಂತೆ ಬಳಕೆಯಾಗುತ್ತದೆ.** ಆದರೆ, **'ಸಕ್'** ಸ್ವತಃ ಅರ್ಥವನ್ನು ಸೂಚಿಸುತ್ತದೆ. 'ಪಾನಾ' ಬೇರೊಂದರ ಅನುಮತಿ ಇಲ್ಲವೇ ಸೇರಿಕೊಂಡು ವಿವರಣೆ ನೀಡುತ್ತದೆ. ಕರ್ತೃವಿನ ಲಿಂಗ, ವಚನ, ಕಾಲ ಮತ್ತು ಪುರುಷದ ಅನುಸಾರ **ಬದಲಾಗುತ್ತದೆ.**

यह सहायक क्रिया स्वतंत्र रूप में या क्रियार्थक संज्ञा के साथ आता है । यह भी थोड़ा - बहुत 'सक' जैसा ही उपयोग मे आता है । लेकिन 'सक' खुद की समर्थता सूचित करता है । 'पाना' दूसरों की अनुमति नहीं मिलने के कारण विवशता प्रकट करता है । कर्ता का लिंग, वचन, काल, पुरुष के अनुसार होनेवाले बदल सिर्फ इसको ही होते है ।

उदा : ಕರ್ಫ್ಯೂನಿಂದಾಗಿ**ಬರಲು** ಆಗಲಿಲ್ಲ कफ्यूनिंदागि बरलु आगलिल्ल कर्फ्यू की वजह से आ न पाया ।

■ ಇಚ್ಛಾ ಬೋಧಕ – इच्छा बोधक चाह (Want to)

ಈ ಸಹಾಯಕ ಕ್ರಿಯಾಪದವನ್ನು ಯಾವುದೇ ವಸ್ತುವನ್ನು ಕೊಡುವ ಇಲ್ಲವೇ ಕೆಲಸವನ್ನು ಮಾಡುವ ಇಚ್ಛೆಯನ್ನು ಪ್ರಕಟಿಸಲು **ಬಳಸುತ್ತಾರೆ.** ಇದು 'ಹೋನಾ' ಅರ್ಥದಲ್ಲಿ **ಬಳಸಲ್ಪಡುತ್ತದೆ.** ಕ್ರಿಯೆಯ ಧಾತು ರೂಪ **ಬದಲಾಗುವುದಿಲ್ಲ.**

यह सहायक क्रिया किसी वस्तु को या काम को पाने की या करने की इच्छा प्रकट करते समय प्रयोग होता है । यह होना (ಹೋನಾ) अर्थ में उपयोग होता है । लिंग, वचन, काल से होने वाले बदले सिर्फ इसको ही होते है । क्रिया का धातु रूप (Base form) नहीं बदलता है ।

उदा : ಆತ ಪುಸ್ತಕವನ್ನು**ಬಯಸುತ್ತಿದ್ದಾನೆ.** आत पुस्तकवन्नु बयसुत्तिद्दाने वह किताब चाहता है ।

ನೀನು ಏನು ಓದಲು ಇಚ್ಛಿಸುತ್ತೀ? नीनु एनु ओदलु इच्छसुत्ती ? तुम क्या पढ़ना चाहते हो ?

(ಈ) ಸಂಯುಕ್ತ ಕ್ರಿಯಾಪದಗಳು / संयुक्त क्रियापदगळु / संयुक्त क्रियाए (Compound Verbs)

ಸಂಯುಕ್ತ ಕ್ರಿಯಾಪದಗಳು ಮತ್ತು ಅವುಗಳ **ಬಳಕೆ** ಬಗ್ಗೆ ಅರಿವು ಅತ್ಯಗತ್ಯ. ಕ್ರಿಯೆಯ ವಿಶೇಷತೆ ಮತ್ತು ತೀವ್ರತೆಯನ್ನು ಇವು ಪ್ರಕಟಪಡಿಸುತ್ತವೆ. ಕೆಲವು ಸಂದರ್ಭಗಳಲ್ಲಿ ಸಹಾಯಕ ಕ್ರಿಯಾಪದಗಳು ಮೂಲ ಅರ್ಥವನ್ನು

ಕಳೆದುಕೊಳ್ಳುತ್ತವೆ ಹಾಗೂ ಪ್ರಧಾನ ಮೂಲಕ್ರಿಯಾಪದದಲ್ಲಿ ವಿಲೀನವಾಗುತ್ತದೆ.

संयुक्त क्रियायें और उनके प्रयोग के तरीके जानकारी कर लेंगे । यह संयुक्त क्रियाओं से क्रिया की विशेषता और तीव्रता प्रकट करता है । एक संदर्भ में सहायक क्रियायें (Auxiliary) अपना मूल अर्थ खो जाता है और प्रधान मूल क्रिया में विलीन हो जाता है ।

ಉದಾ : ಓದುವುದು पढ़ना, ಹೋಗುವುದು जाना, ಕೊಡುವುದು देना, ಕೂರುವುದು बैठना, ಏಳುವುದು उठना

■ **पड़ता :** ಇದು ಸಹಾಯಕ ಕ್ರಿಯಾಪದದ ಅಂಗದ ಕಾರ್ಯವನ್ನು ಸೂಚಿಸುತ್ತದೆ. ಕೇಳುವುದು, ನೋಡುವುದು ಮತ್ತಿತರ ಇಂದ್ರಿಯ **ಸಂಬಂಧಿತ** ವಿಷಯವನ್ನು ಸೂಚಿಸುತ್ತದೆ.

यह सहायक क्रिया शरीर के (अंग के) कार्य सूचित करती है । सुनना, देखना वगैरह क्रियायें जैसे इन्द्रिय विषय सूचित करती है ।

उदा :	ಹೋಗಬೇಕಿದೆ	होगबेकिदे	जाना पड़ता
	ನೋಡಬೇಕಿದೆ	नोडबेकिदे	देखना पड़ता

■ **लेना** : ಈ ಸಹಾಯಕ ಕ್ರಿಯಾಪದವು 'ಬೇಕು' ಎಂಬ ಅರ್ಥದಲ್ಲಿ **ಬಳಕೆಯಾಗುತ್ತದೆ.** ಇದು ಪ್ರಧಾನ ಕ್ರಿಯೆಯ ನಂತರ ಆಗಮಿಸುತ್ತದೆ. ಎರಡು ಕ್ರಿಯೆಗಳು ಒಟ್ಟಾಗಿ ಒಂದು ಸಂಯುಕ್ತ ಕ್ರಿಯೆ ಆಗುತ್ತದೆ. ಒಂದು ಪ್ರಧಾನ ಮತ್ತು ಇನ್ನೊಂದು ಸಹಾಯಕ ಕ್ರಿಯೆಗಳು ಒಂದಾಗಿ ಅರ್ಥ ನೀಡುತ್ತವೆ.

यह सहायक क्रिया अत्मार्थ में प्रयोग किया जाता है । ये सब सहायक क्रियायें प्रधान क्रियाओं के बाद आती है दो क्रियायें मिल कर के एक संयुक्त क्रिया बनती है । एक प्रधान क्रिया और सहायक क्रिया मिल कर क्रियायें यह समझ लेना है ।

उदा :	ನೋಡಬೇಕು.	नोडबेकु	देख लेना
	ನೀನು ಇತ್ತ ನೋಡಬೇಕು.	नीनु इत्त नोडबेकु	तुम यह देख लेना

■ ಅನುಮತಿ ಬೋಧಕ - अनुमति बोधक - दे (Let)

ಇದು ಅನುಮತಿ ನೀಡುವಾಗ ಇಲ್ಲವೇ ಪಡೆಯಲು **ಬಳಸಲ್ಪಡುತ್ತದೆ.** ನಾಮಪದದ **ಬಳಿಕ ಬಳಕೆಯಾಗುತ್ತದೆ.**
यह सहायक क्रिया अनुमति चाहना और अनुमति देना संदर्भ में क्रियार्थक संज्ञा के बाद आती है ।

उदा :	ನನಗೆ ಅನುಮತಿ ಕೊಡು	ननगे अनुमति कोडु	मुझे अनुमति दे ।
	ನನಗೆ ಹೋಗಲು ಬಿಡು.	ननगे होगलु बिडु	मुझे जाने दो ।

सूचना : ವಾಕ್ಯದಲ್ಲಿನ ಲಿಂಗ, ವಚನ, ಪುರುಷ, ಕಾಲಗಳು 'ದೆ' ಯಿಂದ **ಬದಲಾಗುತ್ತದೆ.** ಕ್ರಿಯಾತ್ಮಕ ನಾಮಪದದ ಅಂತ್ಯದಲ್ಲಿ 'ನಾ' 'ನೆ' ಆಗಿ **ಬದಲಿಸುತ್ತದೆ.**

वाक्य में लिंग, वचन, पुरुष, काल कारण से आनेवाले बदले सब 'दे' (ದೆ) सहायक क्रिया से होते है । क्रियार्थक संज्ञा की अंत में है सो ना (ನಾ), ने (ನೆ) जैसा बदलती है ।

उदा :	ಆತನಿಗೆ ಕಲಿಯಲು ಬಿಡು	आतनिगे कलियलु बिडु	उनको सीखने दो ।

■ ವಿಧಿ ಬೋಧಕ- विधि बोधक / जाना (Ought to)

ಈ ಸಹಾಯಕ ಕ್ರಿಯಾಪದವು ವಿಧಿ ಬೋಧಕ. ಆಗಿ ಹೋದ ಕೆಲಸದ ಬಗ್ಗೆ, ಆಗುತ್ತಿರುವ ಕೆಲಸ ಇಲ್ಲವೇ ಆಗಬೇಕಾದ ಕೆಲಸದ ಬಗ್ಗೆ ತಿಳಿಸುತ್ತದೆ.

यह सहायक क्रिया विधि बोधक है । यह समाप्त हो गया काम के बारे में, हो रहे काम अथवा करना पड़ेगा काम के बारे में जानकारी देता है ।

उदा :	ನೀನು ಇಲ್ಲಿಗೆ ಬಾ	नीनु इल्लिगे बा	तुम यहाँ आ जाना
	ನನ್ನನ್ನು ಅಲ್ಲಿಗೆ ಕರೆದೊಯ್ಯಬೇಕು.	नन्नन्नु अल्लिगे करेदोय्यबेकु	मुझे वह लेके जाना है

सूचना : ಈ ಸಹಾಯಕ ಕ್ರಿಯಾಪದವು ಭೂತಕಾಲದಲ್ಲಿಕರ್ತೃವಿನ ಲಿಂಗ, ವಚನಕ್ಕೆ ಅನುಗುಣವಾಗಿ ಗಯಾ, ಗಯೀ, ಗಯೆ ಎಂದು ಬದಲಾಗುತ್ತದೆ.

यह सहायक क्रिया भूतकाल में करता का लिंग, वचन के अनुसार गया (ಗಯಾ), गयी (ಗಯೀ), गये (ಗಯೆ), जैसे बदल जाती है ।

उदा :	ನಾನು ತೆಗೆದುಕೊಂಡುಹೋದೆ.	नानु तेगेदुकोंडु होदे	मै लेके गया

■ ಮಾಡಬೇಕು - माडबेकु / पड़ना (Have to)

ಈ ಸಹಾಯಕ ಕ್ರಿಯಾಪದವು ಶರೀರದ ಅಂಗದ ಕ್ರಿಯೆಯನ್ನು ತಿಳಿಸುತ್ತದೆ.

यह सहायक क्रिया शरीर के अंग के कार्य सूचित करती है ।

उदा :

1. ನಾನು ಈ ಕೆಲಸ ಮಾಡಬೇಕಾಗಿದೆ.
   नानु ई केलस माडबेकागिदे ।
   मुझे वह काम करना पड़ा
2. ಇದನ್ನು ಅಂಗೀಕರಿಸಬೇಕಾಗಿದೆ.
   इदन्नु अंगीकरिसबेकागिदे ।
   यह मानना पड़ा

■ ನಿಶ್ಚಯ ಬೋಧಕ - निश्चय बोधक /डालना (Away)

ಇದು ನಿಶ್ಚಯ ಬೋಧಕಸಹಾಯಕ ಕ್ರಿಯಾಪದ. ನಿಶ್ಚಿತ ಕೆಲಸವೊಂದನ್ನುಸೂಚಿಸುತ್ತದೆ.

यह सहायक क्रिया निश्चय बोधक है । इससे किसी कार्य का निश्चय प्रकट होती है ।

उदा :

1. ಬಿಟ್ಟುಬಿಡುತ್ತೇನೆ. बिट्टु बिडुत्तेने । चोड डालना
2. ಕತ್ತರಿಸುತ್ತೇನೆ. कत्तरिसुत्तेने । काट डालना
3. ನಾನು ಅವನನ್ನು ಕತ್ತರಿಸಿ ಹಾಕುತ್ತೇನೆ.
   नानु अवनन्नु कत्तरिसि हाकुत्तेने ।
   मै उसको काट डालता हूँ

■ ಆಕಸ್ಮಿಕ ಬೋಧಕ- आकस्मिक बोधक / उठना

ಈ ಸಹಾಯಕ ಕ್ರಿಯಾಪದವು ಕೆಲಸವೊಂದರಆಕಸ್ಮಿಕತೆಯನ್ನುಸೂಚಿಸುತ್ತದೆ.

यह सहायक क्रिया एक काम की आकस्मिकता प्रकट करती है ।

उदा : 1. ಹೇಳುವುದು हेळुवुदु बोल उठना

2. ಹೋಗುವುದು होगुवुदु जाग उठना

3. ನಾನು ನಿದ್ರೆಯಿಂದ ಎಚ್ಚರಗೊಂಡೆ नानु निद्रेयिंद एच्चरगोंडे मै जाग (उठाया) गया

■ ಇರಿಸಿಕೋ - **इरिसिको / रखना** **(Keep)**

ಇರಿಸಿಕೊಳ್ಳುವ ಇಲ್ಲವೇ ರಕ್ಷಿಸಿಕೊಳ್ಳುವ ಅರ್ಥದಲ್ಲಿ ಪ್ರಯೋಗಿಸಲ್ಪಡುತ್ತದೆ.
यह सहायक क्रिया छिपाने या संरक्षण करने के अर्थ में प्रयोग होता है ।

उदा : ವ್ಯಾಪಾರಿಯು ಕೋಟಿ ರೂಪಾಯಿ ಗಳಿಸಿದನು.
व्यापारियु कोटि रूपायि गळिसिदनु ।
व्यापारी ने करोड़ रूपये कमा लिये ।

(ಉ) ಪ್ರೇರಣಾತ್ಮಕ ಕ್ರಿಯಾಪದ प्रेरणार्थक क्रियापद (Causal Verb)

ಕರ್ತೃವು ತಾನೇ ಕೆಲಸವನ್ನು ಮಾಡುವ ಮೂಲಕ **ಮತ್ತೊಬ್ಬನಿಗೆ** ಪ್ರೇರಣೆ ನೀಡುತ್ತಾನೆ. ಇಂಥ ಕ್ರಿಯೆಗಳೇ ಪ್ರೇರಣಾರ್ಥಕ ಕ್ರಿಯೆಗಳು.

कर्ता कार्य को खुद न करके किसी दूसरे को करने की प्रेरणा देता है । उस क्रियाओं को प्रेरणार्थक क्रियायें (Causal Verbs) कहते हैं ।

नियम 1 : ಕ್ರಿಯೆಯೊಂದನ್ನು ನಾವು ನೇರವಾಗಿ ಮಾಡಿದಲ್ಲಿ, ಆಗ ಕ್ರಿಯೆಯ ಮೂಲಪದ **ಬದಲಾಗುವುದಿಲ್ಲ.**
एक काम हम सीधा कर रहे हो तब क्रिया का मूल शब्द नहीं बदलता है ।

उदा : ಮಾಡುವುದು माडुवुदु करना
ನಾನು ಇಂದು ಈ ಕೆಲಸವನ್ನು ಮಾಡಬೇಕಿದೆ.
नानु इंदु ई केलसवन्नु माडबेकिदे ।
मुझे आज यह काम करना है ।

नियम 2 : ತಾನು ಕೆಲಸ ಮಾಡುವ ಮೂಲಕ **ಇನ್ನೊಬ್ಬನನ್ನು** ಪ್ರೇರೇಪಿಸಿದಲ್ಲಿ ಕ್ರಿಯೆಯ **ಮೂಲಶಬ್ದದ** 2ನೇ ಅಕ್ಷರ ದೀರ್ಘವಾಗುತ್ತದೆ.

एक काम हम खुद करके दूसरे से उसको करने की प्रेरणा करे जब क्रिया का मूल शब्द (Baseform) में दूसरा अक्षर दीर्घ होता है ।

उदा : करना शब्द में दूसरा अक्षर रा 'ರಾ' दीर्घ होता है । मतलब करना (ಕರ್‌ನಾ) कराना (ಕರಾನಾ) हो जायेगा ।

उदा : ನಾನು ಇಂದು ಈ ಕೆಲಸವನ್ನು ಅವನಿಂದ ಮಾಡಿಸಬೇಕಿದೆ.

नानु इंदु ई केलसवन्नु अवनिंद माडिसबेकिदे ।

मुझे आज यह काम इससे कराना है ।

नियम 3 : ಒಂದು ಕೆಲಸವನ್ನು ಸ್ವತಃ ನಾವೇ ಇಲ್ಲವೇ **ಬೇರೊಬ್ಬರಿಂದ** ಮಾಡಿಸಿದಲ್ಲಿ ಕ್ರಿಯೆಯ **ಮೂಲಶಬ್ದ** 'ನಾ'ದ ಮೊದಲ ಮತ್ತು 2ನೆಯ ಅಕ್ಷರದ ನಂತರ 'ವಾ' ಅಕ್ಷರ **ಬರುತ್ತದೆ.**

एक काम हम सीधा खुद करके दूसरों से करवाते है तब क्रिया का मूल शब्द (Baseform) 'ना' के पहले और दूसरे अक्षर के बाद 'वा' अक्षर आता है ।

ಉದಾ : **ಕರ್‌ನಾ** ಶಬ್ದದಲ್ಲಿ 'ವಾ' ಬರುತ್ತದೆ. **'ಕರ್‌ನಾ'** ಎಂಬುದು 'ಕರ್ವಾನಾ' ಆಗುತ್ತದೆ.

उदा : करना शब्द में कर के बाद 'वा' आता है । मतलब करना करवाना हो जायेगा ।

उदा : ನಾನು ಇಂದು ಈ ಕೆಲಸವನ್ನು ಅವನಿಗೆ ಹೇಳಿ, ಆತನಿಂದ ಮಾಡಿಸಬೇಕಿದೆ.

नानु इंदु ई केलसवन्नु आवनिगे हेळि, आतनिंद माडिसबेकिदे ।

मैं आज यह काम उसको बोल के इससे करवाना है ।

व्याकरण भाषा में है तो इसको, नियम १ में, कर्ता (subject) सीधा करना कहते है । नियम २ में कर्म (object) करना कहते है । नियम ३ में उपकर्ता (somebody else) करना कहते है ।

सूचना : ವಾಕ್ಯವೊಂದರಲ್ಲಿ ಕರ್ತೃ, ಕರ್ಮ ಮತ್ತು ಕ್ರಿಯೆ ಇರುತ್ತದೆ.

एक वाक्य में, कर्त्ता, कर्म, क्रिया रहते हैं ।

ಕರ್ತೃ ಎಂದರೆ ಕೆಲಸ ಮಾಡುವವ

कर्ता (subject) मतलब काम करनेवाला है ।

ಕರ್ಮ ಎಂದರೆ ಕೆಲಸದ ಫಲ ಪಡೆಯುವವ ।

कर्मा (object) मतलब काम का फल पानेवाला

ಕ್ರಿಯೆ ಎಂದರೆ ಕೆಲಸ

क्रिया (verb) मतलब काम ।

ಆದರೆ ಈ ಪ್ರೇರಣಾರ್ಥಕ ಕ್ರಿಯೆಯಲ್ಲಿ ಕರ್ತೃ + ಉಪಕರ್ತೃ + ಕರ್ಮ + ಕ್ರಿಯೆಇರುತ್ತದೆ.

लेकिन यह प्रेरणार्थक क्रिया में कर्ता + उपकर्ता + कर्म + क्रिया रहते है ।

ಪ್ರೇರಣಾರ್ಥಕ ಕ್ರಿಯಾಪದ ಉದಾಹರಣೆಗಳು

ಕನ್ನಡ ಪದ	ಕ್ರಿಯಾಪದ	ಪ್ರೇರಣಾರ್ಥಕ 1	ಪ್ರೇರಣಾರ್ಥಕ 2	
ಬರೆ	लिखन	लिखात	लिखवाना	ಬರೆಸು/ಬರೆಯಿಸು
ಕುಡಿ	पीता	पिताना	पितवाना	ಕುಡಿಸು
ಕಲಿ	सीखना	शिखाना	सिखवाना	ಕಲಿಸು
ಸುಡು	जलना	जलाना	जलवाना	ಸುಡಿಸು
ತಿರುಗಾಡು	धुमना	धुमाना	धुमवाना	ತಿರುಗಾಡಿಸು
ತಿಳಿ	समझ	समझना	समझाना	ತಿಳಿಸು
ತೊಳೆ	घोना	धुलाना	धुलवाना	ತೊಳೆಸು
ಹಾರು	उड्ना	उडाना	उडवाना	ಹಾರಿಸು
ಹೊಳೆ	चमकना	चमकाना	चमकवाना	ಹೊಳೆಯಿಸು
ತೆರೆ	खोलना	खुलाना	खुलवाना	ತೆರೆಸು
ಹುಡುಕು	खोलना	खुजाना	खुजवाना	ಹುಡುಕಿಸು
ಎಣಿಸು	घिनना	गिनाना	गिनवाना	ಎಣಿಕೆ ಮಾಡು
ನೇಯು	बनना	बुनाना	बुनवाना	ನೇಯಿಸು
ಈಜು	तैरना	तैराना	तैरवाना	ಈಜಿಸು
ಮೂಸು	सूंधना	शूंधाना	शूंधवाना	ಮೂಸಿಸು
ಆರು	बझना	बुझाना	बझवाना	ಆರಿಸು
ಒಣಗು	सुखना	सुखाना	सुखवाना	ಒಣಗಿಸು
ಉಗುಳು	युकना	युकाना	युकवाना	ಉಗುಳಿಸು
ನೆನೆ	भीगना	भिगना	भिगवाना	ನೆನೆಸು
ದೂರವಾಗು	हदना	हदवाना	हदवाना	ದೂರವಾಗಿಸು

5. ಕ್ರಿಯಾ ವಿಶೇಷಣ–**क्रिया विशेषण** (Adverb)

ಕೆಲಸದ ವಿಶೇಷತೆಯನ್ನು ತಿಳಿಸುತ್ತದೆ.

काम की विशेषता जानकारी बताती है ।

उदा : जोर-वेग ವೇಗ, धीरे-निधान ನಿಧಾನ, जोष-उत्साह ಉತ್ಸಾಹ कब-यावाग ಯಾವಾಗ, क्यों-एके ಏಕೆ, कहाँ-एल्लि ಎಲ್ಲಿ

उदा : ನಾನು ಆಗಾಗ ಅನ್ನ ಸೇವಿಸುತ್ತೇನೆ. ನೀನು ವೇಗವಾಗಿ **ಬರೆಯುವೆ.**

नानु आगाग अन्न सेविसुत्तेने । नीनु वेगवागि बरेयुवे ।

मैं कभी-कभी चावल खाता हूँ । तुम जल्दी लिखते हो ।

उदा :

ದಿನ (24 ಗಂಟೆ)	दिन (24 गंटे)	रोज	ನೆನ್ನೆ	नेन्ने	कल
ಯಾವಾಗ	यावाग	**कब**	ಕೆಳಗೆ	केळगे	**नीचे**
ಯಾವಾಗಲೂ	यावागलू	**हमेशा**	ಈಗ	ईग	**अब**
ನಿಧಾನವಾಗಿ	निधानवागि	**धीरे धीरे**	ತ್ವರಿತವಾಗಿ	त्वरितवागि	**जल्दी**
ವೇಗವಾಗಿ/ಜೋರಾಗಿ	वेगवागि/जोरागि	**तेज**	ವೇಗವಾಗಿ	वेगवागि	**जोर से**
ಆಗಾಗ	आगाग	**कभी कभी**	ಕಡಿಮೆ	कडिमे	**कम**
ಬಿಲ್‌ಕುಲ್	बिल्कुल्	**बिलकुल**	ಒಳಗೆ	ओळगे	**अंदर**
ಪ್ರಸ್ತುತ	प्रस्तुत	**आजकल**	ಹೊರಗೆ	होरगे	**बाहर**
ಸ್ವಲ್ಪ	स्वल्प	**जरा**	ಮೇಲೆ	मेले	**ऊपर**
ಚೆನ್ನಾಗಿ	चेन्नागि	**खूब**	ಆಲಸ್ಯ	आलस्य	**देर**

अब हिन्दी भाषा में अति मुख्य और अक्सर आने वाले शब्द सीख लेंगे ।

ಹಿಂದಿಯ ಮುಖ್ಯವಾದ ಮತ್ತು ಆಗಾಗ ಬಳಕೆಯಾಗುವ ಶಬ್ದಗಳ ಬಗ್ಗೆ ತಿಳಿಯೋಣ.

ಯಾವಾಗ **जब** यावाग ಹೇಗೆ **जहाँ** हेगे

ಎಲ್ಲಿ **जैसा** एल्लि ಎಷ್ಟು **जितना** एष्टु

ಈ 4 ಪದಗಳನ್ನು ಕ್ರಿಯಾ ವಿಶೇಷಣಗಳು ಎನ್ನುತ್ತಾರೆ. **'ಜಬ್'** ಸಮಯವನ್ನು, 'ಜಹಾ' ಸ್ಥಾನವನ್ನು, 'ಜೈಸಾ' ಭಾವವನ್ನು, 'ಜಿತ್ನಾ' ಪರಿಮಾಣವನ್ನು ತಿಳಿಸುತ್ತದೆ. जब - तब यावाग अंदरे आवाग (ಯಾವಾಗ ಅಂದರೆ ಅವಾಗ), जहाँ -वहाँ एल्लि अंदरे अल्लि (ಎಲ್ಲಿ ಅಂದರೆ ಅಲ್ಲಿ), जैसा-वैसा - हेगे अंदरे हागे (ಹೇಗೆ ಅಂದರೆ ಹಾಗೆ) जितना - उतना एष्टु अंदरे अष्टु (ಎಷ್ಟು ಅಂದರೆ ಅಷ್ಟು).

इन चार शब्दों को क्रिया विशेषण (ಕ್ರಿಯಾವಿಶೇಷಣಗಳು Adverbs) कहते है । जब समय को, जहाँ स्थान को, जैसा भाव को, जितना परिमाण को जानकारी बताते हैं ।

सूचना : ಮೇಲಿನ 4 ಕ್ರಿಯಾವಿಶೇಷಣಗಳನ್ನು ಒಂಟಿಯಾಗಿ **ಬಳಸುವುದಿಲ್ಲ.** ಇವುಗಳು ಕೆಳಗೆ ಉಲ್ಲೇಖಿಸಿದ ಪದಗಳ ಜತೆ ಜತೆಯಾಗಿ **ಬಳಕೆಯಾಗುತ್ತವೆ.**

ऊपर लिखे इन चार क्रिया विशेषणों का अकेले उपयोग नहीं होता है । इनको उपयोग करते जब यहाँ नीचे के शब्द जैसे एक से एक, साथ साथ जरूर आते है ।

उदा : ಸೂರ್ಯ ಎಲ್ಲಿ ಇರುತ್ತಾನೋ ಅಲ್ಲಿ ಕತ್ತಲೆ ಇರುವುದಿಲ್ಲ.
सूर्य एल्लि इरुत्तानो अल्लि कत्तले इरुवुदिल्ल ।
जहाँ सूरज रहता वहाँ अंधेरा नहीं रहता है ।

ನಾನು ಕೋಲ್ಕೊತಾಗೆ ಹೋಗಿದ್ದಾಗ, ಅಲ್ಲಿ ಒಂದು ಸಿನೆಮಾದ ಚಿತ್ರೀಕರಣ ನಡೆಯುತ್ತಿತ್ತು.
नानु कोल्कोत्तागे होगिद्दाग अल्लि ओंदु सिनेमाद चित्रीकरण नडेयुत्तित्तु ।
जब मैं कोलकत्ता गया तब वहाँ एक सिनेमा शूटिंग चल रही थी ।

ಆ ಮೇಜು ಎಷ್ಟು ಮೊತ್ತಕ್ಕೆ ಸಿಕ್ಕಿದೆಯೋ ಅದೇ ಮೊತ್ತಕ್ಕೆ ಕುರ್ಚಿ ಕೂಡ ಸಿಗುವುದಿಲ್ಲ.
आ मेजु एष्टु मोत्तक्के सिक्किदेयो अदे मोत्तक्के कुर्चि कूड सिगुवुदिल्ल ।
जितने रुपयों में वह मेज मिली उतने रूपयों में कुरसी नहीं मिलती ।

ರಾಧೆ ಹೇಗೆ ಹಾಡುತ್ತಾಳೋ ಅದೇ ರೀತಿ ರೋಜಾ ಕೂಡಾ ಹಾಡುತ್ತಾಳೆ.
राधे हेगे हाडुत्ताळो अदे रीति रोजा कूडा हाडुत्ताळे ।
जैसे राधा गाती है वैसे रोजा भी गाती है ।

ಈ ಪದಗಳಲ್ಲದೆ ಕೆಲವು ಮುಖ್ಯ **ಶಬ್ದಗಳು** ಹಾಗೂ ಅವುಗಳ ಉಪಯೋಗದ ಬಗ್ಗೆ ತಿಳಿದುಕೊಳ್ಳೋಣ.
सिर्फ ये ही नहीं बल्कि और कुछ मुख्य शब्द के बारे में और उनके उपयोग करने के विधान के बारे में भी जानकारी कर लेंगे ।

■ **ಎಷ್ಟೆಂದರೆ / एष्टेंदरे कितना - कि (so that)**

ಒಂದು ವಿಷಯದ ವೈಶಿಷ್ಟ್ಯವನ್ನು ತಿಳಿಸಲು **ಬಳಕೆಯಾಗುತ್ತದೆ.**
एक विषय की विशेषता को बताने के लिए इस क्रिया विशेषण प्रयोग करते हैं ।

उदा : ನಾನು ಎಷ್ಟು **ಬಲಹೀನನಾಗಿದ್ದೆ** ಎಂದರೆ ಕುರ್ಚಿಯಿಂದ ಏಳಲೂ ಆಗಲಿಲ್ಲ.
नानु एष्टु बलहीननागिद्दे एंदरे कुर्चियिंद एळलू आगलिल्ल ।
मै इतना कमजोर था कि कुरसी से भी नहीं उठ सका ।

■ **ಇದ್ದಿದ್ದರೆ / इद्दिद्दरे यदि - तो (if - were)**

उदा : ತಂದೆ ಬಳಿ ಹಣ ಇದ್ದಿದ್ದಲ್ಲಿ ಅವರು **ಮೋಟಾರ್ ಸೈಕಲ್** ಖರೀದಿಸುತ್ತಿದ್ದರು.

तंदे बळि हण इद्दिद्दल्लि अवरु मोटार् सैकल् खरीदिसुत्तिद्दरु ।

यदि पिताजी के पास धन होता तो वे मोटर साईकिल खरीदते ।

■ **ಅದು–ಇದು / अदु- इदु / जिस - उस ए (which - that)**

उदा : ರಾಮಬಾಬು ಯಾವ ರೀತಿ ಮಾಡುತ್ತಿದ್ದರೋ, ಅದೇ ರೀತಿ ನೀನು ಕೂಡಾ ಮಾಡು.

रामबाबु याव रीति माडुत्तिद्दारो, अदे रीति नीनु कूडा माडु ।

जिस तरह रामबाबू कर रहा है उस तरह तुम भी करो ।

■ **ಇಲ್ಲ / इल्ल /न - न (neither - nor)**

उदा : ಆತನ ಬಳಿ ಹಣವಿಲ್ಲ, ವಿದ್ಯೆಯೂ ಇಲ್ಲ.

आतन बळि हणविल्ल. विद्येयू इल्ल ।

उसके पास न धन है न विद्या ।

■ **ಅಂತ್ಯಕ್ಕೆ ಮೊದಲೇ / अंत्यक्के मोदले / ज्योंही - त्योंही (No sooner than)**

ಒಂದು ಕೆಲಸ ಮುಕ್ತಾಯಕ್ಕೆ ಬರುವ ಮುನ್ನವೇ ಮತ್ತೊಂದು ಕೆಲಸ ಆರಂಭವಾದಲ್ಲಿ ಈ ಶಬ್ದ ಬಳಕೆಯಾಗುತ್ತದೆ.

एक काम के होते ही दूसरा काम आरम्भ हुआ तो उसे इन शब्दों से बताते हैं ।

उदा : ಗೌತಮಿ ಎಕ್ಸ್‌ಪ್ರೆಸ್ ರೈಲು ತಲುಪಿದ ತಕ್ಷಣ ನನ್ನ ಸ್ನೇಹಿತ ಅದನ್ನು ಏರಿದ.

गौतमि एक्सप्रेस रैलु तलुपिद तक्षण नन्न स्नेहित अदन्नु एरिद ।

जब गौतमी एक्सप्रेस पहुँची तब मेरा दोस्त उसमे चढ़ा ।

■ **ಇದ್ದರೂ ಕೂಡ / इद्दरू कूड / यद्यपि - तो भी (even though - Also)**

उदा : ತನ್ನ ಬಳಿ ಹಣವಿಲ್ಲದಿದ್ದರೂ ಆತ ಜನರಿಗೆ ನೆರವಾಗುತ್ತಾನೆ.

तन्न बळि हणविल्लदिद्दरू आत जनरिगे नेरवागुत्ताने ।

यद्यपि उसके पास धन नहीं है तो भी वह लोगों को मदद करता है ।

■ **ಅದೂ ಇಲ್ಲ-ಇದೂ ಇಲ್ಲ / अदू इल्लइदू इल्ल /या तो - या (neither - nor)**

उदा : ಆತ ಕ್ರಿಕೆಟ್ ಆಡುವುದಿಲ್ಲ, ಹಾಕಿಯನ್ನೂ ಆಡುವುದಿಲ್ಲ.

आत क्रिकेट् आडुवुदिल्ल, हाकियन्नू आडुवुदिल्ल ।

वह या तो क्रिकेट खेलेगा या हाकी ।

■ ಎಲ್ಲಿದೆಯೋ ಅಲ್ಲಿ / एल्लिदेयो अल्लि / **जिधर - उधर** **(where there is)**

उदा : ರಾಧೆ ಎಲ್ಲಿರುತ್ತಾಳೋ ಅಲ್ಲಿಯೇ ಕೃಷ್ಣನೂ ಇರುತ್ತಾನೆ.
राधे एल्लिरुत्ताळो अल्लिये कृष्णनू इरुत्ताने ।
जिधर राधा रहती है, उधर कृष्णा रहता है ।

सूचना : यह उर्दू शब्द है. तो भी इसका हिन्दी में भी उपयोग करते हैं ।

■ ಏನೆಂದರೆ/एनेंदरे / **कि** **(that)**

ಇದೊಂದು ಸಮುಚ್ಚಯ ಬೋಧಕ ಅವ್ಯಯ. ಪ್ರಧಾನ ವಾಕ್ಯದೊಂದಿಗೆ ಮತ್ತೊಂದು ಉಪಪ್ರಧಾನ ವಾಕ್ಯವನ್ನು ಸೇರ್ಪಡೆಗೊಳಿಸುತ್ತದೆ.'ಕಿ' ಯನ್ನು ಬರೆದ ಬಳಿಕ, ಕರ್ತೃ ಹೇಳಿದ್ದನ್ನು ಬರೆಯಲಾಗುತ್ತದೆ.

यह समुच्छय बोधक अव्यय में एक है । यह एक प्रधान वाक्य को और एक उपप्रधान वाक्य से मिलाने में प्रयोग करते है । कि (ಕಿ) लिखने के बाद, कर्ता जो बोले हुए वाक्य यथातथ लिखना है ।

उदा : ಭಾಸ್ಕರ್‌ಜಿ ಹೇಳಿದ್ದೇನೆಂದರೆ,ನಾಳೆ ಇಲ್ಲಿ ದೊಡ್ಡ ಸಭೆ ನಡೆಯುತ್ತದೆ.
भास्कर्जि हेळिद्देनेंदरे, नाळे इल्लि दोड्ड सभे नडेयुत्तदे ।
भास्करजी ने कहा कि कल यहाँ बड़ा फंक्शन होगा ।

सूचना : 'ಕಿ' ಸಮುಚ್ಚಯ ಬೋಧಕ (conjunction) ಬೇರೆ ಬೇರೆ ಅರ್ಥಗಳಲ್ಲಿಯೂ ಬಳಸಲ್ಪಡುತ್ತದೆ.

कि समुच्छय बोधक (conjunction) है तो भी यह अलग-अलग अर्थ में भी प्रयोग किये जा रहे हैं ।

उदा : ನಿಮಗೆ ಹಿಂದಿ ಅರ್ಥವಾಗುತ್ತದೋ ಇಲ್ಲವೋ ?
निमगे हिंन्दि अर्थवागुत्तदो इल्लवो ?
आप हिन्दी समझ सकते हैं कि नहीं ?

सूचना : 'ಕಿ' ಕೆಲಸದ ಕಾರಣವನ್ನು ತಿಳಿಸುತ್ತದೆ. कि 'ಕಿ' काम का कारण भी बताती है ।

उदा : ರಹೀಮ್ ಬಹಳ ದುಃಖದಲ್ಲಿದ್ದಾನೆ. ಏಕೆಂದರೆ ಆತನ ತಾಯಿ ಕಾಯಿಲೆ ಬಿದ್ದಿದ್ದಾಳೆ.
रहीम् बहळ दुःखदल्लिद्दाने. ऐकेंदरे आतन तायि कायिले बिदिद्दाळे ।
रहीम बहुत दुःखी है क्योंकि उसकी माँ बीमार है ।

■ ಹೀಗೆ–ಅದರಂತೆ / **हीगे- अदरंते** **सो** **(such)**

ಒಂದು ವಿಷಯವನ್ನು ಪ್ರತ್ಯೇಕಿಸಿ ತಿಳಿಸುತ್ತದೆ.

एक विषय को अलग-अलग तरीके से बताते हैं ।

उदा : ನೋಡಿದೆನು, ಮಾಡಿದೆನು, ಗಳಿಸಿದೆನು

नोडिदेनु, माडिदेनु, गळिसिदेनु.

देखा हुआ, किया हुआ, कमाया हुआ

ನಾನು ಇಲ್ಲಿಯವರೆಗೆ ಏನನ್ನು ಗಳಿಸಿದ್ದೆನೋ ಅದನ್ನು ಸಂಪೂರ್ಣ ಖರ್ಚು ಮಾಡಿದ್ದೇನೆ.
नानु इल्लियवरेगे एनन्नु गळिसिद्देनो अदन्नु संपूर्ण खर्चु माडिद्देने ।
मैंने जो भी अब तक कमाया वह पूरा खर्च कर दिया ।

ನೀವು ಏನು ಮಾಡಿದಿರೋ, ಅದು ಸರಿ ಇದೆ.
नीवु एनु माडिदिरो, अदु सरि इदे ।
आपने जो किया वह सही है ।

■ **ಅಂತಹ, ಅದೇ ಬಗೆಯ, ಅಂತೆ, ಹಾಗೆ /अंतह, अदे बगेय, अंते, हागे/ सा (Like)**

ಇದು ಸರ್ವಸಾಧಾರಣಶಬ್ದ. ವ್ಯಾವಹಾರಿಕ ಜೀವನದಲ್ಲಿ, ಕವಿತೆಗಳಲ್ಲಿ, ಸಿನೆಮಾದ ಗೀತೆಗಳಲ್ಲಿ ಬಳಸಲ್ಪಡುತ್ತದೆ.
यह शब्द सर्वसाधारण से शब्द कोष में और किताबों में नहीं दिखते हैं । लेकिन लोगों के व्यावहारिक जीवन में, कविता में और सिनेमा के गीतों में ज्यादा दिखते हैं ।

उदा :	ನಿನ್ನಂಥವರು ಬೇರೆ ಯಾರೂ ಇಲ್ಲ.	ನನ್ನಂಥ ಹುಚ್ಚರು ಯಾರೂ ಇಲ್ಲ.
	निन्नंथवरु बेरे यारू इल्ल ।	नन्नंथ हुच्चरु यारू इल्ल ।
	कोई तुम सा नहीं रहता ।	दीवाना मुझसा नहीं ।

6. ಸಂಬಂಧ ಸೂಚಕ सम्बन्ध सूचक (Preposition) : ನಾಮಪದ ಇಲ್ಲವೇ ಸರ್ವನಾಮದ ಜತೆಗೂಡಿ ಇರುತ್ತಲೇ ಆ ವಾಕ್ಯದಲ್ಲಿನ ಬೇರೆ ಶಬ್ದಗಳ ಜತೆಗಿನ ಸಂಬಂಧವನ್ನು ಸೂಚಿಸುತ್ತದೆ.
संज्ञा या सर्वनाम से मिल के रहते हुए उनके वाक्य में है सो दूसरा शब्दों से सम्बन्ध सूचित है ।

उदा : को से की में पर

ಬೆಕ್ಕು ಕೊಠಡಿಯಲ್ಲಿದೆ. बेक्कु कोठडियल्लिदे । बिल्ली कमरे में है ।

ಹೈದರಾಬಾದ್‌ನಿಂದ ಮುಂಬಯಿ ಎಷ್ಟು ದೂರದಲ್ಲಿದೆ?
हैदराबाद्‌निंद मुंबयि एष्टु दूरदल्लिदे ?
हैदराबाद से मुम्बाई कित्तना दूर है ।

ಇದರಲ್ಲಿ ಎರಡು ವಿಧ. ಅವು : यह सम्बन्ध सूचक के दो भेद है वे :

1. ಸಂಬಂಧ ಸೂಚಕ संबंध सूचक 2. ಅನುಬಂಧ ಸೂಚಕ अनुबंध सूचक

1. ಸಂಬಂಧ ಸೂಚಕ संबंध सूचक **:** ಇದು ಸಂಬಂಧವನ್ನು ಸೂಚಿಸುವವಾಕ್ಯಗಳಲ್ಲಿಬರುತ್ತದೆ. ನಾಮಪದ, ಸರ್ವನಾಮದ ವಿಭಕ್ತಿಯ ಬಳಿಕ ಬರುತ್ತದೆ.

यह सम्बन्ध वाले वाक्यों में आता है। ये सम्बन्ध बोधक, अव्ययों, संज्ञा और सर्वनाम के विभक्ति के बाद आते है।

उदा : ನಾನು ನಿಮ್ಮ ಹತ್ತಿರದ ಸಂಬಂಧಿ
ननु निम्म हत्तिरद संबंधि ।
मैं आप का करीबी रिश्तेदार हूँ।

ನೀವು ನಮ್ಮ ಮನೆ ಕಡೆಗೆ ಬರುತ್ತಿದ್ದೀರಿ.
नीवु नम्म मने कडेगे बरुत्तिद्दीरि ।
तुम मेरे घर की ओर आ रहे हो ।

ಕೆಲವು ಸಂಬಂಧ ಸೂಚಕಗಳು / केलवु संबंध सूचकाळु / कुछ संबंध सूचक

1.	ನಂತರ	.....	नंतर	.....	के बाद
2.	ಮೊದಲಿಗೆ	.....	मोदलिगे	.....	के पहले
3.	ಮೇಲೆ	.....	मेले	.....	के ऊपर
4.	ಕೆಳಗೆ	.....	केळगे	.....	के नीचे
5.	ಹತ್ತಿರ	.....	हत्तिर	.....	के पास
6.	ದೂರ	.....	दूर	.....	के दूर
7.	ಕೆಳಗೆ	.....	केळगे	.....	के अंदर
8.	ಹೊರಗೆ	.....	होरगे	.....	के बाहर
9.	ಕೆಳಗೆ	.....	केळगे	.....	के पीछे
10.	ಬಗ್ಗೆ	.....	बग्गे	.....	के बारे में
11.	ಎದುರು	.....	एदुरु	.....	के सामने
12.	ಜತೆಗೆ	.....	जतेगे	.....	के साथ

13. ಕಡೆಗೆ / ರೀತಿ ..... कडेगे / रीति ..... के ओर / के तरफ

14. ಹೊರತುಪಡಿಸಿ ..... होरतुपडिसि ..... के अलावा

15. ಜಾಗ ..... जाग ..... के जगह

16. 'ಗಾಗಿ' (ನನಗಾಗಿ, ನಿಮಗಾಗಿ ಇತ್ಯಾದಿ) 'गागि' ..... के लिए

17. ಹೊರತಾಗಿ ..... होरतागि ..... के सिवा

18. ರೀತಿ ..... रीति ..... के तरह

19. ಇಲ್ಲಿ ..... इल्लि ..... के यहाँ

2. **ಅನುಬಂಧ ಸೂಚಕ (अनुबंधक सूचक)** : यह कर्ता से है सो अनुबंध बताती है।

ಇಲ್ಲಿ ಕರ್ತೃವೇ **ಅನುಬಂಧವನ್ನು** ಹೇಳುತ್ತಾನೆ.

उदा : ನಾನು 11 ಗಂಟೆ ತನಕ ಇರುತ್ತೇನೆ.
नानु 11 गंटे तनक इरुत्तेने ।
मैं ग्यारह बजे तक रहता हूँ।

ನಾನು **ಭಾಸ್ಕರ್‌ಜಿ** ಜತೆಗೆ **ಬರುತ್ತೇನೆ.**
नानु भास्करजि जतेगे बरुत्तेने ।
मैं भास्करजी के साथ आता हूँ।

7. **ಸಮುಚ್ಚಯ ಸೂಚಕ – समुच्छय सूचक (conjunction) :** ಇಲ್ಲಿ 2 ಶಬ್ದ ಇಲ್ಲವೇ 2 ವಾಕ್ಯಗಳನ್ನು ಜೋಡಿಸಲಾಗುತ್ತದೆ.

यह दो शब्द या दो वाक्यों को जोड़ता है।

उदा :	ಮತ್ತು	मत्तु	और	ಇದಕ್ಕಾಗಿ	इदक्कागि	इसलिए
	ಅದಕ್ಕಾಗಿ	अदक्कागि	उसलिए			

ಇಲ್ಲವೇ	इल्लवे	वा	ಏಕೆಂದರೆ	एकेंदरे	क्योंकी
ಇಲ್ಲವೇ	इल्लवे	या	ಇದ್ದರೂ ಕೂಡ	इद्दरू कूड	यद्यपि
ಇಲ್ಲವೇ	ल्लिवे	अथवा	ಮತ್ತು	मत्तु	और/एवं/व
ಏನೆಂದರೆ	एनेंदरे	कि	ಅಂದರೆ	अंदरे	पर
ಇದ್ದಿದ್ದರೆ	इद्दिद्दरे	तो	ಅಂದರೆ	अंदरे	परंतु
ಅಂದರೆ	अंदरे	किन्तु	ಅಂದರೆ	अंदरे	माने

उदा : ಕೇಶವ ಇಲ್ಲವೇ ರಾಜೇಶ ಮಾಡುತ್ತಾನೆ. केशवइल्लवे राजेश माडुत्ताने । केशव या राजेश करते है ।

ನೀನು ಇಲ್ಲವೇ ನಾನು ಹೋಗಬೇಕಾಗುತ್ತದೆ. नीनु इल्लवे नानु होगबेकागुत्तदे । तुम्हें या मुझे जाना है ।

■ ಏಕೆಂದರೆ / एकेंदरे / के (Because)

ಇದನ್ನು ಸಾಮಾನ್ಯ ಅರ್ಥದಲ್ಲಿ ವಿಭಕ್ತಿರೂಪದಲ್ಲಿ (ಕಾ, of) ಎಂದು, ವ್ಯಾವಹಾರಿಕ ಭಾಷೆಯಲ್ಲಿ ಮತ್ತು ಕಾವ್ಯದಲ್ಲಿ ಸಹಾಯಕ ಪದವಾಗಿ '**ಕಿಸ್‌ಲಿಯೆ**' ಎಂದು **ಬಳಕೆಯಾಗುತ್ತದೆ.**

यह शब्द को सामान्य अर्थ में मतलब विभक्ति के लिये तो 'का' of लेकिन हिन्दी व्यावहारिक भाषा में और कविता में यह एक सहायक शब्द (Helping Word) जैसा होता है और किसलिए अर्थ में प्रयोग होता है ।

उदा : ಏಕೆಂದರೆ ನಿನ್ನನ್ನು ನನಗಾಗಿ ಎಂದೇ ಮಾಡಲಾಗಿದೆ.
एकेंदरे निन्नन्नु ननगागि एंदे माडलागिदे ।
के जैसे तुझको बनाया गया है मेरे लिए ।

ಏಕೆಂದರೆ ಈ ಶರೀರ, ಈ ನೋಟ ನನಗಾಗೇ ಮಾಡಲಾಗಿದೆ.
एकेंदर् ई शरीर, ई नोट ननगागे माडलागिदे ।
के ये बदन ये निगाहें मेरी अमानत है ।

■ ಹೊರತುಪಡಿಸಿ / होरतुपडिसि / के सिवा (Except)

ಕೆಲಸವನ್ನು ನಿರ್ದಿಷ್ಟ ವ್ಯಕ್ತಿ ಬಿಟ್ಟು ಬೇರೆಯವರು ಮಾಡಲಾಗದಿದ್ದರೆ, ಈ ಪದ **ಬಳಕೆಯಾಗುತ್ತದೆ.**

यह उस व्यक्ति के बिना कोई यह काम नहीं कर सकता है के अर्थ में आती है ।

उदा : ಅವನನ್ನು ಹೊರತುಪಡಿಸಿ ಬೇರೆಯವರು ಆ ಕೆಲಸ ಮಾಡಲು ಸಾಧ್ಯವಿಲ್ಲ.
अवनन्नु होरतुपडिसि बेरेयवरु आ केलस माडलु साध्यविल्ल ।
उनके सिवा यह काम कोई नहीं कर सकता है ।

■ ಇಲ್ಲದಿದ್ದರೆ / इल्लदिद्दर / के बिना

ಪ್ರತ್ಯೇಕ ವ್ಯಕ್ತಿ ಇಲ್ಲವೇ ವಸ್ತು ಇಲ್ಲದಿದ್ದರೆ ಕೆಲಸ ಆಗದಿರುವ ಸಂದರ್ಭದಲ್ಲಿ ಬಳಸ**ಲಾಗುತ್ತದೆ.**

यह एक प्रत्येक आदमी या वस्तु नही तो फलाना काम नहीं होता है जैसे संदर्भ में आती है ।

उदा : **ರಾಜೇಶ್** ಸಕ್ಕರೆ ಇಲ್ಲದೆ ಹಾಲು ಕುಡಿಯುವುದಿಲ್ಲ.
राजेश सक्करे इल्लदे हालु कुडियुवुदिल्ल ।
राजेश शक्कर के बिना दूध नहीं पीता है ।

■ **ಅಲ್ಲದೆ / अल्लदे / के अलावा (Besides)**

ಒಬ್ಬ ವ್ಯಕ್ತಿ ಇಲ್ಲವೇ ವಸ್ತುವಿನ ಕೆಲಸವನ್ನು ಇನ್ನೊಬ್ಬ ವ್ಯಕ್ತಿ ಇಲ್ಲವೇ ವಸ್ತುವೂ ಮಾಡಬಹುದಾದರೆ ಅದರ ಬಗ್ಗೆ ಹೇಳುತ್ತದೆ. ಇಬ್ಬರು ವ್ಯಕ್ತಿಗಳ ನಡುವಿನ ಸಂಬಂಧವನ್ನು ತಿಳಿಸುತ್ತದೆ.

यह एक आदमी या एक वस्तु के बदले दूसरा आदमी या वस्तु से भी काम होता है यह काम के बारे में बताती है। और दो व्यक्तियों के परस्पर सम्बन्ध भी बताती है।

उदा : ಸಿಕಂದರಾಬಾದ್‌ನಲ್ಲಿ ಅಲ್ಲದೆ ಹೈದರಾಬಾದ್‌ನಲ್ಲೂ ಇಂಥದ್ದೇ ಕಟ್ಟಡ ಇದೆ.

सिकंदराबाद्नल्लि अल्लदे हैदराबाद्नल्लू इंथद्दे कट्टड इदे ।

सिकन्दराबाद के अलावा हैदराबाद में भी ऐसा भवन है ।

सूचना : ಕೆ ಅಲಾವಾ, ಕೆಸಿವಾ ಮತ್ತಿತರ **ಶಬ್ದಗಳು** ನಾಮಪದ ಮತ್ತು ಸರ್ವನಾಮದ ಮೊದಲು **ಬರುವುದೂ** ಇದೆ.

केसिवा, के अलावा वगैरह शब्द संज्ञा और सर्वनाम के पहले भी आते हैं ।

उदा : ಶಸ್ತ್ರಕ್ರಿಯೆ ಮಾಡದೆ ಅದು ಸರಿಯಾಗದು.

शस्त्रक्रिये माडदे अदु सरियागदु ।

बिना आपरेशन के वह ठीक नहीं होगा ।

ಅವನನ್ನು ಬಿಟ್ಟರೆ ಆ ಕೆಲಸ ಯಾರು ಮಾಡುತ್ತಾರೆ ?

अवनन्नु बिट्टरे आ केलस यारु माडुत्तारे ?

सिवा उनके वह काम कौन करेंगे ?

8. ವಿಸ್ಮಯಾದಿ ಬೋಧಕ– विस्मयादि बोधक (Interjection) : ಶೋಕ, ಹರ್ಷ, ವಿಸ್ಮಯ, ಗುಣ ಮತ್ತಿತರ ಭಾವನೆಗಳನ್ನು ಪ್ರಕಟಗೊಳಿಸುತ್ತದೆ.

यह वाक्य शोक, हर्ष, विस्मय, घृणा आदि मन के विभिन्न भाव प्रकट करती है ।

उदा : शबाष (ಶಹಭಾಷ್), हाय (ಹಾಯ್), अहो (ಅಹೋ), बापरे (ಬಾಪ್‌ರೆ).

यह विस्मयादिबोधक के पाँच भेद है । वे : ಇದರಲ್ಲಿ 5 ವಿಧ.

1. हर्ष बोधक **ಹರ್ಷ ಬೋಧಕ** : ಹರ್ಷ-ಸಂತಸವನ್ನು ಸೂಚಿಸುತ್ತದೆ. यह हर्ष प्रकट करती है ।

उदा : अहा (ಅಹಾ) शबाश (ಶಭಾಷ್), अच्छा है (ಚೆನ್ನಾಗಿದೆ)

2. शोक बोधक **ಶೋಕ ಬೋಧಕ**: ದುಃಖವನ್ನು ಪ್ರಕಟಿಸುತ್ತದೆ. यह दुःख प्रकट करती है ।

उदा : हाय (ಹಾಯ್), अय्यो (ಅಯ್ಯೋ), हे राम (ಹೇರಾಮ್), अय्यो रामा (ಅಯ್ಯೋರಾಮ)

3. **ಆಶ್ಚರ್ಯ ಬೋಧಕ** (आश्चर्य बोधक) : ಆಶ್ಚರ್ಯವನ್ನು ಪ್ರಕಟಿಸುತ್ತದೆ.यह आश्चर्य प्रकट करती है ।

ಉದಾ : ಚೆನ್ನಾಗಿದೆ	चेन्नागिदे	अच्छा है
ಹಾಗೆಯೇ ಆಗಲಿ	हागेये आगलि	जी हाँ
ಸರಿ	सरि	ठीक है

4. **ತಿರಸ್ಕಾರ ಬೋಧಕ** (तिरस्कार बोधक) : ತಿರಸ್ಕಾರ ಭಾವವನ್ನು ಪ್ರಕಟಿಸುತ್ತದೆ.
यह तिरस्कार प्रकट करती है ।

ಉದಾ : ಛಿ	छी	छी
ಅರೆ	अरे	अरे
ಚುಪ್	चुप्	चुप
ತೊಲಗು	तोलगु	हट

5. **ಸಂಬೋಧಕ ಬೋಧಕ (संबोधक बोधक)** : यह सम्बोधन बताती है ।

ಉದಾ:	अरे	ಅರೆ
	ओ	ಓ

5

ಶಬ್ದ ನಿರ್ಮಾಣ ಮತ್ತು ಪದ ವಿಭಜನೆ
शब्द निर्माण मत्तु पद विभजने / शब्द निर्माण और शब्द विभाजन
(Word building and division of words)

ನಿರ್ಮಾಣದ ಅನುಸಾರ ಶಬ್ದದಲ್ಲಿ 3 ಭೇದಗಳಿವೆ.

निर्माण के अनुसार शब्दों के तीन भेद हैं ।

1. रूढ़ि (ರೂಢಿ)   2. यौगिक (ಯೌಗಿಕ್)   3. योग रूढ़ि (ಯೋಗರೂಢಿ)

1. रूढ़ि ರೂಢಿ : ಈ ಶಬ್ದಗಳನ್ನು ವಿಭಜಿಸಿದರೆ, ಅವು ಯಾವುದೇ ಅರ್ಥ ಉಳಿಸಿಕೊಳ್ಳುವುದಿಲ್ಲ.

इन शब्दों के विभाजन करे तो उनमें कोई अर्थ नहीं रहता है ।

उदा :	ಮನುಷ್ಯ	मनुष्य	आदमी
	ಬೆಕ್ಕಿನ ಮರಿ	बेक्किन मरि	बिल्ली
	ಕುರ್ಚಿ	कुर्चि	कुर्सी
	ಮಹಿಳೆ	महिळे	औरत

2. यौगिक ಯೋಗಿಕ್ : ಎರಡು ಇಲ್ಲವೇ ಹೆಚ್ಚು ಪದಗಳಿಂದ ಆಗುತ್ತದೆ.

दो और उस से ज्यादा शब्दों से बनते है ।

उदा : कार्यदर्शी - कार्यदर्शी - ಕಾರ್ಯದರ್ಶಿ, रसोईघर - मने - ಮನೆ

3. योग रूढ़ि ಯೋಗರೂಢಿ: ಇದು ಎರಡು ಇಲ್ಲವೇ ಹಲವು ಶಬ್ದಗಳಿಂದ ರೂಪಿತವಾಗಿರುತ್ತದೆ. ಆದರೆ, ಸಾಧಾರಣ ಅರ್ಥದ ಬದಲು ವಿಶೇಷ ಅರ್ಥ ನೀಡುತ್ತದೆ.

ये भी यौगिक शब्द जैसा दो और उस से ज्यादा शब्द से या शब्दांश से बन जाते है ।

लेकिन ये साधारण अर्थ के बदले विशेष अर्थ प्रकट करते है ।

उदा : चतुरमुख - ಚತುರ್ಮುಖ - साधारण अर्थ में चार मुँह है सो वाला । लेकिन विशेष अर्थ में ब्रह्मदेव । ಸಾಧಾರಣ ಅರ್ಥ ನಾಲ್ಕು ಮುಖದವ, ವಿಶೇಷ ಅರ್ಥ–ಬ್ರಹ್ಮದೇವ.

वायुनन्दन - ವಾಯುನಂದನ - ಸಾಧಾರಣ ಅರ್ಥ ಗಾಳಿಯ ಮಗ. ವಿಶೇಷ ಅರ್ಥ ಹನುಮಾನ್.

साधारण अर्थ में हवा का पुत्र । लेकिन विशेषार्थ में हनुमान ।

6

ವಾಕ್ಯಗಳು - वाक्यगळु - वाक्य (Sentences)

1. ಸಂಪೂರ್ಣ ಅರ್ಥವನ್ನು ಕೊಡುವ ಶಬ್ದಗಳ ಸಮೂಹವೇ 'ವಾಕ್ಯ'.

पूरा अर्थ देनेवाली शब्द समूह को 'वाक्य' कहते है ।

उदा : ನಾನು ಆಟವಾಡುತ್ತಿದ್ದೇನೆ.	नानु आटवाडुत्तिद्देने ।	मैं खेलता हूँ ।
ನೀನು ಯಾರು ?	नीनु यारु ?	तुम कौन हो ?
ಹಸು ಹಾಲು ಕೊಡುತ್ತದೆ.	हसु हालु कोडुत्तदे ।	गाय दूध देती है ।
ನಾವು ಕೆಲಸ ಮಾಡುತ್ತಿದ್ದೇವೆ.	नावु केलस माडुत्तिद्देवे ।	हम काम करते है ।

2. ಸಾಧಾರಣ ವಾಕ್ಯವೊಂದರಲ್ಲಿ ಕರ್ತೃ, ಕರ್ಮ ಮತ್ತು ಕ್ರಿಯೆ ಇರುತ್ತದೆ. ಕರ್ತೃ (ಕೆಲಸಮಾಡುವವನು), ಕರ್ಮ (ಕೆಲಸದ ಫಲ ಪಡೆಯುವವ) ಮತ್ತು ಕ್ರಿಯೆ (ಕೆಲಸ).

सर्व साधारण से वाक्य निर्माण में कर्ता, कर्मा, क्रिया रहते है ।

कर्ता ಕರ್ತೃ केलस माड्डवव (ಕೆಲಸಮಾಡುವವ) (काम करनेवाला) कर्मा ಕರ್ಮ केलसद फल पडेयुवव (ಕೆಲಸದಫಲ ಪಡೆಯುವವ) (काम का फल पानेवाला) और क्रिया ಕ್ರಿಯೆ केलस (ಕೆಲಸ) काम.

उदा : ಹಸು ಹಾಲು ಕೊಡುತ್ತದೆ.	हसु हालु कोडुत्तदे ।	गाय दूध देती है ।

ಈ ವಾಕ್ಯದಲ್ಲಿ ಹಸು (ಕರ್ತೃ), ನೀಡು (ಕ್ರಿಯೆ) ಮತ್ತು ಹಾಲು (ಕರ್ಮ).

इस वाक्य में गाय (कर्ता) देती (क्रिया) दूध (कर्मा) दिया गया

3. 'ಕರ್ಮಪದ' ವಿಲ್ಲದೆಯೂ ವಾಕ್ಯ ರಚನೆ ಸಾಧ್ಯವಿದೆ.

बिना कर्म के भी वाक्य रहता है ।

ಸೌಮ್ಯ ಆಟವಾಡುತ್ತಿದ್ದಾಳೆ.	सौम्या आटवाडुत्तिद्दाळे ।	सौम्या खेलती है ।

ಈ ವಾಕ್ಯದಲ್ಲಿ ಕರ್ತೃ ಸೌಮ್ಯ, ಕ್ರಿಯೆ (ಆಟ), ಕರ್ಮ (ಏನು ಆಟ, ಏಕೆ ಆಟವಾಡುತ್ತಿದ್ದಾಳೆ, ಹೇಗೆ ಆಟವಾಡುತ್ತಿದ್ದಾಳೆ, ಎಲ್ಲಿ ಆಟ ಆಡುತ್ತಿದ್ದಾಳೆ ಎಂಬ ಮಾಹಿತಿ ಇಲ್ಲ).

इस वाक्य में कर्ता सौम्या, क्रिया खेलती है । लेकिन कर्म (क्या खेलती है, क्यों खेलती है, कैसे खेलती है ।)

ನಾವು ಓದುತ್ತಿದ್ದೇವೆ.	नावु ओदुत्तिद्देवे ।	हम पढ़ते हैं ।
ಹಾಲು ಬೆಳ್ಳಗಿದೆ.	हालु बेळ्ळगिदे ।	दूध सफेद है ।
ನಮ್ಮ ದೇಶ ಸುಂದರವಾಗಿದೆ.	नम्म देश सुंदरवागिदे ।	हमारा देश सुंदर है ।

4. ವಿಲೋಮ ಅರ್ಥ ನೀಡುವ ವಾಕ್ಯದಲ್ಲಿ ಕ್ರಿಯೆಗೆ ಮುನ್ನ 'ಇಲ್ಲ' ಎಂಬ ಪದ **ಬರುತ್ತದೆ.**

विलोम अर्थ देने वाले वाक्यों में क्रिया के पहले नहीं शब्द आते है ।

ನಾನು ಮನೆಗೆ ಹೋಗುವುದಿಲ್ಲ. नानु मनेगे होगुवुदिल्ल । मै घर नही जाता / जाती हूँ ।

ನೀನು ಆಟವಾಡುವುದಿಲ್ಲ. नीनु आटवाडुवुदिल्ल । तुम नहीं खेलती / खेलते हो ।

ವಾಕ್ಯದಲ್ಲಿ ಮೂರು ವಿಧ. वाक्य तीन प्रकार के होते है । वे सरल वाक्य (ಸರಳ ವಾಕ್ಯ - Simple Sentence), मिश्रित वाक्य (ಸಂಕೀರ್ಣ ವಾಕ್ಯ- Complex Sentence) और संयुक्त वाक्य (ಸಂಯುಕ್ತ ವಾಕ್ಯ-Compound Sentence).

1. **ಸರಳ ವಾಕ್ಯ सरल वाक्य :** ಒಬ್ಬ ಕರ್ತೃ ಮತ್ತು ಒಂದು ಕ್ರಿಯೆ ಇರುವ ವಾಕ್ಯವೇ ಸರಳ ವಾಕ್ಯ.

एक कर्ता और एक क्रिया जिस वाक्य में है उसे सरल वाक्य (Simple Sentence) कहते है ।

उदा : **ಕಲ್ಯಾಣ್** ಕೆಲಸ ಮಾಡುತ್ತಿದ್ದಾನೆ. कल्याण् केलस माडुत्तिद्दाने । कल्याण काम करता है ।

2. **ಸಂಕೀರ್ಣ ವಾಕ್ಯ मिश्रित वाक्य :** ಒಂದು ಪೂರ್ಣವಾಕ್ಯ ಮತ್ತು ಅದರ ಆಧಾರದ ಮೇಲೆ ಒಂದು ಅಥವಾ 2 ಅಂಶದ ಪೂರ್ಣವಾಕ್ಯವಿದ್ದರೆ, ಅದು ಸಂಕೀರ್ಣ ವಾಕ್ಯ.

एक संपूर्ण वाक्य और उसके आधार पर एक या दो अंश पूर्ण वाक्य जिस वाक्य में हों उसे मिश्रित वाक्य (Complex Sentence) कहते हैं ।

उदा : ನನಗೆ ತಲೆ ನೋಯುತ್ತಿದೆ. ಹೀಗಾಗಿ ಕಚೇರಿಗೆ ಬರಲು ಸಾಧ್ಯವಿಲ್ಲ.
ननगे तले नोयुत्तिदे । हीगागि कचेरिगे बरलु साध्यविल्ल ।
मुझे सिर दर्द हो रहा है । इसलिए मैं दफ्तर नहीं आ सकता हूँ ।

ಶ್ರೀಮತಿ ಹೇಳಿದಳು, ಸುದರ್ಶನ ಉತ್ತಮ ಗಾಯಕ.
श्रीमति हेळिदळु, सुदर्शन उत्तम गायक ।
श्रीलक्ष्मी ने कहा कि सुदर्शन अच्छा गायक है ।

3. ಸಂಯುಕ್ತ ವಾಕ್ಯ संयुक्त वाक्य : ಎರಡು ಅಥವಾ ಅದಕ್ಕಿಂತ ಹೆಚ್ಚು ಸರಳ ವಾಕ್ಯಗಳು ಸೇರಿಕೊಂಡು ಆಗುವ ವಾಕ್ಯವೇ ಸಂಯುಕ್ತ ವಾಕ್ಯ.

दो और उस से ज्यादा सरल वाक्य मिला कर जो वाक्य होता है उसे संयुक्त वाक्य (Compound Sentence) कहते है ।

उदा : ನಾನು ಪಂಡರಾಪುರಕ್ಕೆ ಹೋಗುತ್ತೇನೆ, ಆದರೆ ಊಟ ಮಾಡಿಕೊಂಡು ಹೋಗುತ್ತೇನೆ.
नानु पंडरापुरक्के होगुत्तेने, आदरे ऊट माडिकोंडु होगुत्तेने ।
मैं पंडरापुरम जाऊँगा लेकिन खाना खाकर जाऊँगा ।

ವಾಕ್ಯ ಪ್ರಯೋಗ

ವಾಕ್ಯದಲ್ಲಿ ಕರ್ತೃ, ಕರ್ಮ, ಕ್ರಿಯೆಯ ಜತೆಗೆ ವಿಶೇಷಣ, ಅವ್ಯಯ, ಸರ್ವನಾಮ, ಕ್ರಿಯಾ ವಿಶೇಷಣ, ಕ್ರಿಯಾಪದ ಕೂಡಾ ಇರಬಹುದು.

वाक्यो मे क्रिया, कर्त और कर्म के साथ विशेषण, अव्यय, सर्वनाम, क्रियाविशेषण भी आ सकते है ।

ವಾಕ್ಯದ ವಿಭಾಗಗಳು

(ಅ) ನಿಷೇಧಾರ್ಥಕ ವಾಕ್ಯ (निषेधार्थक वाक्य)

ಕನ್ನಡದಲ್ಲಿ ಇಲ್ಲ, ಅಲ್ಲ, ಬೇಡ, ಕೂಡದು, ಆಗದು, ನೀಗದು, ಒಲ್ಲೆ, ಬಾರದು ಮತ್ತು ಹಿಂದಿಯಲ್ಲಿ **ಮತ್**, ನಹೀಂ, ನ ಪದಗಳು **ಬಳಕೆ** ಆಗುತ್ತವೆ.

कन्नड मे इल्ल, अल्ल, बेड, कूडदु, आगदु, नीगदु, ओल्ले, बारदु आदि प्रत्यय आते है । हिन्दी मे मत्, न, नही बगौस शब्द आते है ।

ಉದಾ : ನೀನು ಮಾವಿನ ಹಣ್ಣು ತಿನ್ನಬೇಡ.
नीनु माविन हण्णु तिन्नबेड ।
तुम आम को मत खाना ।
ನನ್ನ ಹೆಸರು ನರೇಶ ಅಲ್ಲ.
नन्न हेसरु नरेश अल्ल ।
मेर नाम नरेश नही है ।

(ಆ) ಆಜ್ಞಾರ್ಥಕ ವಾಕ್ಯ – आज्ञार्थक वाक्य

ಆಜ್ಞೆ ಮಾಡುವಾಗ **ಬಳಕೆಯಾಗುತ್ತದೆ.**

अज्ञा के लिए उपयोग होती है ।

ಮಂದಿರಕ್ಕೆ ಹೋಗಿ ಪ್ರಸಾದ ತೆಗೆದುಕೊಂಡು ಬಾ.
मंदिरक्के होगि प्रसाद तेगेदुकोंडु बा ।
मंदिर जाकर प्रसाद ले आओ ।
ಇಂದು ಸಂಜೆಯೊಳಗೆ ಈ ಕೆಲಸ ಮುಗಿಸು
इन्दु संजेयोळगे ई केलस मुगिसु ।
आज शामतक इस काम पूरा करो ।

(ಇ) ಪ್ರಶ್ನಾರ್ಥಕ ವಾಕ್ಯ – प्रश्नार्थक वाक्य

ಪ್ರಶ್ನೆಯನ್ನು ಕೇಳಲು **ಬಳಕೆ** ಆಗುತ್ತದೆ. ಯಾರು, ಏನು, ಏಕೆ, ಹೇಗೆ, ಯಾವುದು ಇತ್ಯಾದಿ.

प्रश्न पूछने के लिये प्रसनार्थक वाक्य की इस्तेमाल होती है । व्यो, क्या, कौन, कैसे शब्द आते है ।

ಉದಾ :	ನಿನ್ನ ಹೆಸರೇನು ?	निन्न हेसरेनु ?	तुम्हार नाम क्या है ?
	ನೀವು ಎಲ್ಲಿ ಇರುತ್ತೀರಿ ?	निवु एल्लि इरुत्तीरि ?	आप कहा रहते है ?
	ಇಲ್ಲಿ ಎಷ್ಟು ಜನ ಇದ್ದಾರೆ ?	इल्लि एष्टु जन इद्दारे ?	इदर कितने लोग है ?

(4) **ಕರ್ತರಿ ಪ್ರಯೋಗದ ವಾಕ್ಯಗಳು – कर्तरि प्रयोगद वाक्यगळु**

ಇದರಲ್ಲಿ ಕರ್ತೃ ಪ್ರಧಾನವಾಗಿದ್ದು, ವಾಕ್ಯದ ಮುಖ್ಯ ಉದ್ದೇಶ ಆಗಿರುತ್ತಾನೆ.

इस वाक्य मे कर्त की प्रधानता और वह वाक्य कि उद्देश्य होता है ।

ಉದಾ : ನಾನು ಮಾವಿನ ಹಣ್ಣು ತಿನ್ನುತ್ತೇನೆ.

नानु माविन हण्णु तिन्नुत्तेने ।

मै आम खाता हूँ ।

ನಾವು ಭಾರತದ ಪ್ರವಾಸ ಮಾಡಲು **ಬಯಸುತ್ತೇವೆ.**

नावु भारतद प्रवास माडलु बयसुत्तेवे ।

हम भाारत कि सैर करना चाहते है ।

(5) **ಕರ್ಮಣಿ ಪ್ರಯೋಗ – कर्मणि प्रायोग**

ಕರ್ಮ ಪ್ರಧಾನವಾಗಿರುವ ಹಾಗೂ ಮುಖ್ಯ ಉದ್ದೇಶ ಆಗಿರುವ ವಾಕ್ಯ.

कर्म की प्रधानता और वाक्य कि उद्देश भी होता है ।

ಉದಾ : ಸೀತೆಯಿಂದ ಹಾಡು ಹಾಡಲ್ಪಡುತ್ತದೆ.

सीतेयींद हाडु हाडल्पडुत्तदे ।

सीता से गाना गाया जाता है ।

ದೇಶ ಸೈನಿಕರಿಂದ ರಕ್ಷಿಸಲ್ಪಡುತ್ತದೆ.

देश सैनिकरिंद रक्षीसल्पडुत्तदे ।

सैनिकों से देश रक्षा किया जाता है ।

(6) **ಭಾವ ಪ್ರಯೋಗದ ವಾಕ್ಯಗಳು – भाव प्रयोगद वाक्यगळु**

ಈ ವಾಕ್ಯಗಳಲ್ಲಿ ಭಾವವು ಪ್ರಾಧಾನ್ಯತೆ ಪಡೆದಿರುತ್ತದೆ.

इस वाक्यो मे भावकी प्रधानता होती है ।

ಉದಾ : ಈ ಮನೆಯಲ್ಲಿ ಇರಲು ಆಗುವುದಿಲ್ಲ.

ई मनेयल्लि इरलु आगुवुदिल्ल ।

इस घर मे रहा नही जाता है ।

ಕಾಯಿಲೆ ಇದ್ದಾಗ ಕೆಲಸ ಮಾಡಲು ಆಗುವುದಿಲ್ಲ.

काइले इद्दाग केलस माडलु आगुवुदिल्ल ।

भीमारी मे काम किया नही जाता है ।

7

ಕಂಠಧ್ವನಿ - कंठध्वनि - वाच्य (Voice)

ಒಂದು ವಾಕ್ಯದಲ್ಲಿ ಕರ್ತೃ, ಕರ್ಮ ಮತ್ತು ಕ್ರಿಯೆ ಇರುತ್ತದೆ. ಜತೆಗೆ, ಅರ್ಥ ಇಲ್ಲವೇ ಭಾವವೂ ಕ್ರಿಯಾರೂಪಕ್ಕೆ ಅನುಗುಣವಾಗಿ ಇರುತ್ತದೆ. ಇದೇ ವಾಗರ್ಥ.

हर वाक्य में कर्ता (ಕರ್ತೃ subject), कर्म (ಕರ್ಮ object), क्रिया (ಕ್ರಿಯೆ verb) रहते हैं । और हर वाक्य में अर्थ या भाव रहता है । इसे वाच्य वाक् + अर्थ - Voice कहते है ।

क्रिया रूप के अनुसार वाच्य के तीन भेद है । वे :

1. **ಕರ್ತೃ ವಾಗರ್ಥ कर्तृ वागर्थ** (Active Voice) : ಇದರಲ್ಲಿ ಕರ್ತೃವಿನ ಬಗ್ಗೆ ಗೊತ್ತಾಗುತ್ತದೆ.

   इसमें कर्ता के बारे में मतलब काम करनेवाला के बारे में बता जाती है ।

   उदा : ನರಸಿಂಹರಾವ್ ಒಂದು ಕತೆ ಬರೆಯುತ್ತಿದ್ದಾರೆ.

   नरसिंहराव् ओंदु कते बरेयुत्तिद्दारे ।

   नरसिंह राव एक खत लिख रहा है ।

   ನಾನು ಮಹಾಭಾರತ ಓದುತ್ತಿದ್ದೇನೆ.

   नानु महाभारत ओदुत्तिद्देने ।

   मैं महाभारत पढ़ रहा हूँ ।

2. **ಕರ್ಮ ವಾಗರ್ಥ कर्म वागर्थ** (Passive Voice) : ಇದು ಕರ್ಮದ ಬಗ್ಗೆ ಅಂದರೆ ಕರ್ತೃ ಮಾಡಿದ ಕೆಲಸದ ಫಲವನ್ನು ಪಡೆಯುವವನ ಬಗ್ಗೆ ಹೇಳುತ್ತದೆ. 'ಸೆ' 'ಗಯಾ' 'ಗಯೀ' 'ಗಯೆ' ಬಂದಲ್ಲಿ ಕ್ರಿಯಾಶಬ್ದವು ಭೂತಕಾಲದಲ್ಲಿ ಇರುತ್ತದೆ.

   यह कर्म (object) के बारे में मतलब कर्ता के द्वारा किया हुआ काम का फल पाने वाले के बारे में बताता है । इसमें से और गया, गयी, गये जरूर आते हैं. क्रिया शब्द हमेशा भूतकाल में रहते है ।

   उदा : ರಾಮನ ಕೈಯಲ್ಲಿ ರಾವಣ ಸಾವು ಕಂಡ.

   रामन कैयल्हि रावण सावु कंड ।

   राम के हाथ से रावण मारा गया ।

   ಗೌರಿಯಿಂದ ಕೆಲಸ ಆಯಿತು.

   गौरियिंद केलस आयितु ।

   गौरी से काम किया गया ।

3. **ಭಾವ ವಾಗರ್ಥ भाव वागर्थ** (Impersonal Voice) : ಕರ್ತೃ ಇಲ್ಲವೇ ಕರ್ಮದ ಬದಲು ಭಾವವು ಪ್ರಧಾನತೆ ಗಳಿಸುತ್ತದೆ. ಅಕರ್ಮಕ ಕ್ರಿಯಾಪದಗಳ ಭಾವ ವಾಗರ್ಥದಲ್ಲಿಬದಲಾಗುತ್ತದೆ.

इसमें कर्ता या कर्म के बदले भाव को प्राधानता रहती है। अकर्मक क्रियायें (Intransitive Verbs) भाव वाच्य में बदलते हैं।

उदा : ನಾಯಿಗೆ ಓಡಲು ಸಾಧ್ಯವಿಲ್ಲ/ ಓಡಲಾರದು.

नायिगे ओडलु साध्यविल्ल / ओडलारदु ।

कुत्ता दौड़ नहीं सकता

ಇಲ್ಲಿ ಓಡುವುದು ಪ್ರಧಾನ ಅಂಶ.

कुत्ता दौड़ने का काम कर न सका। यहाँ यह कहने का मुख्य उद्देश्य है

ನಿನ್ನಿಂದ ಈ ಕೆಲಸ ಮಾಡಲು ಆಗುವುದಿಲ್ಲ.

निन्निंद ई केलस माडलु आगुवुदिल्ल ।

तुम से यह काम किया नहीं जाता ।

ಈ ವಾಕ್ಯದಲ್ಲಿ 'ಕೆಲಸ' ಪ್ರಧಾನ ಅಂಶ.

इस वाक्य में 'काम' प्रधान है।

8

ಉಪಸರ್ಗ **उपसर्ग** (Prefix)

ಒಂದು **ಶಬ್ದದ** ಮುಂದೆ **ಬಂದು ಶಬ್ದದ** ಅರ್ಥದಲ್ಲಿ ವಿಶೇಷತೆಯನ್ನು ತಂದುಕೊಡುವವಾಕ್ಯಾಂಶವೇ ಉಪಸರ್ಗ. ಇದು ಒಂದು, ಎರಡು ಇಲ್ಲವೇ ಮೂರು ಅಕ್ಷರಗಳನ್ನು ಹೊಂದಿರುತ್ತದೆ. ಹಿಂದಿಯಲ್ಲಿ ಸಂಸ್ಕೃತ, ಹಿಂದಿ, ಉರ್ದು ಭಾಷೆಯ ಉಪಸರ್ಗ **ಬಳಕೆಯಾಗುತ್ತದೆ.**

एक शब्द के आगे आकर शब्द का अर्थ में विशेषता लाने वाली वाक्यांश को उपसर्ग (Prefix) कहते है। ये एक, या दो या तीन अक्षर वाले हैं। हिन्दी भाषा में संस्कृत, हिन्दी, उर्दू भाषाओं के उपसर्ग पाये जाते है।

उदा :	उप + नाम	ಉಪನಾಮ	उपनाम
	उप + वन	ಉಪವನ	उपवन

ಕೆಲವು ಉದಾಹರಣೆಗಳನ್ನು ಪರಿಶೀಲಿಸೋಣ.

अब हम यहाँ कुछ नमूने देखेंगे।

सु	(ಸು)	ಸುಯೋಗ	सुयेगा	ಸುದಿನ	सुदिन	सुपुत्र	ಸುಪುತ್ರ
कु	(ಕು)	ಕುಮಾರ್ಗ	कुमार्ग	ಕುಸಂಗೀತ	कुसंगीत	कुपुत्र	ಕುಪುತ್ರ
अति	(ಅತಿ)	ಅತಿರಥ	अतिरथ	ಅತಿಶಯ	अतिशय		
आ	(ಆ)	ಆಜೀವನ	आजीवन	ಆಜನ್ಮ	आजन्म		
उप	(ಉಪ)	ಉಪಮಾನ	उपमान	ಉಪಕಾರ	उपकार		
अप	(ಅಪ)	ಅಪವಾದ	अपवाद	ಅಪಮಾನ	अपमान		
प्रति	(ಪ್ರತಿ)	ಪ್ರತಿರೋಧ	प्रतिरोध	ಪ್ರತಿಗ್ರಹ	प्रतिग्रह		
अनु	(ಅನು)	ಅನುಮತಿ	अनुमति	ಅನುಜ	अनुज		

9

ಪ್ರತ್ಯಯ / **प्रत्यय** (Suffix)

ಪ್ರತ್ಯಯಗಳು **ಶಬ್ದಗಳ** ಅಂತ್ಯದಲ್ಲಿ ಬಂದು, ಅವುಗಳ ಅರ್ಥವನ್ನು **ಬದಲಿಸುತ್ತವೆ.** ಇವುಗಳಲ್ಲಿ 2 ವಿಧ.
प्रत्यय शब्दों के अंत में शब्दों के अर्थ में बदलाव करते हैं। प्रत्यय के दो प्रकार हैं।

1. ಕೃತ ಪ್ರತ್ಯಯ–कृत प्रत्यय (Verbal Suffix) : ಕ್ರಿಯೆಯ ಅಂತ್ಯದಲ್ಲಿಜೋಡಣೆಯಾಗುಪ್ರತ್ಯಯವಿದು. ಅಂದರೆ, ಕೆಲಸದ ಅಂತ್ಯದಲ್ಲಿಬರುವ **ಶಬ್ದ.**

क्रिया के अंत में जोडी जाने वाली प्रत्यय (Suffix) को कृत प्रत्यय (ಕೃತಪ್ರತ್ಯಯ) कहते हैं। मतलब काम के अंत में आनेवाला शब्द हैं।

उदा :	ಹೋಗುವವನು	होगुववनु	जानेवाला
	ಭೇಟಿಯಾಗುವವನು	भेटियागुववनु	मिलनेवाला
	ನೋಡುವವನು	नोड्डववनु	देखनेवाला
	ಮಾಡುವವನು	माड्डववनु	करनेवाला

2. ತದ್ಧಿತ ಪ್ರತ್ಯಯ तद्धित प्रत्यय (Noun Suffix) : ನಾಮಪದದ ಅಂತ್ಯದಲ್ಲಿಬರುವ ಪ್ರತ್ಯಯವಿದು.
संज्ञा शब्द के अंत में आने वाले को तद्धित प्रत्यय कहते है।

उदा :	ಹಾಲು ಹಾಕುವವನು	हालुहाकुववनु	दूधवाला
	ದನಗಾಹಿ	दनगाहि	गायवाला
	ಹಣವಂತ	हणवंत	धनवान

ಕೆಲವು ಉದಾಹರಣೆಗಳು: यह नीचे और कुछ प्रत्यय के बारे में जानकारी कर लेंगे।

उदा :	(ನಿ)	नी	ಚಟ್ನಿ	चट्नी	
	(ಯಾ)	या	ಸೌಂದರ್ಯ	सौंदर्य	
	(ವಟ್)	वट	ತಡೆ	तडे	रुकावठ
	(ಆಯೀ)	आई	ಕೇಳುವುದು	केळुवुदु	सुनाइ
	(ತಾ)	ता	ಸಜ್ಜನತೆ	सज्जनते	सज्जनता
	(ಇಕ್)	इक	ಸಾಂಸ್ಕೃತಿಕ	सांस्कृतिक	
	(ಆಲ್)	आल	ಅತ್ತೆ	अत्ते	सासुराल

■ (ನೆ) ने

ಈ ಪ್ರತ್ಯಯವು ಕರ್ತೃವಿನ ನಂತರ **ಬರುತ್ತದೆ.** ಇದಕ್ಕೆ ಹಿಂದಿಯಲ್ಲಿ ಅತ್ಯಂತ ಮಹತ್ವದ ಸ್ಥಾನವಿದೆ.
'ने' (ನೆ) प्रत्यय (suffix) कर्ता के बाद आता है। यह हिन्दी भाषा में अधिक महत्वपूर्ण है।

नियम 1 : ಇದು ಭೂತಕಾಲದಲ್ಲಿಸಕರ್ಮಕ ಕ್ರಿಯೆಯಲ್ಲಿ ಮಾತ್ರ ಬರುತ್ತದೆ.

यह भूतकाल में सिर्फ सकर्मक क्रिया मे आता है ।

नियम 2 : 'ನೆ' ಪ್ರತ್ಯಯ ಬಂದಾಗ,ಕ್ರಿಯೆ, ಕರ್ತೃ ಮತ್ತು ಕರ್ಮ, ಲಿಂಗ ಮತ್ತು ವಚನಕ್ಕೆ ಅನುಸಾರವಾಗಿ ಬದಲಾಗುತ್ತದೆ.

ने 'ನೆ' प्रत्यय आये जब क्रिया, कर्ता और कर्म (object) लिंग और वचन के अनुसार बदलती है ।

उदा : ಗೌರಿ ಎರಡು ರೊಟ್ಟಿ ತಿಂದಳು गौरि एरडु रोट्टि तिंदळु । गौरी ने दो रोटियाँ खायी ।

ರಾಣಿ ಮಾವಿನಹಣ್ಣು ತಿಂದಳು राणि माविन हण्णु तिंदळु । राजी ने आम खाया ।

नियम 3 : ವರ್ತಮಾನ ಮತ್ತು ಭವಿಷ್ಯತ್‌ಕಾಲದಲ್ಲಿ 'ನೆ' ಪ್ರತ್ಯಯ ಬರುವುದಿಲ್ಲ.

वर्तमान और भविष्यत काल में ने (ನೆ) प्रत्यय नहीं आता है ।

नियम 4 : ಕರ್ಮ ಇಲ್ಲದಿದ್ದಲ್ಲಿ, ಕರ್ಮದ ಬಳಿಕ 'ಕೋ' ವಿಭಕ್ತಿ ಬಂದಲ್ಲಿ ಕ್ರಿಯಾಪುಲ್ಲಿಂಗವು ಏಕವಚನದಲ್ಲಿ ಮಾತ್ರ ಇರುತ್ತದೆ.

कर्म नहीं है तो कर्म के बाद को (ಕೊ) विभक्ति आये तो क्रिया पुल्लिंग सिर्फ एकवचन में रहती है ।

उदा :	ನಾನು ನೋಡಿದೆ.	नानु नोडिदे ।	हम ने देखा
	ಆತನು ಕೇಳಿದ	आतनु केळिद ।	उसने सुना

ಸೋಮನಾಥನು ನಾಯಿಯನ್ನು ನೋಡಿದನು. सोमनाथनु नायियन्नु नोडिदनु । सोमनाथ ने कुत्ते को देखा

नियम 5 : 'ಲಾ' 'ಬೋಲ್' 'ಬೂಲ್' 'ಸಕ್' 'ಚುಕ್' 'ಲಗ್' ಶಬ್ದಗಳು ಸಕರ್ಮಕ ಕ್ರಿಯೆ ಆಗಿದ್ದಲ್ಲಿ 'ನೆ' ಪ್ರತ್ಯಯ ಬರುವುದಿಲ್ಲ.

ला ಲಾ, बोल ಬೋಲ್, भूल ಭೂಲ್, सक ಸಕ್, चुक ಚುಕ್, लग ಲಗ್ शब्द सकर्मक क्रियायें हैं तो भी वे आये जब ने (ನೆ) प्रत्यय नहीं आता है ।

उदा :	ನಾವು ಒಂದು ಪುಸ್ತಕವನ್ನು ತಂದೆವು.	नावु ओंदु पुस्तकवन्नु तंदेवु ।	हम एक किताब लाये
	ನಾನು ಇಂಗ್ಲಿಷ್ ಕಲಿತು ಮುಗಿಸಿದೆ.	नानु इंग्लिष कलितु मुगिसिदे ।	मैं अंग्रेजी सीख चुका
	ನೀನು ಅವನ ಹೆಸರನ್ನು ಮರೆತೆ.	निनु अवन हेसरन्नु मरेते ।	तुम इसका नाम भूल गये
	ಮಗು ಕನ್ನಡದಲ್ಲಿ ಮಾತನಾಡಿದ.	मगु कन्नडदल्लि मातनाडिद।	बच्चा कन्नड में बोला
	ತಾವು ನೀರು ಕುಡಿಯಬಹುದು.	तावु नीरु कुडियबहुदु ।	आप पानी पी सके

10

ವಿಧಿವಾಚಕ / विधि वाचक (Imperative Mood)

ಆದೇಶ, ಉಪದೇಶ, ಪ್ರಾರ್ಥನೆ ಮತ್ತಿತರ ಭಾವನೆಗಳನ್ನು ಪ್ರಕಟಿಸುವವೇ ವಿಧಿವಾಚಕಗಳು.

आदेश, उपदेश, प्रार्थना और अनुरोध आदि प्रकट करे क्रिया रूप को विधिवाचक 'ವಿಧಿ ವಾಚಕ' कहते हैं ।

1. ಈ ವಿಧಿ ವಾಚಕವು ಕ್ರಿಯೆಯಲ್ಲಿ ಸರ್ವನಾಮ **ತುಮ್/ತು, ಆಪ್** ಜತೆ **ಬರುತ್ತದೆ.**

   इस विधिवाचक क्रिया में सर्वनाम तुम / तू, आप आते है ।

2. 'ತು' ಪದವನ್ನು ಮಕ್ಕಳು, ನೌಕರರಿಗೆ **ಬಳಸಲಾಗುತ್ತದೆ.**

   तू ತು शब्द बच्चों को और नौकर को उपयोग करते है ।

3. **'ತುಮ್'** ಶಬ್ದವನ್ನು ಸಹೋದ್ಯೋಗಿ, ಸಹವಿದ್ಯಾರ್ಥಿ, ಮಿತ್ರರು ಮತ್ತಿತರರಿಗೆ **ಬಳಸಲಾಗುತ್ತದೆ.**

   तुम **ತುಮ್**, नीवु (ನೀವು) शब्द सहोदयोग, सहविद्यार्थि, मित्रों आदि लोगों को प्रयोग करते है ।

   'ತು' ಕರ್ತೃ ಆಗಿದ್ದಾಗ, ಕ್ರಿಯೆಯ ಮೂಲಧಾತು **ಬಳಕೆಯಾಗುತ್ತದೆ.**

4. तू कर्ता है जब क्रिया का मूल धातु उपयोग करते है ।

   उदा : ನೀನು ಮಾಡು नीनु माडु तू कर

5. **'ತುಮ್'** ಕರ್ತೃ ಆಗಿದ್ದಲ್ಲಿ **ಕ್ರಿಯಾಶಬ್ದದ ಬಳಿಕ** 'ಓ' ಜತೆಗೂಡುತ್ತದೆ.

   तुम कर्ता है जब क्रिया शब्द के बाद ओ (ಓ) जोडा जायेगा ।

   उदा : तुम करो नीवु माडि ನೀವು ಮಾಡಿ.

   तुम देखो नीवु नोडि ನೀವು ನೋಡಿ.

6. **'ಆಪ್'** ಜತೆ 'ಇಯೆ' 'ಜಿಯೆ' **ಬಳಕೆಯಾಗುತ್ತದೆ.**

   आप कर्ता है जब इये ಇಯೆ, जिये ಜಿಯೆ आते है ।

   उदा : आप पढ़िये नीवु ओदिरि । ನೀವು ಓದಿರಿ.

   आप कीजिए नीवु माडिरि । ನೀವು ಮಾಡಿರಿ.

ವಿಲೋಮ ವಾಕ್ಯವಾದಲ್ಲಿ ಕ್ರಿಯೆಯ ಮೊದಲು **'ಮತ್/ಮನಾ'** ಬರುತ್ತದೆ.

इनमें विलोम वाक्य लिखते जब क्रिया शब्द के पहला मत / मना (बेड ಬೇಡ) आते है ।

उदा :	तुम मत आओ ।	नीनु बरबेड ।	ನೀನು **ಬರಬೇಡ.**
उदा :	आप मत कीजीए ।	नीवु माडबेडि ।	ನೀವು ಮಾಡಬೇಡಿ.

■ ಬೇಡ / बेड / मत (Do not)

ಇದು ವಿಲೋಮ ವಾಕ್ಯಗಳಲ್ಲಿ **ಬಳಕೆಯಾಗುತ್ತದೆ.** ಈ **ಶಬ್ದ** ಬಳಸಿದಲ್ಲಿ **'ತುಮ್'** ಪದವು 'ಕೋ' **'ಆಪ್'** ಕ್ರಿಯೆಯಲ್ಲಿ **ಬರುತ್ತದೆ.**

हिन्दी में इस शब्द को विलोम वाक्यों में प्रयोग करते है । इस शब्द को प्रयोग करें जब तुम (ನೀವು नीवु) तो को (ಕೊ) आप (ಆಪ್) क्रियाओं में आना है ।

उदा :	ಸುಳ್ಳು ಹೇಳಬೇಡ	ನನ್ನ ಮಾತನ್ನು ಮರೆಯಬೇಡ	ನೀವು ಅಲ್ಲಿಗೆ ಹೋಗಬೇಡಿ.
	सुळ्ळु हेळबेड ।	नन्न मातन्नु मरेयबेड ।	नीवु अल्लिगे होगबेडि ।
	झूठ मत बोलो	मेरी बात मत भूलो ।	आप वहाँ मत जाइएँ ।

11

ಒಂದೇ ಶಬ್ದದಲ್ಲಿ ಬರೆಯಬಹುದಾದ ವಿಷಯ

ओंदे शब्ददल्लि बरेयबहुदाद विषय - एक शब्द में लिखने वाली बातें

ಶಾಲೆ ಎಂದರೆ ಕಲಿಯುವ, ಕಲಿಸುವ ಸ್ಥಳ.

जैसे 'पाठशाला' (school / ಪಾಠಶಾಲೆ) शब्द का अर्थ सीखने का और सीखाने का स्थान एक ही है ।

1. ಬಟ್ಟೆ ಹೊಲಿಯುವವನು बट्टे होलियुववनु

   कपड़े सीने वाला । दर्जी टैलरु (ಟೈಲರ್)

2. ಕೃಷಿ ಕೆಲಸ ಮಾಡುವವ, **ಕಿಸಾನ್** (ರೈತ)

   कृषि केलस माड्ववव ।

   खेती का काम करने वाला । किसान रैत

3. ಅನೇಕ ಶಾಸ್ತ್ರಗಳ ಜ್ಞಾನ ಇರುವವ अनेक शास्त्रगळ ज्ञान इरुवव ।

   जो अनेक शास्त्रों का ज्ञान रखता है । पंडित, विद्वान् ಪಂಡಿತ(ವಿದ್ವಾನ್)

4. ಮಂದಿರದಲ್ಲಿ ಪೂಜೆ ಮಾಡುವವ. मंदिरदल्लि पूजे माड्ववव ।

   मंदिर में पूजा करनेवाला । पूजारि ಪೂಜಾರಿ (ಅರ್ಚಕ)

5. ವಿರಹದಿಂದ ತ್ಯಕ್ತಳಾದ ಸ್ತ್ರೀ विरहदिंद त्यक्तळाद स्त्री । .

   विरह से व्याकुल स्त्री । विरहिणी, ವಿರಹಿಣಿ

6. ಸಹಯೋಗ ನೀಡದವರು. सहयोग नीडदवरु ।

   सहयोग न देना । असहयोग, ಅಸಹಯೋಗ

7. ಕೆಲಸ ಮಾಡದವನು. केलस माडदवनु ।

   जो कोई काम नहीं करता । बेकार सोमरि, ಸೋಮಾರಿ

8. ಪ್ರೇಮಿಸುತ್ತಿರುವ ಮಹಿಳೆ. प्रेमिसुत्तिरुव महिळे ।

   प्रेम करनेवाली स्त्री । प्रेयसी, ಪ್ರೇಯಸಿ

9. ಉತ್ತಮ ಗುಣವುಳ್ಳವ. उत्तम गुणवुळ्ळव ।

   जिसमे अच्छे गुण होते हैं । गुणवंत, ಗುಣವಂತ

10. ಸಮಾಜಕ್ಕೆ ಸಂಬಂಧಿಸಿದ್ದು समाजक्के संबंधिसिद्दु ।

    समाज से सम्बन्धित । सामाजिक, ಸಾಮಾಜಿಕ

11.	ಮಾತು ಬಾರದವ.	मातु बारदव ।
	जो बोल नहीं सकता ।	गूंगा मूग, ಮೂಗ
12.	ಮಾತು ಕೇಳಿಸದವ	मातु केळिसदव ।
	जो सुन नहीं सकता ।	बहरा किवुड, ಕಿವುಡ
13.	ಚಿನ್ನದ ಆಭರಣ ಮಾಡುವವ	चिन्नद आभरण माडुवव ।
	सोने के आभूषण बनाने वाला ।	सुनार अक्कसालिग/ चिनिवार, ಅಕ್ಕಸಾಲಿಗ/ಚಿನಿವಾರ
14.	ತನಗಿಷ್ಟಬಂದದ್ದನ್ನು ಮಾಡುವವ.	तनगिष्ट बंदद्दन्नु माडुवव ।
	अपनी इच्छा के अनुसार करनेवाला ।	स्वेछाचारी स्वेछाचारी, ಸ್ವೇಚ್ಛಾಚಾರಿ
15.	ಹಾಡು ಹೇಳುವವ.	हाडु हेळुवव ।
	गीत गानेवाला ।	गायक, ಗಾಯಕ
16.	ತೈಲವನ್ನು ಮಾರಾಟ ಮಾಡುವವ.	तैलवन्नु माराट माडुवव ।
	तेल बेचने वाला ।	तेली गाणिग, ಗಾಣಿಗ
17.	ವಿದ್ಯೆಯನ್ನು ಕಲಿಯುವವ.	विद्येयन्नु कलियुवव ।
	विद्या सीखने वाला ।	विद्यार्थि, ವಿದ್ಯಾರ್ಥಿ.
18.	ಕೆಲಸವನ್ನುಮಾಡುವವ.	केलसवन्नु माडुवव ।
	जो मेहनत करता है ।	मजदूर कार्मिक, ಕಾರ್ಮಿಕ.
19.	ಆಟವಾಡುವವ.	आटवाडुवव ।
	खेलने वाला ।	आटगार / क्रीडाळु, ಆಟಗಾರ/ ಕ್ರೀಡಾಳು

12

ಸಮಾನಾರ್ಥಕ ಪದ / **समानार्थक शब्दमुलु समानार्थक शब्द** / **(Synonyms)**

ಪುತ್ರ	पुत्र	...	ಮಗ/ಸುತ/ಕುಮಾರ	मग, सुत, कुमार
ಪುತ್ರಿ	पुत्री	...	ಮಗಳು/ಸುತೆ/ಕುಮಾರಿ	मगळु, सुते, कुमारि
ಪತಿ	पति	...	ನಾಥ / ಗಂಡ	नाथ /गंड
ಪತ್ನಿ	पत्नी	...	ಹೆಂಡತಿ, ಸ್ತ್ರೀ	हेंडति, स्त्री
ರಸ್ತೆ	सडक	...	ಹಾದಿ, ದಾರಿ, **ರೋಡ್**	हादि, दारि, रोड्
ಮಹಾರಾಜ	सम्राट	...	ದೊರೆ, ಅರಸ	दोरे, अरस
ಸಂತೋಷ	खुशी	...	ಆನಂದ	आनंद
ಸುಳ್ಳು	असत्य	...	ಅಸತ್ಯ	असत्य
ದುಃಖ	दुःख	...	ವ್ಯಾಕುಲತೆ, ಔದಾಸೀನ್ಯ	व्याकुलते, औदासीन्य
ಕಾಯಿಲೆ	बीमार	...	ಅಸ್ವಸ್ಥತೆ, ರೋಗ	अस्वस्थते, रोग
ಸತ್ಯ	सत्य	...	ವಾಸ್ತವ	वास्तव

ಸಮಾನಾರ್ಥಕ ದ್ವಂದ್ವಪದಗಳು / **समानार्थक द्वंद्व पदगळु** / **समानार्थक द्वन्द्व शब्द**

ಹಿಂದಿಯಂತೆ ಕನ್ನಡದಲ್ಲೂಸಮಾನಾರ್ಥಕ ದ್ವಂದ್ವ ಪದಗಳಿವೆ.

हिन्दी भाषा की तरह कन्नड भाषा में भी समानार्थक द्वन्द्व शब्द हैं ।

उदा : लडना-झगडना - कादाट-जगळ- ಕಾದಾಟ-ಜಗಳ; बाल-बच्चे - मक्कळु, मरि - ಮಕ್ಕಳು, ಮರಿ; घर-द्वार - मने, बागिलु - ಮನೆ, ಬಾಗಿಲು; आना-जाना - बा, होगु - ಬಾ, ಹೋಗು; गाना-बजाना - वाद्य बारिसु - ವಾದ್ಯ ಬಾರಿಸು.

13

ವಿಲೋಮ ಶಬ್ದ/ **व्यतिरेक पदमुलु / विलोम शब्द** (Antonyms)

ಪದದ ವಿರುದ್ಧ ಅರ್ಥ ಕೊಡುವ ಶಬ್ದವೇ ವಿಲೋಮ ಪದ.

किसी एक शब्द की विलोम अर्थ देनेवाली शब्द को विलोम शब्द कहते है ।

1.	ಕುಳ್ಳ	-	कुळ्ळ	मोटा	×	ಲಂಬು	-	लंबु	पतला
2.	ಮೇಲೆ	-	मेले	पैना	×	ಕೆಳಗೆ	-	केळगे	नीचे
3.	ಪುಣ್ಯ	-	पुण्य	पुण्य	×	ಪಾಪ	-	पाप	पाप
4.	ಹತ್ತಿರ	-	हत्तिर	पास	×	ದೂರ	-	दूर	दूर
5.	ರಾತ್ರಿ	-	रात्रि	रात	×	ಹಗಲು	-	हगलु	दिन
6.	ಸುಖ	-	सुख	सुख	×	ದುಃಖ	-	दुःख	दुःख
7.	ಧರ್ಮ	-	धर्म	धर्म	×	ಅಧರ್ಮ	-	अधर्म	अधर्म
8.	ಹೊಸದು	-	होसदु	नया	×	ಹಳೆಯದು	-	हळेयदु	पुराना
9.	ಆರಂಭ	-	आरंभ	आरंभ	×	ಅಂತ್ಯ	-	अंत्य	अंत
10.	ಕಡಿಮೆ	-	कडिमे	कम	×	ಹೆಚ್ಚು	-	हेच्चु	अधिक
11.	ಮರೆವು	-	मरेवु	भूलना	×	ನೆನಪು	-	नेनपु	याद करना
12.	ಹೆದರಿಕೆ	-	हेदरिके	डर	×	ಧೈರ್ಯ	-	धैर्य	निडर
13.	ಬರುವುದು	-	बरुवुदु	आना	×	ಹೋಗುವುದು		होगुवुदु	जाना
14.	ಸತ್ಯ	-	सत्य	सच	×	ಸುಳ್ಳು	-	सुळ्ळु	झूठ
15.	ಮಾಲೀಕ	-	मालीक	मालिक	×	ನೌಕರ	-	नौकर	नौकर
16.	ಬೆಳಕು	-	बेळकु	प्रकाश	×	ಕತ್ತಲು	-	कत्तलु	अँधेरा
17.	ಖರೀದಿಸು	-	खरीदिसु	बेचना	×	ಮಾರಾಟಮಾಡು		माराटमाडु	खरीदना
18.	ಕಹಿ	-	कहि	खट्टा	×	ಸಿಹಿ	-	सिहि	मीठा
19.	ಒಳಿತು	-	ओळितु	भलाई	×	ಕೆಡುಕು	-	केडुकु	बुराई
20.	ಶ್ರೀಮಂತ	-	श्रीमंत	अमीर	×	ಬಡವ	-	बडव	गरीब
21.	ಬಿಳಿ	-	बिळि	सफेद	×	ಕಪ್ಪು	-	कप्पु	काला
22.	ದೊಡ್ಡದು	-	दोड्डदु	बड़ा	×	ಚಿಕ್ಕದು	-	चिक्कदु	छोटा
23.	ಪ್ರಶ್ನೆ	-	प्रश्न	प्रश्न	×	ಉತ್ತರ	-	उत्तर	उत्तर
24.	ನಗು	-	नगु	हँसना	×	ಅಳು	-	अळु	रोना
25.	ಶಕ್ತಿವಂತ	-	शक्त्विंत	बलवान	×	ದುರ್ಬಲ	-	दुर्बल	बलहीन
26.	ನ್ಯಾಯ	-	न्याय	न्याय	×	ಅನ್ಯಾಯ	-	अन्याय	अन्याय

14

ದ್ವಂದ್ವಾರ್ಥ ಪದ / द्वंद्वार्थ पद - द्वंद्वार्थ शब्द

(Punning Words)

ಕೆಲ ಶಬ್ದಗಳ ಉಚ್ಚಾರಣೆ ಒಂದೇ ಆದರೂ, ಬೇರೆ ಬೇರೆ ಅರ್ಥ ಕೊಡುತ್ತವೆ. ವಾಕ್ಯ ಮತ್ತು ಅರ್ಥ ಬೇರೆ ಬೇರೆ ಆಗಿರುತ್ತದೆ.

हिन्दी भाषा में उच्चारण एक ही जैसा है तो भी कई शब्द दो अर्थ देते है । ये वाक्य और अर्थ में अलग-अलग रहते हैं ।

(दो) ದೋ : ನನ್ನ ಬಳಿ ಎರಡು ರುಪಾಯಿ ಇದೆ.
नन्न बळि एरडु रुपायि इदे ।
मेरे पास दो रुपये हैं ।

ನೀನು ಅವನಿಗೆ ನಿನ್ನ ಪುಸ್ತಕ ಕೊಡು.
नीनु अवनिगे निन्न पुस्तक कोडु ।
तुम उसको अपनी किताब दो

(कि) ಕಿ : ರಾಜ ಹೇಳಿದ, ಸಮುದ್ರದಲ್ಲಿ ಮುತ್ತುಗಳು ಸಿಗುತ್ತವೆ.
राज हेळिद, समुद्रदल्लि मुत्तुगळु सिगुत्तवे ।
राजा ने कहा कि समुद्र में मोती मिलते हैं ।

ಈ ಸಮಾಚಾರ ಆತನಿಗೆ ತಿಳಿದಂತಿಲ್ಲ.
ई समाचार आतनिगे तिळिदंतिल्ल ।
यह समाचार उसको मालुम है कि नहीं ! (या)

(मान) ಮಾನ್ : ಎಲ್ಲ ದೇಶಗಳಲ್ಲೂ ಕವಿಗಳನ್ನು ಸನ್ಮಾನಿಸಲಾಗುತ್ತದೆ.
एल्ल देशगळल्लू कविगळन्नु सन्मानिसलागुत्तदे ।
कवि का सम्मान सभी देशों में होता है ! (आदर)

ನನಗೆ ತೈಲದ ಲೆಕ್ಕಾಚಾರ ಗೊತ್ತಾಗುವುದಿಲ್ಲ.
ननगे तैलद लेक्काचार गोत्तागुवुदिल्ल ।
मुझे तेल का मान नहीं आता

(भूल) ಭೂಲ್ : ನಾನು ನಿನ್ನ ಕೆಲಸ ಮಾಡುವುದನ್ನು ಮರೆತು ಬಿಟ್ಟೆ.

नानु निन्न केलस माडुवुदन्नु मरेतु बिट्टे ।

मैं तुम्हारा काम करना भूल गया (भूल जाना)

ನನ್ನ ಈ ತಪ್ಪು ಕ್ಷಮಿಸಿಬಿಡಿ.

नन्न ई तप्पु क्षमिसिबिडि ।

मेरा यह भूल माफ कीजिये ! (गलती)

(भाग) ಭಾಗ್ : ಕಾಗದವನ್ನು ಮೂರು ಭಾಗ ಮಾಡು.

कागदवन्नु मूरु भाग माडु ।

कागज के तीन भाग करो ! (टूकड़े)

ದೊಡ್ಡ ತಾತ ತನ್ನ ಪಾಲು ತೆಗೆದುಕೊಂಡು ವ್ಯಾಪಾರ ಮಾಡಲಾರಂಭಿಸಿದರು.

दोड्ड तात तन्न पालु तेगेदुकंडु व्यापार माडलारंभिसिदरु ।

बड़ा दादा अपना भाग लेकर व्यापार करने लगा (हिस्सा)

(लाल) ಲಾಲ್ : ಪದ್ಮಾ ಯಾವಾಗಲೂ ಕೆಂಪು ಬಣ್ಣದ ಬಟ್ಟೆ ಧರಿಸುತ್ತಾಳೆ.

पद्मा यावागलू केंपु बण्णद बट्टे धरिसुत्ताळे ।

पद्मा हमेशा लाल कपड़े पहनती है । (रंग)

ನಾವೆಲ್ಲರೂ ಭಾರತಮಾತೆಯ ಮಕ್ಕಳು.

नावेल्लरू भारतमातेय मक्कळु ।

हम सब भारत माता के लाल हैं ।

(सोना) ಸೋನಾ ಚಿನ್ನವು ಬಹಳ ಪ್ರಿಯವಾದುದು.

चिन्नवु बहळ प्रियवादुदु ।

सोना बहुत महंगा है ।

ಹೆಚ್ಚು ನಿದ್ರೆ ಮಾಡುವುದು ಒಳ್ಳೆಯದಲ್ಲ.

हेच्चु निद्रे माडुवुदु ओळ्ळेयदल्ल ।

अधिक सोना अच्छा नहीं है ।

(कल) ಕಲ್ : ನೆನ್ನೆ ನನ್ನ ಸಹೋದರ ಚೆನ್ನೈಯಿಂದ ಬಂದ.
नेन्ने नन्न सहोदर चेन्नैयिंद बंद ।
<u>कल</u> मेरा भाई चेन्नई से आया ! (बीता हुआ दिन)

ನಾಳೆ ನಾನು ರಾಜಮಂಡ್ರಿಗೆ ಹೋಗುತ್ತೇನೆ.
नाळे नानु राजमंड्रिगे होगुत्तेने ।
<u>कल</u> मैं राजमन्ड्री जाऊँगा । (आनेवाला दिन)

(उत्तर) ಉತ್ತರ : ಭಾರತದ ಉತ್ತರದಲ್ಲಿ ಹಿಮಾಲಯ ಪರ್ವತವಿದೆ.
भारतद उत्तरदल्लि हिमालय पर्वतविदे ।
भारत के <u>उत्तर</u> में हिमालय पहाड़ हैं । (उत्तर दिशा)

ನನ್ನ ಪ್ರಶ್ನೆಗೆ ಉತ್ತರ ಕೊಡು.
नन्न प्रश्नेगे उत्तर कोडु ।
मेरे प्रश्न का <u>उत्तर</u> दो ! (जवाब)

(जल) ಜಲ್ : ನೆನ್ನೆ ನಮ್ಮ ಊರಿನ ಮೂವತ್ತು ಮನೆಗಳು ಭಸ್ಮವಾದವು.
नेन्न् नम्म ऊरिन मूवत्तु मनेगळु भस्मवादवु ।
कल मेरे गाँव में तीस घर <u>जल</u> गये (जल जाना)

ಗಂಗೆಯ ನೀರು ಶುದ್ಧಗೊಳಿಸುತ್ತದೆ.
गंगेय नीरु शुगोळिसुत्तदे ।
गंगा का <u>जल</u> साफ होता है । (पानी)

(की) ಕೀ : ದಶರಥನ ಮಗ ರಾಮ.
दशरथन मग राम ।
दशरथ <u>की</u> पुत्र राम है ।

ನೀನು ಇಂಥ ನಷ್ಟ ಏಕೆ ಮಾಡಿದೆ ?
नीनु इंथ नष्ट एके माडिदे ?
तुमने ऐसी हानि क्यों <u>की</u> । (कर धातु का भूतकाल)

15

ದ್ವಿರುಕ್ತಿಗಳು / द्विरुक्तिगळु - द्विरुक्त शब्द
(Double stressed words)

ನಾಮಪದ, ಸರ್ವನಾಮ, ವಿಶೇಷಣ, ಕ್ರಿಯೆ ಮತ್ತು ಕ್ರಿಯಾ ವಿಶೇಷಣಗಳಲ್ಲೂದ್ವಿರುಕ್ತಿಗಳು ಇರುತ್ತವೆ.

संज्ञा, सर्वनाम, विशेषण, क्रिया और क्रिया विशेषण में भी द्विरुक्त शब्द रहते हैं ।

1. ದ್ವಿರುಕ್ತಿನಾಮಪದ / द्विरुक्ति नामपद / द्विरुक्त संज्ञायें

उदा : ಫೂಲ್ ಫೂಲ್, ಘರ್ ಕಿ ಘರ್, ಘರ್ ಘರ್‌ಮೇ, ಟುಕ್‌ಡೆ ಟುಕ್‌ಡೆ, ಭೀಡ್ ಹಿ ಭೀಡ್, ಪಾನಿ ಹಿ ಪಾನಿ, ಬಾತ್ ಬಾತ್ ಮೆ.

फूल ही फूल, घर ही घर, घर घर मे, टुकड़े टुकड़े, भीड़ ही भीड़, पानी ही पानी, बात-बात में.

2. ದ್ವಿರುಕ್ತಿಸರ್ವನಾಮ / द्विरुक्ति सर्वनाम / द्विरुक्त सर्वनाम

ಏಕ್‌ಏಕ್, ಕುಛ್ ಕುಛ್, ಕೋಯಿ ನ ಕೋಯಿ, ಹರ್‌ಕೋಯಿ/ಹರ್ ಏಕ್, ಕಿಸೀ ಕಿಸೀ ಕೋ, ಕಿಸ್ ಕಿಸ್ ಕೋ, ಖುದ್ ಬ ಖುದ್, ಅಪ್ನೆ ಆಪ್/ಆಪ್ ಹಿ ಆಪ್.

एक एक, कोई न कोई, कुछ न कुछ, हर कोई/हर एक, किसी-किसी को, किस-किस को, खुद ब खुद, अपने आप / आप ही आप.

3. ದ್ವಿರುಕ್ತಿವಿಶೇಷಣ / द्विरुक्ति विशेषण / द्विरुक्त विशेषण

ಮೋಟೆ ಮೋಟೆ, ಬಡೆ-ಬಡೆ, ಥೋಡಾ ಥೋಡಾ, ಜರಾ ಜರಾ, ಚೋಟೆ ಚೋಟೆ, ಬಹುತ್ ಕುಛ್, ಮೀಠಿ ಮೀಠಿ/ಮಧುರ್ ಮಧುರ್, ಕುಚ್ ಕುಚ್, ಕೋತಾ ಕೋತಾ

मोटे-मोटे, बड़े-बड़े,थोड़ा-थोड़ा,जरा-जरा, छोटे छोटे, बहुत कुछ, मीठी मीठी /मधुर मधुर, कुछ कुछ, कोंता कोंता.

4. ದ್ವಿರುಕ್ತಿಕ್ರಿಯೆ / द्विरुक्ति क्रिये / द्विरुक्त क्रियायें

ಆತೇ-ಆತೇ, ಡರ್‌ತೆ ಡರ್‌ತೆ, ಪಡ್ತೆ ಪಡ್ತೆ, ರೋತೆ ರೋತೆ, ಹಸ್ತೆ ಹಸ್ತೆ, ಜಾತೆ ಜಾತೆ, ಕರ್‌ತೆ ಕರ್‌ತೆ, ತೈರ್‌ತೆ ತೈರ್‌ತೆ

आते-आते, डरते-डरते, पढ़ते -पढ़ते, रोते-रोते, हँसते-हँसते, जाते-जाते, करते-करते, तैरते-तैरते.

सूचना : द्विरुक्त क्रियायें एक काम क्रम से करने के संदर्भ में आती हैं ।

5. ದ್ವಿರುಕ್ತಿಕ್ರಿಯಾವಿಶೇಷಣ / द्विरुक्ति क्रियाविशेषण / द्विरुक्त क्रिया विशेषण

ಕಭಿಕಭಿ, ಕಹೀ ನ ಕಹೀ, ಕಹಾ ಕಹಾ, ಕಭಿ ನ ಕಭಿ, ಜಬ್ ಜಬ್-ತಬ್ ತಬ್, ಜಹಾ ಜಹಾ-ವಹಾ ವಹಾ, ಜ್ಯೋ ಜ್ಯೋ-ತ್ಯೋ ತ್ಯೋ.

कभी-कभी, कहीं न कहीं, कहाँ कहाँ, कभी न कभी, जब-जब - तब तब, जहाँ-जहाँ - वहाँ-वहाँ, ज्यों ज्यों-त्यों त्यों.

16

ಸಂಧಿ संधि (Union)

ಎರಡು ವರ್ಣಗಳು ಸೇರಿ ಪದವೊಂದನ್ನುಸೃಷ್ಟಿಸುವ ಕ್ರಿಯೆಗೆ **ಸಂಧಿ** ಎನ್ನಲಾಗುತ್ತದೆ. **ಸಂಧಿಯ** ವೇಳೆ **ಶಬ್ದಗಳು** ರಾಜಿಯಾಗುತ್ತವೆ, ಹೊಂದಾಣಿಕೆಮಾಡಿಕೊಳ್ಳುತ್ತವೆ ಇಲ್ಲವೇ ಮೊದಲಿನ ಪದದ ಜತೆಗೆ ಇನ್ನೊಂದು ಸೇರ್ಪಡೆಗೊಳ್ಳುತ್ತದೆ.

दो वर्णों के मेल से उत्पन्न विकार को 'संधि' कहते हैं । हिन्दी के अलावा दुनिया के सभी भाषाओं में संधि रहती है । संधि मतलब शब्दों का राजी होना (compromise) अथवा शब्दों में समाधान कर लेना (Adjustment), अथवा एक शब्द को दुसरे शब्द से मिलाना (Joining together, Union) है ।

ಮೊದಲ ಪದದ ಅಂತ್ಯಾಕ್ಷರ ಹಾಗೂ 2ನೇ ಪದದ ಮೊದಲ ಅಕ್ಷರದ ಜತೆಗೂಡಿ, **ಸಂಧಿ** ಸಂಭವಿಸುತ್ತದೆ. ಎರಡು ಪದಗಳ ಮಧ್ಯೆ '+' ಚಿಹ್ನೆ ಹಾಕಲಾಗುತ್ತದೆ.

इसमें दो शब्द के बीच में '+' चिह्न आता है । मतलब पहला शब्द का अंताक्षर और दूसरे शब्द के पहले अक्षर को जोड़ कर 'संधि' बनाया जाता है ।

उदा : ದಶ + ಅವತಾರ = ದಶಾವತಾರ दश + अवतार = दशावतार

ಅಕ್ಷರ + ಅಭ್ಯಾಸ = ಅಕ್ಷರಾಭ್ಯಾಸ अक्षर + अभ्यास = अक्षराभ्यास

ಸಂಧಿಗಳಲ್ಲಿ ಮೂರು ವಿಧ. संधि के तीन भेद हैं । वे :

1. ಸ್ವರಸಂಧಿ स्वर संधि 2. ವ್ಯಂಜನಸಂಧಿ व्यंजन संधि 3. ವಿಸರ್ಗಸಂಧಿ विसर्ग संधि

1. **ಸ್ವರ ಸಂಧಿ स्वर संधि (Union of Vowel)** : ಇಲ್ಲಿ ಎರಡು ಸ್ವರಗಳು ಒಂದಾಗುತ್ತವೆ. ಇದರಲ್ಲಿ ಮೂರು ವಿಧ.

दो स्वर के मुलाकात से होनेवाली बदलाव को स्वर संधि कहते है । इसमे तीन भेद है ।

■ ಗುಣಸಂಧಿ गुण संधि

ಅ ಇಲ್ಲವೇ ಆ ಮುಂದೆ ಇ ಅಥವಾ ಈ **ಬಂದರೆ** 'ಏ' ಎಂದು ಮತ್ತು ಉ, ಊ **ಬಂದರೆ** 'ಓ' ಎಂದು **ಬದಲಾಗುತ್ತದೆ.**

अ या आ के बाद इ या ई आये तो उन दोनों को भी 'ए' जैसा और उ, ऊ आये तो उन दोनों के मेल से 'ओ' जैसा बदल जायेगा ।

उदा : ಮಹಾ + ಇಂದ್ರ = ಮಹೇಂದ್ರ महा + इंद्र = महेंद्र

ರಾಜಾ + ಈಶ = ರಾಜೇಶ राज + ईश = राजेश

■ **ಯಣ್‌ಸಂಧಿ ಯण संधि :** ಇ, ಈ, ಉ, ಊ, ಋ ನಂತರ ಅವುಗಳ ಸಂಬಂಧಿ ಅಕ್ಷರದ ಬದಲು ಬೇರೆ ಅಕ್ಷರ ಜೋಡಣೆಯಾದರೆ,ಇ, ಈ ಸ್ಥಾನದಲ್ಲಿ 'ಯ', ಉ, ಊ ಸ್ಥಾನದಲ್ಲಿ 'ವ' ಋ ಜಾಗದಲ್ಲಿ 'ರ' ಬರುತ್ತದೆ.

इ, ई, उ, ऊ, ऋ (ಇ, ಈ, ಉ, ಊ, ಋ) के बाद उसी जाति के सम्बन्धी अक्षर बिना दूसरा अक्षरों की जोड़ी हुए तो इ, ई (ಇ, ಈ) स्थान में य (ಯ) उ, ऊ (ಉ, ಊ) स्थान में व (ವ) और ऋ (ಋ) के स्थान में र (ರ) अक्षर आता है ।

उदा : ಇತಿ + ಆದಿ = ಇತ್ಯಾದಿ इति + आदि = इत्यादि

ಅನು + ಏಷಣ = ಅನ್ವೇಷಣ अनु + एषण = अन्वेषण

ಯದಿ + ಅಪಿ = ಯದ್ಯಪಿ यदि + अपि = यद्यपि

■ **ವೃದ್ಧಿಸಂಧಿ वृद्धि संधि :** ಅ, ಆ ನಂತರ ಏ ಇಲ್ಲವೇ ಐ ಸೇರ್ಪಡೆಯಾದರೆ ಐ' ಹಾಗೂ ಓ ಇಲ್ಲವೇ ಏ ಜೋಡಣೆಯಾದರೆ ಔ ಎಂದು ಬದಲಾಗುತ್ತದೆ.

'अ' या 'आ' के बाद 'ए' या 'ऐ' जोड़ी हुए तो दोनों मिलकर ऐ (ಐ)जैसा, और ओ (ಓ)या ऐ (ಏ) जोड़ी हुए तो दोनों मिलकर औ (ಔ) जैसा बदल जायेंगे ।

उदा : ಏಕ + ಏಕ = ಏಕೈಕ एक + एक = एकैक

ಲಿಂಗ + ಐಕ್ಯ = ಲಿಂಗೈಕ್ಯ लिंग + ऐक्य = लिंगैक्य

2. **ವ್ಯಂಜನ ಸಂಧಿ व्यंजन संधि** (Union of Consonant) : ಎರಡು ವ್ಯಂಜನಗಳ ಜೋಡಣೆಯಿಂದ ಉಂಟಾಗುವ ಸಂಧಿ. ವ್ಯಂಜನದ ಬಳಿಕ ಸ್ವರ ಇಲ್ಲವೇ ವ್ಯಂಜನ ಬಂದಲ್ಲಿ ವ್ಯಂಜನ ಬದಲಾಗುತ್ತದೆ.

दो व्यंजन के मुलाकात से बनने वाले बदलाव को व्यंजन संधि कहतै है । और इसमें व्यंजन के बाद स्वर या व्यंजन शब्द आये तो व्यंजन में बदला आती है ।

उदा : ವಾಕ್ + ದಾನ = ವಾಗ್ದಾನ वाक् + दान = वाग्दान

ವಾಕ್ + ಈಶ = ವಾಗೀಶ वाक् + ईश = वागीश

3. **ವಿಸರ್ಗ ಸಂಧಿ विसर्ग संधि :** ವಿಸರ್ಗದ ಬಳಿ ಸ್ವರ ಅಥವಾ ವ್ಯಂಜನ ಬಂದಲ್ಲಿ, ವಿಸರ್ಗದಲ್ಲಿ ಆಗುವ ಬದಲಾವಣೆ.

विसर्ग के बाद स्वर या व्यंजन शब्द आये तो विसर्ग में हुए बदलाव को 'विसर्ग संधि' कहते है ।

उदा : ನಿಶ್ + ಚಲ = ನಿಶ್ಚಲ निश् + चल = निश्चल

ಧನುಶ್ + ಟಂಕಾರ್ = ಧನುಷ್ಟಾಂಕಾರ್ धनुश् + टंकार् = धनुष्टांकार्

17

ಕಹಾವತೇಂ - कहावतें - ನಾಣ್ಣುಡಿ - नाण्णुडि (Proverbs)

ಬರಿ ಕೈಯಲ್ಲಿ ವೈಕುಂಠ
अपना हाथ जगन्नाथ ।
ಅಪನಾ ಹಾಥ್ ಜಗನ್ನಾಥ.

ತೂತು ಮುಚ್ಚಿ ತೂಬು ಎತ್ತಿದ ಹಾಗೆ
आकाश बाँधे पाताल बाँधे
ಆಕಾಶ್ ಬಾಂಧೇ ಪಾತಾಲ ಬಾಂಧೆ

ಎಲ್ಲಾದರೂ ಭಾವ ಅನ್ನಬಹುದು, ಹೊಂಗೆ ತೋಟದ ಬಳಿ ಭಾವ ಎನ್ನಬೇಡಿ.
आओ चलें घर तुम्हारा, खाना माँगे दुश्मन हमारा ।
ಆವೋ ಚಲೇ ಘರ್ ತುಮ್ಹಾರ, ಖಾನಾ ಮಾಂಗೇ ದುಶ್ಮನ್ ಹಮಾರಾ.

ಈ ಕಿವಿಯಲ್ಲಿ ಕೇಳಿ, ಆ ಕಿವಿಯಲ್ಲಿ ಬಿಡುವುದು.
एक कान सुनो, दूसरे कान उड़ा दो ।
ಏಕ್ ಕಾನ್ ಸುನೋ, ದೂಸರೇಕಾನ್ ಉಡಾ ದೋ.

ಕಾಗೆಗೆ ಕಾಗೆ ಮರಿ ಮುದ್ದು.
अपना पूत, पराया टटीगर ।
ಅಪನಾ ಪೂತ್ ಪರಾಯಾ ಟಟಿಗರ್.

ಕಂಚು ಶಬ್ದ ಆದಂತೆ ಚಿನ್ನ ಶಬ್ದ ಆಗುವುದೇ?
अधजल गगरी छलकत जाये ।
ಅಧಜಲ್ ಗಗರೀ ಛಲ್‌ಕತ್ ಜಾಯೆ.

ಹೇಳುವುದು ಒಂದು, ಮಾಡುವುದು ಮತ್ತೊಂದು
हाथी के दाँत खाने के और दिखाने के और ।
ಹಾಥೀ ಕೇ ದಾಂತ್ ಖಾನೆ ಕೇ ಔರ್ ದಿಖಾನೇ ಕೇ ಔರ್

ಅತ್ತೆ ಹೆಸರು ಇಟ್ಟು ಮಗಳನ್ನು ಕಸದಲ್ಲಿ ಹಾಕಿದ ಹಾಗೆ.
अपने बच्चे को ऐसा मारूँ पड़ोसन की छाती फट जाए ।
ಅಪನೆ ಬಚ್ಚೇ ಕೋ ಐಸಾ ಮಾರೂ ಪಡೋಸನ್ ಕಿ ಛಾತೀ ಫಟ್ ಜಾಯೆ.

ಹೊಟ್ಟೆ ಊಟಕ್ಕೆ ಅತ್ತರೆ, ಗಂಟು ಹೂವಿಗೆ ಅತ್ತಿತಂತೆ.

आई माई को काजर नहीं बिलाइ की भर माँगा

ಆಯೀ ಮಾಯೀ ಕೊ **ಕಾಜರ್** ನಹೀಂ, ಬಿಲಾಇ ಕಿ **ಭರ್** ಮಾಂಗಾ

ದೋಬಿಯ ಕತ್ತೆ ಮನೆಗೂ ಸಲ್ಲದು, **ಘಾಟ್‌ಗೂ** ಸಲ್ಲದು.

धोबी का गधा न घर का न घाट का

ಧೋಬಿ ಕಾ ಗಧಾ ನ **ಘರ್** ಕಾ ನ **ಘಾಟ್** ಕಾ

ಮುಂದೆ ಹೋದರೆ ಹಳ್ಳ, ಹಿಂದೆ ಹೋದರೆ ಪ್ರಪಾತ.

आगे कुआँ, पीछे खाई ।

ಆಗೇ ಕುವಾಂ, ಪೀಛೆ ಕಾಈ.

ಅಂಗೈಯಲ್ಲಿ ಬೆಲ್ಲ, ಗುಡಿಯಲ್ಲಿ ಲಿಂಗಕ್ಕೆ ನೈವೇದ್ಯ.

आने के धन पर सोर राजा ।

ಆನೆ ಕೇ **ಧನ್ ಪರ್ ಸೋರ್** ರಾಜಾ

ಗತಿ ಇಲ್ಲದವಳಿಗೆ ಬುದ್ಧಿ ಇಲ್ಲದ ಗಂಡ.

अंधा सिपाही, कानी घोड़ी विधाना ने आप मलाई जोड़ी ।

ಅಂದಾ ಸಿಪಾಹೀ, ಕಾನೀ ಘೋಡಿ ವಿಧಾನಾ ನೆ **ಆಪ್** ಮಲಾಯೀ ಜೋಡಿ

ಏಕಾದಶಿ ಮನೆಗೆ ಶಿವರಾತ್ರಿ ಹೋದ ಹಾಗೆ.

आप ही मियाँ माँगते, बाहर खडे धखेश

ಆಪ್ ಹೀ ಮಿಯಾ **ಮಾಂಗ್‌ತೇ, ಬಾಹರ್** ಖಡೆ **ಧಖೇಷ್**

ಗಂಡನನ್ನು ಹೊಡೆದು ಮೇಲೆ ಹೋಗಿ ಅತ್ತ ಹಾಗೆ.

उल्टा चोर कोतवाल को डाँटे

ಉಲ್ಟಾ **ಚೇರ್ ಕೊತ್‌ವಾಲ್** ಕೋ ಡಾಂಟೆ.

18

ನುಡಿಗಟ್ಟು / नुडिगट्टु / मुहावरे (Idioms)

ಮುಖಸ್ತುತಿ ಮಾಡುವುದು	मुखस्तुति माड्वुदु	अँगूठा चूमना
ಮನಸ್ಸು ಮಾಡುವುದು	मनस्सु माड्वुदु	जी लगना
ಮನಸ್ಸು ಆಕರ್ಷಿಸುವುದು	मनस्सु आकर्षिसुवुदु	जी लुभाना
ಬದುಕಿರುವುದು	बदुकिरुवुदु	जीते जी
ತರಲೆ ಮಾಡುವುದು	तरले माड्वुदु	टर फिस करना
ಮಾನ ಹರಾಜು ಹಾಕುವುದು	मान हराजु हाकुवुदु	टाट उलटना
ಮೋಸ ಮಾಡುವುದು	मोसमाड्वुदु	टाल मटोल करना
ಟೀಕೆ ಟಿಪ್ಪಣಿ ಮಾಡುವುದು	टीके टिप्पणि माड्वुदु	टीकाटिप्पणी करना
ಟೀಕೆ ಮಾಡುವುದು	टीके माड्वुदु	टीका लगाना
ನಂಬಿಸಿ ಮೋಸ ಮಾಡುವುದು	नंबिसि मोस माड्वुदु	अँगूठा दिखाना
ದೀನನಾಗಿ ಪ್ರಾರ್ಥಿಸುವುದು	दीननागि प्रर्थिसुवुदु	आँचल पसारना
ಅಸಂಬದ್ಧ ಮಾತನ್ನಾಡುವುದು	असंबद्ध मातनाड्वुदु	अंड बंड बकना
ನಾಶ ಮಾಡುವುದು	नाश माड्वुदु	अंत करना
ಅನ್ಯಾಯ ಅತ್ಯಾಚಾರ ಮಾಡುವುದು	अन्याय अत्याचार माड्वुदु	अंधाधूंध मचाना
ಕುರುಡು ಮಾಡುವುದು	कुरुडु माड्वुदु	अंधा बनना
ಏಕೈಕ ಆಧಾರ	ऐकैक आधार	अंधे की लाठी या लकड़ी
ಸ್ವಲ್ಪ ಕತ್ತಲೆಯಾಗಿರುವುದು	स्वल्प कत्तलेयागिरुवुदु	अंधेरे मुँह या मुँह अंधेरे
ಎಗರಿ ಬೀಳುವುದು	एगरि बिळुवुदु	अकड जाना
ಮೂರ್ಖ	मूर्ख	अक्ल का दुश्मन
ವಿವೇಕ ಶೂನ್ಯನಾಗುವುದು	मंकागुवुदु	अक्लजारी जाना
ಚುಚ್ಚಿಕೊಳ್ಳುವುದು	चुच्चिकोळ्ळुवुदु	अखरने लगना

ಒಂದೇ ಮಾತು	ओंदे मातु	अपनी बात का एक
ಅದ್ಭುತವಾದ	अदबुतवाद	अपने ढंग का
ತನ್ನನ್ನು ತಾನೇ ಹೊಗಳಿಕೊಳ್ಳುವುದು	तन्नन्नु ताने होगळिकोळ्ळुवुदु	अपने मुँह मियाँ मिट्ठू बनना
ಹೊಟ್ಟೆ ಊದಿಕೊಳ್ಳುವುದು	होट्टे ऊदिकोळ्ळुवुदु	आफर जाना
ಸುದ್ದಿ ಹಬ್ಬಿಸುವುದು	सुळ्ळु सुद्दि हब्बिसुवुदु	अफवाह उड़ाना
ಆಗ ಈಗ ಮಾಡೋಣ ಎನ್ನುತ್ತ	आग ईग माडोण एन्नुत्त	अब तब करना
ಮೃತ್ಯು ಸಮೀಪಿಸುತ್ತಿದೆ	मृत्यु समीपिसुत्तिदे	अब तब होना
ಕೈಯೆತ್ತಿ ಭಗವಂತನನ್ನುಸ್ಮರಿಸುವುದು	कैयेत्ति भगवंतनन्नु स्मरिसुवुदु	अलख जगाना
ಪ್ರೀತಿ ಬೆರೆಯುವುದು	प्रीति बेरेयुवुदु	आँख अटखना
ಕಣ್ಣುಗಳು ಬೆರೆಯುವುದು	कण्णुगळु बेरेयुवुदु	आँख आना, उठाना
ಕಣ್ಣಿನಲ್ಲಿ ಧೂಳು	कण्णिनल्लि धूळु	आँख का काँटा
ರೆಪ್ಪೆ ಹೊಡೆಯದೆ ನೋಡುವುದು	रेप्पे होडेयदे नोडुवुदु	आँख गड़ना
ನೋಟ ಬೆರೆಯುವುದು	नोट बेरेयुवुदु	आँखें घुलना
ಕಣ್ಣು ತುಂಬಿಕೊಳ್ಳುವುದು	कण्णु तुंबिकोळ्ळुवुदु	अंकवार भरना
ಒತ್ತಡ ಹೇರುವುದು	ओत्तड हेरुवुदु	अंकुश देना
ಭಾಷೆ ಇಡುವುದು	भाषे इडुवुदु	अंग छूना
ಒಪ್ಪಿಕೊಳ್ಳುವುದು	ओप्पिकोळ्ळुवुदु	अंग करना
ಹೊಟ್ಟೆ ಉರಿದು ಕೊಳ್ಳುವುದು	होट्टे उरिदुकोळ्ळुवुदु	अंगार उगलना
ಕೆಂಡ ಚೆಲ್ಲಿದ ಹಾಗೆ ಬಿಸಿಲು	केंड चेल्लिद हागे बिसिलु	अंगारे बरसाना
ಪಶ್ಚಾತ್ತಾಪ ಪಡುವುದು	पश्चत्ताप पडुवुदु	अंगुली काटना
ಕೋಪ ಮಾಡಿಕೊಳ್ಳುವುದು	कोप माडिकोळ्ळुवुदु	आँख में चढ़ना
ನೋಟಗಳು ಬೆರೆಯುವುದು	नोटगळु बेरेयुवुदु	आँखें चार होना
ಕಣ್ಣು ತೆರೆದು ನೋಡುವುದು	कण्णु तेरेदु नोडुवुदु	आँख निकालना

ರೆಪ್ಪೆ ಹೊಡೆದುಕೊಳ್ಳುವುದು	रेप्पे होडेदुकोळ्ळुवुदु	आँखें पथराना
ಆಶ್ಚರ್ಯ ಪಡುವುದು	आश्चर्यपडुवुदु	आँखें फटना
ಕೋಪ ಮಾಡಿಕೊಳ್ಳುವುದು	कोप माडिकोळ्ळुवुदु	आँखें चढ़ाना
ಕಣ್ಣಿಗೆ ಧೂಳು ಬೀಳುವುದು	कण्णिगे धूळु बीळुवुदु	आँख में धूल झोंकना
ದೀನಳಾಗಿ ಪ್ರಾರ್ಥಿಸುವುದು	दीनळागि प्रार्थीसुवुदु	आंचल पसारना
ಕಣ್ಣೀರು ಒರೆಸುವುದು	कण्णिरु ओरेसुवुदु	आँसू पोंछना
ಬಿರುಸು ಮಾತು	बिरुसु मातु	अजिज करना
ಬಿಕ್ಕಿ ಬಿಕ್ಕಿ ಅಳುವುದು	बिक्कि बिक्कि अळुवुदु	आठ-आठ आँसू रोना
ವಿಘ್ನವುಂಟು ಮಾಡುವುದು	विघ्नवुंटु माडुवुदु	आड़े आना
ಕೋಪದಲ್ಲಿತನ್ನನ್ನು ತಾನು ಮರೆಯುವುದು	कोपदल्लि तन्नन्नु तानु मरेयुवुदु	आपे से बाहर होना
ಮರ್ಯಾದೆ ಮಣ್ಣು ಪಾಲಾಗುವುದು	मर्यादि मण्णु पालागुवुदु	आबरु मिट्टी में मिलाना
ಕೆಲಸವಿಲ್ಲದೆ ದೇಶ ಅಲೆಯುವುದು	केलसविल्लदे देश अलेयुवुदु	आवारा होना
ಕಷ್ಟದಲ್ಲಿ ಸಿಕ್ಕಿಕೊಳ್ಳುವುದು	कष्टदल्लि सिक्किकोळ्ळुवुदु	आशिक होना
ಬಡಾಯಿ ಕೊಚ್ಚಿಕೊಳ್ಳುವುದು	बडायि कोच्चिकोळ्ळुवुदु	आसमान पर चढ़ना
ಅಲ್ಲೋಲ ಕಲ್ಲೋಲ ಮಾಡುವುದು	अल्लोल कल्लोल माडुवुदु	आसमान सिर पर उठाना
ಪಕ್ಕದ ಹಾವು	पक्कद हावु	आस्तीन का साँप
ವ್ಯಂಗ್ಯವಾಗಿ ಮಾತನಾಡುವುದು	व्यंगवागि मातनाडुवुदु	छोटा कहना
ಇಬ್ಬಂದಿತನ	इब्बंदितन	जंगल में पडना, फसना
ತೊಂದರೆ ತೆಗೆದುಕೊಳ್ಳುವುದು	तोंदरे तेगेदुकोळ्ळुवुदु	जख्मखाना
ತೊಂದರೆ ಪಡುವುದು	तोंदरे पडुवुदु	जख्म देना
ಶಾಶ್ವತವಾಗಿ ಸ್ಥಾಪಿಸುವುದು	शाश्वतवागि स्थापिसुवुदु	जड़ें जमाना
ಪ್ರತಿಜ್ಞೆ ಮಾಡುವುದು	प्रतिज्ञे माडुवुदु	जबान काट देना
ಬಾಯಿ ಜೋರು ಮಾಡುವುದು	बायि जोरु माडुवुदु	जबान चलाना

ಬೇಗ ಬೇಗ ಹೋಗುವುದು,	बेग बेग होगुवुदु	जर्द पड़ना
ಓಡಿಹೋಗುವುದು.	ओडिहोगुवुदु	
ಉರಿದು ಬೀಳುವುದು	इरिदु बीळुवुदु	जल उठना
ತಿರುಗಿ ಹೇಳುವುದು	तिरुगि हेळुवुदु	जवाब देना
ವಿಷವನ್ನು ಕಕ್ಕುವುದು	विषवन्नु कक्कुवुदु	जहर उगलना
ವ್ಯರ್ಥ ಮಾಡುವುದು	व्यर्थ माडुवुदु	जाया करना
ರಚ್ಚು ಹಿಡಿಯುವುದು	रच्चु हिडियुवुदु	जाल फैलाना
ಬೇಸರ ಮಾಡಿಕೊಳ್ಳುವುದು	बेसर माडिकोळ्ळुवुदु	जी उकताना
ಕೋರಿಕೊಳ್ಳುವುದು	कोरिकोळ्ळुवुदु	जी करना
ಮನಸ್ಫೂರ್ತಿಯಿಂದ ಕೋರಿಕೊಳ್ಳುವುದು	मनस्फूर्तियिंद कोरिकोळ्ळुवुदु	जी जान से चाहना
ಮನಸಾರೆ	मनसारे	जी भरकर
ಗಿಣಿ ಮಾತು ಮಾತನ್ನಾಡುವುದು	गिणि मातु मातनाडुवुदु	टेटे करना
ಪ್ರತಿಜ್ಞೆ ಪೂರ್ತಿ ಮಾಡುವುದು	प्रतिज्ञे पूर्ति माडुवुदु	टेक निभाना
ವಕ್ರದೃಷ್ಟಿಯಿಂದ ನೋಡುವುದು	वक्रदृष्टियिंद नोडुवुदु	ठेढ़ी आँखों से देखना
ಕತ್ತು ಹಿಡಿದು ತಳ್ಳುವುದು	कत्तु हिडिदु तळ्ळुवुदु	गरदन नापना
ಲೀನನಾಗುವುದು	लीननागुवुदु	गर्क होना
ಅತ್ಯಾಚಾರ ಮಾಡುವುದು	अत्याचार माडुवुदु	गर्दन पर छुरी फेरना
ಪೀಡೆ ತೊಲಗಿಸುವುದು, ರಕ್ಷಿಸುವುದು	पीडे तोलगिसुवुदु, रक्षीसुवुदु	गला छूटना
ಗಂಟಲು ಕಿತ್ತುಹೋಗುವಂತೆಕಿರುಚುವುದು	गंटलु कित्तु होगुवंते किरुचुवुदु	गला फाड़ना
ಮೂರ್ಛೆ ಹೋಗುವುದು	मूर्चे होगुवुदु	गशखाना
ಮನಸ್ಸಿನ ಮಾತು ಹೇಳುವುದು	मनस्सिन मातु हेळुवुदु	गाँठ खोलना
ಆಪತ್ಕಾಲ	आपत्काल	गाढ़े दिन
ಗರ್ವ ಪಡುವುದು	गर्वपडुवुदु	गाल फुलाना
ಬಡಾಯಿ ಕೊಚ್ಚಿಕೊಳ್ಳುವುದು	बडायि कोच्चिकोळ्ळुवुदु	गाल बजाना

ವ್ಯಾಪಿಸುವುದು	व्यापिसुवुदु	गालिब होना
ಬೈಗುಳ ಕೇಳುವುದು	बैगुळ केळुवुदु	गाली खाना
ವಾರಂಟ್ ಜಾರಿಯಾಗುವುದು	वारंट् जारियागुवुदु	गिरफ्तारी निकलना
ಬೆದರಿಸುವುದು	बेदरिसुवुदु	गीदड़ भभकी
ಸತ್ತುಹೋಗುವುದು	सत्तु होगुवुदु	गडर जाना
ಕೋಪ ತಗ್ಗುವುದು	कोप तग्गुवुदु	गुस्सा उतरना
ಕೋಪಗೊಳ್ಳುವುದು	कोपगोळ्ळुवुदु	गुस्सा चढ़ना
ಕಾಲ ಮೇಲೆ ಬೀಳುವುದು	काल मेले बीळुवुदु	गोट पकड़ना
ನೀರಿನಲ್ಲಿಬೀಳುವುದು-ಮೋಸಹೋಗುವುದು	नीरिनह्लि बीळुवुदु-मोस होगुवुदु	गोता खाना
ದತ್ತು ತೆಗೆದುಕೊಳ್ಳುವುದು	दत्तु तेगेदुकोळ्ळुवुदु	गोद लेना
ದೃಷ್ಟಿ ವಿಹೀನನಾಗುವುದು	दृष्टि विहीननागुवुदु	गोबर गणेश होना
ಮನಸ್ಸು ಬಂದಂತೆ ಮಾತನ್ನಾಡುವುದು	मनस्सुबंदंते मातनाड्डुवुदु	गोलमोल बात
ಮೋಸ ಮಾಡುವುದು	मोस माड्डुवुदु	गोलमाल करना
ಜೋರಾಗಿ ಮಳೆ ಬೀಳುವುದು	जोरागि मळे बीळुवुदु	गोलधार बरसना
ಆಪತ್ತಿನಲ್ಲಿ ಸಿಕ್ಕಿಕೊಳ್ಳುವುದು	आपत्तिनह्लि सिक्किकोळ्ळुवुदु	घनचक्कर में पड़ना
ಮದುವೆ ಮಾಡಿಕೊಳ್ಳುವುದು	मदुवे माडिकोळ्ळुवुदु	घर आबाद करना
ಸಿಕ್ಕಿಹಾಕಿಕೊಳ್ಳುವುದು	सिक्किहाकिकोळ्ळुवुदु	घाटे में आना
ನಷ್ಟಪಡುವುದು	नष्टपड्डुवुदु	घाटा उठाना
ಮಂತ್ರ ತಂತ್ರ ಮಾಡುವುದು	मंत्र तंत्र माड्डुवुदु	घात चलाना
ಗಾಯದ ಮೇಲೆ ಉಪ್ಪು ಹಾಕುವುದು	गायद मेले उप्पु हाकुवुदु	घाव पर नमक छिड़कना
ಒಲಿಸಿಕೊಳ್ಳುವುದು	ओलिसिकोळ्ळुवुदु	घिन करना
ಅಡ್ಡಹಾಕುವುದು	अड्डु हाकुवुदु	घुटने टेकना
ಗೆದ್ದಲು ಹಿಡಿಯುವುದು	गेद्दलु हिड्यिुवुदु	घुन लगाना
ಕೂಡಿ ಬಾಳು	कूडि बाळु	घुल मिल कर
ಪೀಡಿಸಿ ಸಾಯಿಸುವುದು	पीडिसि सायिसुवुदु	घुला-घुला के मारना

ಗುದ್ದುವುದು	गुद्दुवुदु	घूँसा लगाना
ಕೀರ್ತಿ ಬರುವುದು	कीर्ति बरुवुदु	जंग चडना
ಮೋಸ ಹೋಗುವುದು	मेस होगुवुदु	चकमा खाना
ಆಶ್ಚರ್ಯ ಚಕಿತನಾಗುವುದು	आश्चर्य चकितनागुवुदु	चक्कर में आना
ಎಡೆಬಿಡದೆ ಕೆಲಸ ಮಾಡುವುದು	एडबिडदे केलस माडुवुदु	चक्की पीसना
ಕೆನ್ನೆ ಮೇಲೆ ಹೊಡೆಯುವುದು	केन्ने मेले होडेयुवुदु	चपत जमाना
ಸಿಹಿಯಾಗಿ ಮಾತನ್ನಾಡುವುದು	सिहियागि मातनाडुवुदु	चिकनी चुपड़ी बातें करना
ಆಸೆ ಈಡೇರುವುದು	आसे ईडेरुवुदु	चित्त करना
ಮನಸ್ಸು ಆಕರ್ಷಿಸುವುದು	मनस्सु आकर्षिसुवुदु	चित्त चुराना
ಚಾಡಿ ಹೇಳುವುದು	चाडि हेळुवुदु	चुगली करना, लगाना
ಚಿಟಿಕೆ ಹಾಕುವುದು	चिटिके हाकुवुदु	चुटकी देना
ಮೌನ ವಹಿಸುವುದು	मौन वहिसुवुदु	चुप लाधना
ನಾಶ ಮಾಡುವುದು	नाश माडुवुदु	चेहरा उतरना
ಪ್ರಸಿದ್ಧಿಯಾಗುವುದು	प्रसिद्धियागुवुदु	छंटा हुआ
ಔದಾರ್ಯ ತೋರಿಸುವುದು	औदार्य तोरिसुवुदु	छाती खोलना
ಕುಸುಕುಸು ಅಳುವುದು	कुसुकुसु अळुवुदु	छाती थाम कर रह जाना
ಗುಂಡಿಗೆ ದಡ್‌ದಡ್ ಎಂದು	गुंडिगे दड् दड् एंदु	छाती धड़कना
ಗುಂಡಿಗೆ ಕಲ್ಲು ಮಾಡಿಕೊಳ್ಳುವುದು	गुंडिगे कल्लु माडिकोळ्ळुवुदु	छाती पर पत्थर रखना
ಮೈ ಬಗ್ಗಿಸಿ ಕೆಲಸ ಮಾಡುವುದು	मै बग्गिसि केलस माडुवुदु	छप्पर फाड़ कर कमाना
ಸೂಕ್ಷ್ಮವಾಗಿಪರಿಶೀಲಿಸುವುದು	सूक्ष्मवागि परिशीलिसुवुदु	छापा मारना

ਭਾਗ -2

भाग - २

PART - 2

1. ಅಂಗಗಳು / अंगगलु / शरीर के अंग (Parts of the body)

#	Kannada		Transliteration		Hindi
1.	ತಲೆ / ಶಿರ	....	तले / शिर	....	सिर
2.	ಕೇಶ / ತಲೆಗೂದಲು	....	केश / तलेगूदलु	....	बाल
3.	ಹಣೆ	....	हणे	....	माथा
4.	ಕಣ್ಣಿನ ಪಾಪೆ	....	कण्णीन पापे	....	भौंह
5.	ಕಣ್ಣಿನ ರೆಪ್ಪೆ	....	कण्णीन रेप्पे	....	पलक
6.	ಕಣ್ಣು	....	कण्णु	....	आँख
7.	ಮೂಗು	....	मूगु	....	नाक
8.	ತುಟ	....	तुटी	....	गाल
9.	ಮುಖ	....	मुख	....	मुँह
10.	ತುಟ	....	तुटि	....	होंठ
11.	ಹಲ್ಲು	....	हल्लु	....	दाँत
12.	ನಾಲಿಗೆ	....	नालीगे	....	जीभ
13.	ಕುತ್ತಿಗೆ	....	कुत्तिगे	....	गला
14.	ಕಿವಿ	....	किवी	....	कान
15.	ಎದೆ	....	एदे	....	छाती
16.	ಭುಜ	....	भुज	....	कन्धा
17.	ಹೊಟ್ಟೆ	....	होट्टे	....	पेट
18.	ಕೈ / ಹಸ್ತ	....	कै / हस्त	....	हाथ
19.	ಅಂಗೈ	....	अंगै	....	हथेली
20.	ಅಂಗಾಲು	....	अंगालु	....	तलवा
21.	ಮಣಿಕಟ್ಟು	....	मणिकट्टु	....	कलाई
22.	ಬೆರಳು	....	बेरलु	....	उंगलि
23.	ನಡು / ಸೊಂಟ	....	नड्डु / सोंट	....	कमर
24.	ಬೆನ್ನು	....	बेन्नु	....	पीठ

25.	ಮಣಿಶಿರ	....	मणिशिर	....	रीढ
26.	ಸ್ತನ	....	स्तन	....	स्तन
27.	ಹೃದಯ/ಗುಂಡಿಗೆ	....	हृदय	....	दिल / हृदय
28.	ತೊಡೆ	....	तोडे	....	जाँघ
29.	ಮಂಡಿ	....	मंडि	....	घुटना
30.	ಮುಂಡ	....	मुंड	....	धड
31.	ಹಿಮ್ಮಡಿ	....	हिम्मडि	....	एड़ी
32.	ಉಗುರು	....	उगुरु	....	नाखून
33.	ಮಿದುಳು	....	मिदुलु	....	दिमाग
34.	ಶರೀರ	....	शरीरं	....	बदन
35.	ಗಡ್ಡ	....	गड्ड	....	दाढ़ी
36.	ಕಾಲು	....	कालु	....	पांव
37.	ತೋಳು	....	तोळु	....	बाँह
38.	ಪೃಷ್ಟ	....	पृष्ट	....	नितंब

2. ನೆಂಟರು / नेंटरु / रिश्तेदार (Relatives)

1.	ತಂದೆ	....	तंदे	....	बाप, पिता
2.	ತಾಯಿ	....	तायि	....	माता, माँ
3.	ತಾಯಿಯ ತಂದೆ, ತಾತ	....	तायिय तंदे, तात	....	नाना
4.	ತಾಯಿಯ ತಾಯಿ	....	तायिय तायि	....	नानी
5.	ತಂದೆಯ ತಂದೆ	....	तंदेय तंदे	....	दादा
6.	ತಂದೆಯ ತಾಯಿ	....	तंदेय तायि	....	दादी
7.	ಅತ್ತೆ	....	अत्ते	....	मामी
8.	ಮಾವ	....	माव	....	मामा
9.	ಚಿಕ್ಕಮ್ಮ	....	चिक्कम्म	....	मौसी

10. ಚಿಕ್ಕಪ್ಪ .... चिक्कप्प .... चाचा

11. ಮಗಳು .... मगळु .... बेटी

12. ಗಂಡ .... गंड .... पति

13. ಪತ್ನಿ .... पत्नी .... पत्नि

14. ಅಳಿಯ .... अळीय .... दामाद

15. ಸೋದರ .... सोदर .... भाई

16. ಅಣ್ಣ .... अण्ण .... बड़ा भाई

17. ತಮ್ಮ .... तम्म .... छोटा भाई

18. ಸೋದರಿ .... सोदरि .... बहन

19. ಅಕ್ಕ .... अक्क .... बड़ी बहन

20. ತಂಗಿ .... तंगि .... छोटी बहन

21. ಭಾವಮೈದುನ .... भावमैदुन .... साला

22. ನಾದಿನಿ .... नादिनि .... ननद

23. ಮೊಮ್ಮಗ/ಮೊಮ್ಮಗಳು....... मोम्मग / मोम्मगळु .... पोता / पोती

24. ಪ್ರಿಯತಮ/ಪ್ರಿಯತಮೆ .... प्रियतम / प्रियतमे .... सजना / सजनी

25. ಅತ್ತೆ .... अत्ते .... सास

26. ಮಾವ .... माव .... ससुर

27. ಸೊಸೆ .... सोसे .... बहू

28. ಅತ್ತಿಗೆ .... अत्तिगे .... भाभी

29. ಭಾವ .... भाव .... जीजा

30. ಸೋದರತ್ತೆ .... सोदरत्ते .... बुआ

31. ದೊಡ್ಡಪ್ಪ .... दोड्डप्प .... ताऊ

32. ದೊಡ್ಡಮ್ಮ .... दोड्डम्म .... ताई

33. ಸೋದರಸೊಸೆ .... सोदर सोसे .... भानजी

34. ಸೋದರಅಳಿಯ .... सोदर अळिय .... भानजा

3. ತಿನಿಸುಗಳು / तिनिसुगळु / खाने की चीजें (Eatables)

1.	ಪಾಯಸ	-	पायस	-	खीर
2.	ಪಾನಕ	-	पानक	-	शरबत
3.	ಹಲ್ವಾ	-	हल्वा	-	हलुवा
4.	ಕೋವಾ	-	कोवा	-	खोआ
5.	ಜಿಲೇಬಿ	-	जिलेबि	-	जलेबी
6.	ಶಾವಿಗೆ	-	साविगे	-	सेवई
7.	ಗುಲಾಬ್ ಜಾಮೂನ್	-	गुलाब् जामून्	-	गुलाब जामून
8.	ಕರ್ಜಿಕಾಯಿ	-	कर्जिकायि	-	गुझिया
9.	ಎಳ್ಳಿನುಂಡೆ	-	एळ्ळिनुंडे	-	तिलवा
10.	ಬೂಂದಿಲಾಡು	-	बूंदिलाडु	-	मोतीचूर
11.	ಪೊಂಗಲ್	-	पोंगल्	-	मीठी खिचड़ी
12.	ಬರ್ಫಿ	-	बर्फि	-	बर्फी
13.	ಸಾಬೂದಾನಿ ಪಾಯಸ	-	साबुदानि पायस	-	साबूदाने की खीर
14.	ಕಲಕಂಡ	-	कलकंड	-	मिसरी
15.	ಪಕೋಡ	-	पकोड	-	पकौड़ी
16.	ಕಾರಸೇವೆ	-	कारसेवे	-	सेव
17.	ಸಮೋಸಾ	-	समोसा	-	समोसा
18.	ದೋಸೆ	-	दोसे	-	दोसा
19.	ಪೂರಿ	-	पूरि	-	पूड़ी
20.	ರೊಟ್ಟಿ	-	रोट्टि	-	रोटी
21.	ಚಪಾತಿ	-	चपाति	-	चपाती
22.	ಹುಳಿ	-	हुळि	-	कढी
23.	ಅನ್ನ	-	अन्न	-	चावल
24.	ಕಿಚಡಿ/ಹುಗ್ಗಿ	-	किचडि /हुग्गि	-	खिचड़ी

25.	ಬೇಳೆಸಾರು	-	वेळेसारु	-	दाल
26.	ಸಾಗು	-	सागु	-	साग
27.	ಬೆಣ್ಣೆ	-	बेण्णे	-	मखखन
28.	ಚಟ್ನಿ	-	चटिन	-	चटनी
29.	ಉಪ್ಪಿನಕಾಯಿ	-	उप्पिनकायि	-	अचार
30.	ಹಪ್ಪಳ	-	हप्पळ	-	पापड़
31.	ಮೊಸರು	-	मोसरु	-	दही
32.	ಮಜ್ಜಿಗೆ	-	अप्पच्चि	-	मठ्ठा
33.	ಅವಲಕ್ಕಿ	-	मज्जिगे	-	चिउड़ा
34.	ತುಪ್ಪ	-	तुप्प	-	धी
35.	ಮಾವಿನ ರಸ	-	माविन रस	-	आमरस
36.	ಮಾಂಸ	-	मांस	-	मांस

4. ವ್ಯಾಧಿ / व्याधि / रोग (Diseases)

1.	ಕಾಯಿಲೆ	-	कायिले	-	बीमारी
2.	ರಕ್ತದೊತ್ತಡ	-	रक्तदोत्तड	-	रक्तचाप
3.	ಆನೆಕಾಲು	-	आनेकालु	-	श्लीपद
4.	ಕುಷ್ಠ	-	कुष्ठ	-	कोढ़ी
5.	ಸಿಡುಬು	-	सिड्बु	-	चेचक
6.	ಕಜ್ಜಿ	-	कज्जि	-	खाज, खुजली
7.	ಕ್ಯಾನ್ಸರ್	-	क्यान्सर	-	कर्कट रोग
8.	ತಲೆತಿರುಗು	-	तलेतिरुगु	-	चक्कर आना
9.	ಮಲಬದ್ಧತೆ	-	मलबद्धते	-	कब्ज
10.	ಪ್ಲೇಗು	-	प्लेगु	-	महामारी
11.	ಉಬ್ಬಸ	-	उब्बस	-	दमा

12.	ತಲೆನೋವು	-	तलेनोवु	–	सिर दर्द
13.	ಕಾಲರಾ	-	कालरा	–	हैजा
14.	ನಿದ್ರಾರಾಹಿತ್ಯತೆ	-	निद्रराहित्यते	–	अनिद्रा
15.	ಕೆಮ್ಮು	-	केम्मु	–	खाँसी
16.	ಸೊಂಟನೋವು	-	सोंटनोवु	–	कमर दर्द
17.	ಗುಳ್ಳೆ	-	गुळ्ळे	–	दाद
18.	ವಾಂತಿ	-	वांति	–	उल्टी
19.	ಬೊಬ್ಬೆ	-	बोब्बे	–	छाला, फोड़ा
20.	ನಾಯಿಕೆಮ್ಮು	-	नायिकेम्मु	–	काली खांसी
21.	ಮೂಲವ್ಯಾಧಿ	-	मूलव्याधि	–	बवासिर, अर्म
22.	ನೆಗಡಿ	-	नेगडि	–	जुकाम
23.	ವಿರೇಚನ	-	विरेचन	–	दस्त आना
24.	ಜ್ವರ	-	ज्वर	–	बुखार, ज्वर
25.	ಟೈಫಾಯಿಡ್	-	टैफायिड्	–	आन्त्र ज्वर
26.	ಹೊಟ್ಟೆನೋವು	-	होट्टेनोवु	–	पेट का दर्द
27.	ಕಾಮಾಲೆ	-	कामाले	–	कामला
28.	ಕ್ಷಯ	-	क्षय	–	राजयक्ष्मा
29.	ಕಾಲರಾ	-	कालरा	–	घाव
30.	ಗಾಯ	-	गाय	–	चोट
31.	ಡಿಫ್ತೀರಿಯಾ	-	डिफ्तिरिया	–	रोहिणी
32.	ಲಕ್ವಾ	-	लक्वा	–	पक्षाघात, लकवा
33.	ಆಮಶಂಕೆ	-	आमशंके	–	पेचिश
34.	ಹುಚ್ಚು	-	हुच्चु	–	पागलपन

5. ಉಪಕರಣ / उपकरण / औजार (Implements)

1.	ಚಾಕು / ಚೂರಿ	-	चाकु / चूरि	-	चाकु
2.	ಕೊಡಲಿ	-	कोडलि	-	परसु
3.	ತಕ್ಕಡಿ	-	तक्कडि	-	तोला
4.	ಅರ	-	अर	-	अरण
5.	ನೇಗಿಲು	-	नेगिलु	-	हल
6.	ಸುತ್ತಿಗೆ	-	सुत्तिगे	-	हतोडी
7.	ಸೂಜಿ	-	सूजि	-	सुई
8.	ಗರಗಸ	-	गरगस	-	करगस
9.	ಚುಕ್ಕಾಣಿ	-	चुक्काणि	-	अरकटी
10.	ಬಾಚಣಿಗೆ	-	बाचणिगे	-	ककई
11.	ಅಂಕುಶ	-	अंकुश	-	कजक
12.	ಸರಪಳಿ	-	सरपळि	-	कडी

6. ಖನಿಜ-ಲೋಹಗಳು / खनिज-लोहगळु / खनिज (Ores/minerals)

1.	ಚಿನ್ನ	-	चिन्न	-	सोना
2.	ಬೆಳ್ಳಿ	-	बेळ्ळि	-	चांदी
3.	ಲೋಹ	-	लोह	-	लोहा
4.	ತಾಮ್ರ	-	तार्म	-	तंबा
5.	ಉಕ್ಕು	-	उक्कु	-	फौलाद
7.	ಸೀಸ	-	सीस	-	शीशा
8.	ತವರ	-	तवर	-	जस्ता
9.	ರತ್ನ	-	रत्न	-	रतन
10.	ಪಚ್ಚೆ	-	पच्चे	-	पन्ना
11.	ಮುತ್ತು	-	मुत्तु	-	मोती
12.	ಗಂಧಕ	-	गंधक	-	गंधक
13.	ಅಭ್ರಕ	-	अभ्रक	-	अभ्रक

7. ಆಡಳಿತ ನಿರ್ವಹಣೆ / आडळित निर्वहणे / शासन (Administration)

1.	ಅರ್ಜಿ	-	अर्जी	–	अर्जी
2.	ನೋಂದಣಿ	-	नोंदणि	–	आरक्षण
3.	ಸಚಿವ/ಮಂತ್ರಿ	-	सचिव/मंत्रि	–	मंत्री
4.	ಜಿಲ್ಲಾ ಕಲೆಕ್ಟರ್	-	जिल्ला कलेक्टर्र	–	जिलाधीश
5.	ನ್ಯಾಯಾಲಯ	-	न्ययालय	–	न्यायालय
6.	ಕೋರ್ಟು	-	कोर्ट	–	अदालत
7.	ವಕೀಲ	-	वकिल	–	वकील
8.	ನ್ಯಾಯವಾದಿ	-	न्यावादि	–	अधिवक्ता
9.	ಹೈಕೋರ್ಟ್	-	हैकोर्ट	–	उच्च न्यायालय
10.	ಸರಕಾರಿ ಪ್ಲೀಡರ್	-	सरकारि फ्लिडर	–	सरकारी वकील
11.	ಸುಪ್ರೀಂಕೋರ್ಟ್	-	सुर्प्रिकोर्ट	–	उच्चतम न्यायालय
12.	ಗೂಢಚಾರಿ	-	गूढाचारि	–	गुप्तचर
13.	ಪ್ರಧಾನ ಕಾರ್ಯದರ್ಶಿ	-	प्रधान कार्यदर्शि	–	प्रधान सचिव
14.	ಕಾರ್ಯದರ್ಶಿ	-	कार्यदर्शि	–	सचिव
15.	ಫಿರ್ಯಾದಿ	-	फिर्यादि	–	फरियाद
16.	ಪೊಲೀಸ್ ಇನ್ಸ್‌ಪೆಕ್ಟರ್	-	पोलीस् इन्सपेक्टर्र	–	दरोगा
17.	ಶಸ್ತ್ರಸಜ್ಜಿತ ರಕ್ಷಕ	-	सस्त्रसज्जित रक्षक	–	तोपची
18.	ಇಲಾಖೆ ಇನ್ಸ್‌ಪೆಕ್ಟರ್	-	इलाके इन्सपेक्टर	–	इलाका निरीक्षक
19.	ಅಂಗರಕ್ಷಕ	-	अंगरक्षक	–	अंगरक्षक
20.	ಟೈಪಿಸ್ಟ್	-	टैपिस्टु	–	टंकक
21.	ಪ್ರಶಿಕ್ಷಕ	-	प्रशिक्षक	–	प्रशिक्षक
22.	ಜನಗಣತಿ	-	जनगणति	–	जनगणना
23.	ನಿರ್ದೇಶಕ	-	निर्देशक	–	निर्देशक
24.	ಪ್ರಬಂಧಕ/ನಿರ್ವಾಹಕ	-	प्रबंधक / निर्वाहक	–	प्रबन्धक
25.	ಸದಸ್ಯ	-	सदस्य	–	सदस्य
26.	ಗವರ್ನರ್	-	गवरनर्र	–	राज्यपाल

27.	ರಾಷ್ಟ್ರಪತಿ	-	राष्टपति	-	राष्ट्रपति
28.	ರಾಯಭಾರಿ	-	रायभारि	-	राजदूत
29.	ಪ್ರೌಢ ಶಿಕ್ಷಣ	-	प्रौढशिक्षण	-	प्रौढ़ शिक्षा
30.	ವೈಯಕ್ತಿಕ ಕಾರ್ಯದರ್ಶಿ	-	व्यक्तिक कार्यदर्शी	-	निजी सचिव
31.	ವಿದ್ಯೆ	-	विद्ये	-	विद्या
32.	ಸಚಿವ ಸಂಪುಟ	-	सचिव संपुट	-	मंत्रिमंडल

8. ಪಕ್ಷಿ, ಕೀಟ, ಕ್ರಿಮಿ, ಪ್ರಾಣಿಗಳು / पक्षि, कीट, क्रिमि, प्राणिगळु / पक्षी, कीड़े, मकोड़े और जानवर

1.	ಹುಲಿ	-	हुलि	-	बाध
2.	ಕೋಣ	-	कोण	-	भैसा
3.	ಚಿಗರೆ/ಜಿಂಕೆ	-	चिगरे/जिंके	-	हरिण
4.	ಆನೆ	-	आने	-	हाथी
5.	ಹೆಣ್ಣಾನೆ	-	हेण्णाने	-	हाथिनि
6.	ಗರುಡ	-	गरुड	-	गरूड़
7.	ಕತ್ತೆ	-	कत्ते	-	गधा
8.	ಹೇನು	-	हेनु	-	जुआँ
9.	ಸೊಳ್ಳೆ	-	सोळ्ळे	-	मच्छर
10.	ಬಾವಲಿ	-	बावलि	-	चमगीदड़
11.	ನೀಲಕಂಠ	-	निलकंठ	-	नीलकंठ
12.	ಗೆದ್ದಲು	-	गेद्दलु	-	दीमक
13.	ಕೋಳಿ	-	कोळि	-	मुर्गा
14.	ಸಿಂಹ	-	सिंह	-	सेश
15.	ಸಿಂಹಿಣಿ	-	सिंहिणि	-	सेरणी
16.	ಹಂಸ	-	हंस	-	हंस
17.	ಭ್ರಮರ	-	भ्रमर	-	भ्रमर
18.	ಮಿಂಚುಹುಳು	-	मिंचुहुळु	-	जुगनू

19. ಚೇಳು	-	चेळु	-	बिच्छू
20. ಮಿಡತೆ	-	मिडते	-	टिड्डी
21. ನಾಯಿ	-	नायि	-	कुत्ता/कुकुर
22. ನೊಣ	-	नोण	-	मक्खी
23. ಜೇನುಹುಳು	-	जेनुहुळु	-	मधुमक्खी
24. ರೇಷ್ಮೆಹುಳು	-	रेष्मेहुळु	-	रेशमी कीड़ा
25. ಪತಂಗ	-	पतंग	-	पतंगा
26. ಇರುವೆ	-	इरुवे	-	चींटी
27. ಏಡಿ	-	एडि	-	खटमल
28. ಮೀನು	-	मीनु	-	बाज
29. ಗೂಬೆ	-	गूबे	-	उल्लू
30. ಮೈನಾ	-	मैना	-	मैना
31. ಬಾತುಕೋಳಿ	-	बातुकोळि	-	बतख
32. ಗಿಣಿ	-	गिणि	-	तोता
33. ತೋಳ	-	तोळ	-	बेडिया
34. ಕಪ್ಪೆ	-	कप्पे	-	मेंडक
35. ಚಾತಕಪಕ್ಷಿ	-	चातकपक्षि	-	पपीहा
36. ನವಿಲು	-	नविलु	-	मयूर
37. ಪಾರಿವಾಳ	-	पारिवाळ	-	कबूतर
38. ಇಣಚಿ	-	इणचि	-	तलहरी
39. ಕಾಗೆ	-	कागे	-	कौआ
40. ಕೋಗಿಲೆ	-	कोगिले	-	कोयल
41. ಚಿರತೆ	-	चिरते	-	चीता / तेंदुआ
42. ಹಸು / ಆಕಳು	-	हसु / आकळु	-	गाय
43. ಎಮ್ಮೆ	-	एम्मे	-	भैंस
44. ಎತ್ತು	-	एत्तु	-	बैल
45. ಕುದುರೆ	-	कुदुरे	-	घोड़ा

46.	ಒಂಟೆ	-	ओंटे	-	ऊँठ
47.	ಜೀಬ್ರಾ	-	जिब्रा	-	जैब्रा
48.	ಜಿರಾಫೆ	-	जिराफे	-	जिराफ
49.	ಕರಡಿ	-	करडि	-	भालू, रीछ
50.	ಕೋತಿ	-	कोति	-	बंदर
51.	ಕುರಿ	-	कुरि	-	बकरा
52.	ಹಂದಿ	-	हंदि	-	सुअर
53.	ಬೆಕ್ಕು	-	बेक्कु	-	बिल्ली
54.	ಸರ್ಪ/ಹಾವು	-	सर्प / हावु	-	सर्प, साँप
55.	ಹಲ್ಲಿ	-	हल्लि	-	छिपकली
56.	ಮೊಸಳೆ	-	मोसळे	-	मगर
57.	ಕುದುರೆ	-	कुदुरे	-	हाथी
58.	ಆಡು	-	आडु	-	भेड़ा
59.	ಮೊಲ	-	मोल	-	खरगोश
60.	ಪ್ರಾಣಿಗಳು	-	प्रणिगळु	-	जानवर
61.	ಗಿಡುಗ	-	गिडुग	-	गीदड़
62.	ಇಲಿ	-	इलि	-	चूहा
63.	ಮುಳ್ಳುಹಂದಿ	-	मुळ्ळुहंदि	-	साही
64.	ಮುಂಗುಸಿ	-	मुंगुसि	-	नेवला
65.	ಆಮೆ	-	आमे	-	कछुआ
66.	ಉಡ	-	उड	-	गोह
67.	ನರಿ	-	नरि	-	लोमडि

9. ಹೂವು / हूवु / फूल (Flowers)

1.	ಕೇದಗೆ	-	केदगे	-	केवड़ा
2.	ಜಾಜಿ	-	जाजि	-	मल्लिका
3.	ಚೆಂಡುಹೂವು	-	चेंडुहूवु	-	मोतिया
4.	ಸಣ್ಣಜಾಜಿ	-	सण्णजाजि	-	जूही
5.	ಪಾರಿಜಾತ	-	पारिजात	-	कनेर
6.	ಚಂಪಕ	-	चंपक	-	चंपक
7.	ಮಂದಾರ	-	मंदार	-	मंदार
8.	ಗುಲಾಬಿ	-	गुलाबि	-	गुलाब
9.	ಪಾರಿಜಾತ	-	पारिजात	-	पारिजात
10.	ಮಲ್ಲಿಗೆ	-	मल्लिगे	-	कुंद
11.	ನಂದಿಪುಷ್ಪ	-	नन्दिपुष्प	-	गुल चांदनी
12.	ತಾವರೆ	-	तावरे	-	कमल

10. ಸ್ವಾದ / स्वाद / स्वाद (Tastes)

1.	ಘಾಟು/ಕಾರ	-	घाटु/कार	-	तीखा
2.	ಉಪ್ಪು	-	उप्पु	-	नमकीन
3.	ಸಿಹಿ	-	सिहि	-	मीठा
4.	ಕಹಿ	-	कहि	-	खट्टी
5.	ಒಗರು	-	वगरु	-	कसैला
6.	ಸಪ್ಪೆ	-	सप्पे	-	स्वादहीन, फीका
7.	ರುಚಿಕರ/ಸ್ವಾದಿಷ್ಟ	-	रुचिकर / स्वादिष्ट	-	स्वादिष्ट
8.	ಹುಳಿ	-	हुळि	-	कढी

11. ಹಣ್ಣುಗಳು / हण्णुगळु / फल (Fruits)

1.	ದ್ರಾಕ್ಷಿ	-	द्राक्षि	-	अंगूर
2.	ಖರ್ಜೂರ	-	खर्जूर	-	खजूर
3.	ಪಪ್ಪಾಯಿ	-	पप्पायि	-	पपीता
4.	ಹಲಸು	-	हलसु	-	कटहल
5.	ಅಂಜೂರ	-	अंजूर	-	अनार

6.	ಬಾಳೆ	- बाळे	-	केला
7.	ಸೇಬು	- सेबु	-	सेब
8.	ಸೀತಾಫಲ	- सीताफल	-	शरीफा
9.	ಕಿತ್ತಳೆ	- कित्तळे	-	संतरा
10.	ನಿಂಬೆ	- निंबे	-	नीम्बू
11.	ಸೀಬೆ	- सीबे	-	अमरूद
12.	ಜಾಮೂನ್	- जामून्	-	जामून
13.	ದಾಳಿಂಬೆ	- दाळिंबे	-	आनार
14.	ಅನಾನಸ್	- अनानस्	-	अन्नानास
15.	ಮಾವು	- मावु	-	आम
16.	ಕಲ್ಲಂಗಡಿ	- कल्लंगडि	-	तरबूज

12. ಆಟಗಳು / आटगळु / **खेलकूद** (Games)

1.	ಗೊಂಬೆಯಾಟ	- गोंबेयाट	-	गुड़िया
2.	ಕುಸ್ತಿ	- कुस्ती	-	कुश्ती
3.	ಓಟ	- ओट	-	दौड़
4.	ಚದುರಂಗ	- चेस / चदुरंग	-	शतरंज
5.	ಆಟ	- आट	-	खेल
6.	ಗಿಲ್ಲಿದಾಂಡು	- गिल्लिदांडु	-	गिल्ली-डंडा
7.	ಕಬಡ್ಡಿ	- कबड्डी	-	कबड्डी
8.	ಜಿಗಿತ	- जिगित	-	कूदना
9.	ಚೆಂಡಾಟ	- चेंडाट	-	गेंद
10.	ಬ್ಯಾಟು	- ब्याटु	-	बल्ला
11.	ಗುದ್ದು	- गुद्दु	-	घूँसा
12.	ಗಾಳಿಪಟ ಸ್ಪರ್ಧೆ	- गाळिपट स्पर्दे	-	पतंगबाजी
13.	ವ್ಯಾಯಾಮ	- व्यायाम	-	कसरत
14.	ಆಟಗಾರ	- आटगार	-	खिलाड़ी

13. ಭಾವನೆಗಳು / भावनेगळु / **मन के भाव** (Feelings)

1.	ಆಸೆ	-	आसे	-	आशा
2.	ನಿರಾಸೆ	-	निरासे	-	निराशा
3.	ಧೈರ್ಯ	-	धैर्य	-	हिम्मत
4.	ಸಂತೋಷ	-	संतोष	-	संतोष
5.	ಖುಷಿ / ಆನಂದ	-	खुशि / आनंद	-	खुशी
6.	ದುಃಖ	-	दुःख	-	दुःख
7.	ಸುಖ	-	सुख	-	सुख
8.	ನಗು	-	नोगु	-	हँस
9.	ದಯೆ / ಕರುಣೆ	-	दये / करुणे	-	दया, करुणा
10.	ಅಸೂಯೆ	-	असूये	-	असूया
11.	ಕೋಪ	-	कोप	-	गुस्सा
12.	ಅಳು	-	अळु	-	रोना
13.	ಸ್ನೇಹ	-	स्नेह	-	मित्रता
14.	ಉದಾಸೀನ	-	उदासीन	-	उदास
15.	ಸಾಹಸ	-	साहस	-	साहस
16.	ಮೌನ	-	मौन	-	चुपचाप
17.	ಮೋಸ	-	मोस	-	धोखा
18.	ಕೋಮಲತೆ	-	कोमलते	-	कोमलता
19.	ಭಯ	-	भय	-	डर
20.	ಸಂದೇಹ	-	संदेह	-	सन्देह

14. दिशाएँ / दिक्कुगळु / ದಿಕ್ಕುಗಳು (Sides)

ಪೂರ್ವ	पूर्व	पूरब	ಪಶ್ಚಿಮ	पश्चिम	पश्चिम
ಉತ್ತರ	उत्तर	उत्तर	ದಕ್ಷಿಣ	दक्षिण	दक्खन
ಪಕ್ಕ	पक्क	ओर	ಹಿಂದೆ	हिंदे	पीछे

ಒಳಗೆ	ओळगे	भीतर	ಮಧ್ಯ	मध्य	मध्य
ಹೊರಗೆ	होरगे	बाहर	ಎದುರು	एदुरु	सामने
ಕೆಳಗೆ	केळगे	नीचे	ಮೇಲೆ	मेले	ऊपर
ಬಲ	बल	दायाँ	ಎಡ	एड	बायाँ

15. ಕಾಲ / काल / समय (Time)

ಸೆಕೆಂಡ್	...	सेकेंड	-	सेकण्ड
ನಿಮಿಷ	...	निमिष	-	मिनट
ಗಂಟೆ	...	गंटे	-	घंटा
ಬೆಳಗ್ಗೆ	...	बेळग्गे	-	सुबह
ಉದಯಕಾಲ / ಮುಂಜಾನೆ	...	उदयकाल	-	सबेरे
ಮಧ್ಯಾಹ್ನ	...	मध्याह्न	-	दोपहर
ಸಂಜೆ	...	संजे	-	शाम
ದಿನ	...	दिन	-	दिन
ರಾತ್ರಿ	...	रात्री	-	रात

16. ತರಕಾರಿ / तरकारि / सब्जियाँ (Vegetables)

ಬದನೆ	...	बदने	-	बैंगन
ಆಲೂಗೆಡ್ಡೆ	...	आलूगेड्डे	-	आलू
ಗಜ್ಜರಿ	...	गज्जरि	-	गजर
ಸೌತೆಕಾಯಿ	...	सौतेकायि	-	खीरा, ककड़ी
ಸುವರ್ಣಗೆಡ್ಡೆ	...	सुवर्णगेड्डे	-	जमीकंद
ಪಡುವಲಕಾಯಿ	...	पडवलकायि	-	चचींदा
ಕ್ಯಾಬೇಜ್	...	क्याबेज्	-	पत्ता गोभी
ಟೊಮೇಟೊ	...	टोमेटो	-	टमाटर
ಕಾಲಿಫ್ಲವರ್	...	कालिफ्लवर्	-	फूल गोभी
ಬೂದುಗುಂಬಳಕಾಯಿ	..	बूदुगुंबळकायि	-	पेठा
ಹೀರೆಕಾಯಿ	...	हीरेकायि	-	तुरई

ಸೋರೆಕಾಯಿ	... सोरेकायि	-	लौकी
ಹಾಗಲ	... हागल	-	करेला
ಕುಂಬಳ	... कुंबल	-	कुम्हड़ा
ಗೆಣಸು	... गेणसु	-	शकरकन्द

17. ಪೂರ್ಣಾರ್ಥಕ ಸಂಖ್ಯೆಗಳು / पूर्णार्थक संख्येगळु / पूर्णार्थक संख्याए

ಮೊದಲು	मोदलु	अव्वल	ಮೊದಲ	मोदल	पहला
ಎರಡನೇ	एरडने	दूसरा	ಮೂರನೇ	मूरने	तीसरा
ನಾಲ್ಕನೇ	नाल्कने	चौथा	ಐದನೇ	ऐदने	पाँचवाँ
ಆರನೇ	आरने	छठवाँ	ಏಳನೇ	एळने	सातवाँ
ಎಂಟನೇ	एंटने	आठवाँ	ಒಂಬತ್ತನೇ	ओंबत्तने	नौवाँ
ಹತ್ತನೇ	हत्तने	दसवाँ	ಇಬ್ಬರು	इब्बरु	दोनों
ಮೂವರು	मूवरु	तीनों	ನಾಲ್ವರು	नाल्वरु	चारों
ಐವರು	ऐवरु	पाँचों	ಏಳ್ವರು	ऐळ्वरु	सातों
ಎಂಟುಮಂದಿ	एंटुमंदि	आठों	ಒಂಭತ್ತುಮಂದಿ	ओंबत्तुमंदि	नौवों
ಹತ್ತುಮಂದಿ	हत्तुमंदि	दसों			

18. ಹಣ ವಿಭಾಗ / हण विभाग / द्रव्य विभाग (Money Division)

25 ಪೈಸೆ ಇಪ್ಪತ್ತೈದು ಪೈಸೆ	इप्पत्तैदु पैसे	पच्चीस पैसे
50 ಪೈಸೆ ಐವತ್ತು ಪೈಸೆ	ऍवत्तु पैसे	पचास पैसे
75 ಪೈಸೆ ಎಪ್ಪತ್ತೈದು ಪೈಸೆ	एप्पतैदु पैसे	पचहत्तर पैसे
ಒಂದು ರೂಪಾಯಿ	ओंदु रूपायि	एक रुपया
ಒಂದೂಕಾಲು ರೂಪಾಯಿ	ओंदुकालु रूपायि	सवा रुपया
ಒಂದೂವರೆರೂಪಾಯಿ	ओंदूवरे रूपायि	डेढ़ रुपया
ಒಂದೂಮುಕ್ಕಾಲು ರೂಪಾಯಿ	ओंदूमुक्कालु रूपायि	पौने दो रुपया
ಎರಡು ರೂಪಾಯಿ	एरडु रूपायि	दो रुपये
ಎರಡು ಐವತ್ತು ರೂಪಾಯಿ	एरडु ऍवत्तु रूपायि	ढाई रुपये
ಎರಡು ಮುಕ್ಕಾಲು ರೂಪಾಯಿ	एरडु मुक्कालु रूपायि	पौने तीन रुपये

ನೂರು ರೂಪಾಯಿ	नूरु रूपायि	सौ रुपये
ನೂರ ಇಪ್ಪತ್ತೈದು ರೂಪಾಯಿ	नूर इप्पत्तैदु रूपायि	सवा सौ रुपये
ನೂರ ಐವತ್ತು ರೂಪಾಯಿ	नूर ऍवत्तु रूपायि	डेढ सौ रुपये
ನೂರ ಎಪ್ಪತ್ತೈದು ರೂಪಾಯಿ	नूर एप्पतैदु रूपायि	पौने दो सौ रुपये
ಸಾವಿರ ರೂಪಾಯಿ	साविर रूपायि	हजार रुपये
ಒಂದು ಲಕ್ಷ ರೂಪಾಯಿ	ओंदु रूपायि	लाख रुपये
ಹತ್ತು ಲಕ್ಷ ರೂಪಾಯಿ	हत्तु लक्ष रूपायि	दस लाख रुपये
ಒಂದು ಕೋಟಿ ರೂಪಾಯಿ	ओंदु कोटि रूपायि	करोड़ रुपय
ಹತ್ತು ಕೋಟಿ ರೂಪಾಯಿ	हत्तु कोटि रूपायि	दस करोड़ रुपये

19. ಭಿನ್ನರಾಶಿ / भिन्नराशि / **भिन्न** (Fractions)

¼ ಕಾಲು	कालु	पाव
½ ಅರ್ಧ	अर्ध	आधा
¾ ಮುಕ್ಕಾಲು	मुक्कालु	पौने
1 ¼ ಒಂದೂಕಾಲು	ओंदूकालु	सवा
1 ½ ಒಂದೂವರೆ	ओंदूवरे	डेढ़
1 ¾ ಒಂದೂಮುಕ್ಕಾಲು	ओंदूमुक्कालु	पौने दो
2 ¼ ಎರಡೂಕಾಲು	एरडूकालु	सवा दो
2 ½ ಎರಡೂವರೆ	एरडूवरे	ढाई
2 ¾ ಎರಡೂಮುಕ್ಕಾಲು	एरडूमुक्कालु	पौने तीन
3 ¼ ಮೂರೂಕಾಲು	मूरूकालु	सवा तीन
3 ½ ಮೂರೂವರೆ	मूरूवरे	साढ़े तीन
3 ¾ ಮೂರುಮುಕ್ಕಾಲು	मूरूमुक्कालु	पौने चार
4 ¼ ನಾಲ್ಕೂಕಾಲು	नाल्कूकालु	सवा चार
4 ½ ನಾಲ್ಕೂವರೆ	नाल्कूवरे	साढ़े चार
4 ¾ ನಾಲ್ಕುಮುಕ್ಕಾಲು	नाल्कुमुक्कालु	पौने पाँच

5 ¼ ಐದೂಕಾಲು	ऍदूकालु	सवा पाँच
5 ½ ಐದೂವರೆ	ऍदूवरे	साढ़े पाँच
5 ¾ ಐದೂಮುಕ್ಕಾಲು	ऍदूमुक्कालु	पौने छः

21. संख्या / संख्ये / ಸಂಖ್ಯೆ (Numbers)

ಒಂದು	1	ओंदु	एक
ಎರಡು	2	एरडु	दो
ಮೂರು	3	मूरु	तीन
ನಾಲ್ಕು	4	नाल्कु	चार
ಐದು	5	ऍदु	पाँच
ಆರು	6	आरु	छः
ಏಳು	7	एळु	सात
ಎಂಟು	8	एंटु	आठ
ಒಂಭತ್ತು	9	ओंभत्तु	नौ
ಹತ್ತು	10	हत्तु	दस
ಹನ್ನೊಂದು	11	हन्नोंदु	ग्यारह
ಹನ್ನೆರಡು	12	हन्नेरडु	बारह
ಹದಿಮೂರು	13	हदिमूरु	तेरह
ಹದಿನಾಲ್ಕು	14	हदिनाल्कु	चौदह
ಹದಿನೈದು	15	हदिनैदु	पंद्रह
ಹದಿನಾರು	16	हदिनारु	सोलह
ಹದಿನೇಳು	17	हदिनेळु	सत्रह

ಹದಿನೆಂಟು	18	हदिनेंटु	अठारह
ಹತ್ತೊಂಬತ್ತು	19	हत्तोंभत्तु	उन्नीस
ಇಪ್ಪತ್ತು	20	इप्पत्तु	बीस
ಇಪ್ಪತ್ತೊಂದು	21	इप्पत्तोंदु	इक्कीस
ಇಪ್ಪತ್ತೆರಡು	22	इप्पत्तेरडु	बाईस
ಇಪ್ಪತ್ತಮೂರು	23	इप्पत्तमूरु	तेईस
ಇಪ್ಪತ್ತನಾಲ್ಕು	24	इप्पत्तनाल्कु	चौबीस
ಇಪ್ಪತ್ತೈದು	25	इप्पत्तैदु	पच्चीस
ಇಪ್ಪತ್ತಾರು	26	इप्पत्तारु	छब्बीस
ಇಪ್ಪತ್ತೇಳು	27	इप्पत्तेळु	सत्ताईस
ಇಪ್ಪತ್ತೆಂಟು	28	इप्पत्तेंटु	अट्ठाईस
ಇಪ್ಪತ್ತೊಂಬತ್ತು	29	इप्पत्तोंभत्तु	उनतीस
ಮೂವತ್ತು	30	मूवत्तु	तीस
ಮೂವತ್ತೊಂದು	31	मुवत्तोंदु	इकतीस
ಮೂವತ್ತೆರಡು	32	मुवत्तेरडु	बत्तीस
ಮೂವತ್ತಮೂರು	33	मुवत्तमूरु	तैन्तीस
ಮೂವತ್ತನಾಲ್ಕು	34	मुवत्तनाल्कु	चौंतीस
ಮೂವತ್ತೈದು	35	मुवत्तैदु	पैंतीस
ಮೂವತ್ತಾರು	36	मुवत्तारु	छत्तीस
ಮೂವತ್ತೇಳು	37	मुवत्तेळु	सैंतीस
ಮೂವತ್ತೆಂಟು	38	मुवत्तेंटु	अड़तीस
ಮೂವತ್ತೊಂಭತ್ತು	39	मुवत्तोंभत्तु	उनचालीस

ನಲವತ್ತು	40	नलवत्तु	चालीस
ನಲವತ್ತೊಂದು	41	नलवत्तेंदु	इकतालीस
ನಲವತ್ತೆರಡು	42	नलवत्तेरडु	बयालीस
ನಲವತ್ತಮೂರು	43	नलवत्तमूरु	तैंतालीस
ನಲವತ್ತನಾಲ್ಕು	44	नलवत्तनाल्कु	चवालीस
ನಲವತ್ತೈದು	45	नलवत्तैदु	पैंतालीस
ನಲವತ್ತಾರು	46	नलवत्तारु	छियालीस
ನಲವತ್ತೇಳು	47	नलवत्तेळु	सैंतालीस
ನಲವತ್ತೆಂಟು	48	नलवत्तेंटु	अड़तालीस
ನಲವತ್ತೊಂಭತ್ತು	49	नलवत्तोंभत्तु	उनचास
ಐವತ್ತು	50	ऍवत्तु	पचास
ಐವತ್ತೊಂದು	51	ऍवत्तेंदु	इक्कावन
ಐವತ್ತೆರಡು	52	ऍवत्तेरडु	बावन
ಐವತ್ತಮೂರು	53	ऍवत्तमूरु	तीरपन
ಐವತ್ತನಾಲ್ಕು	54	ऍवत्तनाल्कु	चौवन
ಐವತ್ತೈದು	55	ऍवत्तैदु	पचपन
ಐವತ್ತಾರು	56	ऍवत्तारु	छप्पन
ಐವತ್ತೇಳು	57	ऍवत्तेळु	सत्तावन
ಐವತ್ತೆಂಟು	58	ऐवत्तेंटु	अट्ठावन
ಐವತ್ತೊಂಭತ್ತು	59	ऍवत्तोंभत्तु	उनसठ
ಅರವತ್ತು	60	अरवत्तु	साठ
ಅರವತ್ತೊಂದು	61	अरवत्तोंदु	इकसठ

ಅರವತ್ತೆರಡು	62	अरवत्तेरडु	बासठ
ಅರವತ್ತಮೂರು	63	अरवत्तमूरु	तीरसठ
ಅರವತ್ತನಾಲ್ಕು	64	अरवत्तनाल्कु	चौंसठ
ಅರವತ್ತೈದು	65	अरवत्तैदु	पैंसठ
ಅರವತ್ತಾರು	66	अरवत्तारु	छियासठ
ಅರವತ್ತೇಳು	67	अरवत्तेळु	सड़सठ
ಅರವತ್ತೆಂಟು	68	अरवत्तेंटु	अड़सठ
ಅರವತ್ತೊಂಭತ್ತು	69	अरवत्तोंभत्तु	उनहत्तर
ಎಪ್ಪತ್ತು	70	एप्पत्तु	सत्तर
ಎಪ್ಪತ್ತೊಂದು	71	एप्पत्तोंदु	इकहत्तर
ಎಪ್ಪತ್ತೆರಡು	72	एप्पत्तेरडु	बहत्तर
ಎಪ್ಪತ್ತಮೂರು	73	एप्पत्तमूरु	तिहत्तर
ಎಪ್ಪತ್ತನಾಲ್ಕು	74	एप्पत्तनाल्कु	चौहत्तर
ಎಪ್ಪತ್ತೈದು	75	एप्पत्तैदु	पचहत्तर
ಎಪ್ಪತ್ತಾರು	76	एप्पत्तारु	छिहत्तर
ಎಪ್ಪತ್ತೇಳು	77	एप्पत्तेळु	सतहत्तर
ಎಪ್ಪತ್ತೆಂಟು	78	एप्पत्तेंटु	अठहत्तर
ಎಪ್ಪತ್ತೊಂಭತ್ತು	79	एप्पत्तेंभत्तु	उन्यासी
ಎಂಭತ್ತು	80	एंभत्तु	अस्सी
ಎಂಭತ್ತೊಂದು	81	एंभत्तोंदु	इक्कासी
ಎಂಭತ್ತೆರಡು	82	एंभत्तेरडु	बयासी
ಎಂಭತ್ತಮೂರು	83	एंभत्तमूरु	तिरासी

ಎಂಭತ್ತನಾಲ್ಕು	84	एंभत्तनाल्कु	चौरासी
ಎಂಭತ್ತೈದು	85	एंभत्तैदु	पचासी
ಎಂಭತ್ತಾರು	86	एंभत्तारु	छियासी
ಎಂಭತ್ತೇಳು	87	एंभत्तेळु	सत्तासी
ಎಂಭತ್ತೆಂಟು	88	एंभत्तेंट्टु	अट्ठासी
ಎಂಭತ್ತೊಂಭತ್ತು	89	एंभत्तोंभत्तु	नवासी
ತೊಂಭತ್ತು	90	तोंभत्तु	नब्बे
ತೊಂಭತ್ತೊಂದು	91	तोंभत्तोंदु	इक्कानबे
ತೊಂಭತ್ತೆರಡು	92	तोंभत्तेरडु	बयानबे
ತೊಂಭತ್ತಮೂರು	93	तोंभत्तमूरु	तिरानबे
ತೊಂಭತ್ತನಾಲ್ಕು	94	तोंभत्तनाल्कु	चौरानबे
ತೊಂಭತ್ತೈದು	95	तोंभत्तैदु	पंचानबे
ತೊಂಭತ್ತಾರು	96	तोंभत्तारु	छियानबे
ತೊಂಭತ್ತೇಳು	97	तोंभत्तेळु	सत्तानबे
ತೊಂಭತ್ತೆಂಟು	98	तोंभत्तेंट्टु	अट्ठानबे
ತೊಂಭತ್ತೊಂಭತ್ತು	99	तोंभत्तोंभत्तु	निन्यानबे
ನೂರು	100	नूरु	सौ
ಸಾವಿರ	1000	साविर	हजार
ಹತ್ತು ಸಾವಿರ	10,000	हत्तु सविर	दस हजार
ಲಕ್ಷ	1,00,000	लक्ष	लाख
ಹತ್ತು ಲಕ್ಷ	10,00,000	हत्तु लक्ष	दस लाख
ಕೋಟಿ	1,00,00,000	कोटि	करोड़

ਭਾਗ -3

भाग - ३

PART - 3

ಪ್ರಶ್ನಾವಾಚಕ ಸಂಭಾಷಣೆ प्रश्नवाचक संभाषणे (Question Tag Conversations)

ಪ್ರಶ್ನೆಗಳನ್ನು ಕೇಳುತ್ತ, ಮಾತನ್ನಾಡುತ್ತ ನಾವು ಭಾಷೆಯನ್ನು ಕಲಿಯುತ್ತೇವೆ. ಬೆಳಗ್ಗೆ ಎದ್ದ ತಕ್ಷಣ ಆರಂಭವಾಗುವ ಪ್ರಶ್ನೆ ಕೇಳುವಿಕೆ, ದಿನದ ಅಂತ್ಯದವರೆಗೆ ಮುಂದುವರಿಯುತ್ತದೆ. ಕೆಳಗೆ ಕೆಲವು ಪ್ರಶ್ನಾಸೂಚಕ ಪದಗಳನ್ನು ಕೊಡಲಾಗಿದೆ. ಇವನ್ನು ಸಾವಧಾನವಾಗಿ ಅವಲೋಕಿಸಿ, ಮಾತುಕತೆಯಲ್ಲಿ ಬಳಸಿ. ಇದರಿಂದ ನಿರಂತರವಾಗಿ ಮಾತನ್ನಾಡುವುದು ಸಾಧ್ಯವಾಗಲಿದೆ.

ಏನು ?	...	एनु ?	...	क्या
ಹೇಗೆ ?	...	हेगे ?	...	कैसा
ಎಲ್ಲಿ ?	...	एल्लि ?	...	कहाँ
ಎಷ್ಟು ?	...	एष्टु ?	...	कितना
ಏಕೆ ?	...	एके ?	...	क्यों
ಯಾವಾಗ ?	...	यावाग ?	...	कब
ಯಾರು ?	...	यारु ?	...	कौन
ಯಾವುದು ?	...	यावुदु ?	...	कौन सा
ಆವಾಗಲೆ	...	आवागले	...	जभी
ಎಲ್ಲಿ ?	...	एल्लि	...	कहाँ पर
ಯಾರಿಗೆ ?	...	यारिगे ?	...	किसको
ಯಾರಿಗೆ ?	...	यारिगे ?	...	किनके

ಸಣ್ಣ ಸಣ್ಣ ಪದಗಳು / सण्ण सण्ण पदगळु / छोटी-छोटी बातें (Small Words)

1.	ನಿಶ್ಶಬ್ದ	निश्शब्द	खामोश
2.	ಸುಮ್ಮನಿರಿ	सुम्मनिरि	चुप रहिए
3.	ಕೇಳಿ	केळि	सुनो
4.	ಅರ್ಥಮಾಡಿಕೊಳ್ಳಿ	अर्धमाडिकोळ्ळि	समझ लो
5.	ಇಲ್ಲಿ ಕಾಯುತ್ತಿರಿ	इल्लि कायुत्तिरि	यहीं इन्तजार करो

6.	ಮರೆಯದಿರಿ	मरेयदिरि	भूलना मत
7.	ಇಲ್ಲಿ ಬನ್ನಿ	इल्लि बन्नि	इधर आईये
8.	ಹೊರಗೆ ಹೋಗು	होरगे होगु	बाहर जाओ
9.	ಮುಂದೆ ನೋಡಿ	मुंदे नोडि	आगे देखो
10.	ಹಿಂದೆ ನೋಡಬೇಡಿ	हिंदे नोडबेडि	पीछे मत देखो
11.	ಪಕ್ಕದಲ್ಲಿ ಏನಿದೆ?	पक्कदल्लि ऐनिदे ?	बाजू में क्या हैं ?
12.	ಬೇಗ ಬನ್ನಿ	बेग बन्नि	जल्दी आइये
13.	ಕೆಳಗೆ ಇಳಿಯಿರಿ	केळगे इळियिरि	नीचे उतरिये
14.	ಮೇಲೆ ಹತ್ತಿ	मेले हत्ति	ऊपर चढ़िये
15.	ನನಗೆ ನೋಡಲು ಬಿಡಿ	ननगे नोडलु बिडि	मुझे देखने दो
16.	ಕುಳಿತುಕೊಳ್ಳಿ	कुळितुकोळ्ळि	बैठिये
17.	ನಿಂತುಕೊಂಡಿರಿ	निंतुकोंडिरि	खड़े रहिए
18.	ಇದೇನು ?	इदेनु ?	यह क्या है ?
19.	ಚಹಾ ಕುಡಿಯಿರಿ	चहा कुडियिरि	चाय पीओ
20.	ಮುಖ ತೊಳೆದುಕೊಳ್ಳಿ	मुख तोळेदुकोळ्ळि	मुँह धोओ
21.	ಅವನನ್ನು ಕರೆಯಿರಿ	अवनन्नु करेयिरि	उसको बुलाओ
22.	ಇದನ್ನು ತೆಗೆಯಿರಿ	इदन्नु तेगेयिरि	यह हटाओ
23.	ಅವನ್ನು ತೆಗೆಯಿರಿ	अवन्नु तेगेयिरि	इसको हटाओ
24.	ನನ್ನನ್ನು ಬಿಟ್ಟುಬಿಡು	नन्नन्नु बिट्टुबिडु	मुझे छोड़ दो
25.	ಮಾತನಾಡಬೇಡ	मातनाडबेड	बोलना मत
26.	ನನಗೆ ಹೇಳು	ननगे हेळु	मुझे बताओ
27.	ನನಗೆ ಬೇಡ	ननगे बेड	मुझे नहीं चाहिए
28.	ನಿನಗೆ ನೀರು ಬೇಕೇ	निनगे नीरु बेके	तुम्हे पानी चाहिये
29.	ಅವನಿಗೆ ಹಾಲು ಬೇಕಿದೆ	अवनिगे हालु बेकिदे	उन्हें दूध चाहिये

■ ಏನು? / एनु / **क्या** (What)

1.	ಏನು ವಿಷಯ ?	ऐनु विषय ?	क्या बात है ?
2.	ಇದು ಏನು ?	इदु ऐनु ?	यह क्या है ?
3.	ಅವನ ಹೆಸರೇನು ?	अवन हेसरेनु ?	उसका नाम क्या है ?
4.	ಇದರ ಅರ್ಥವೇನು ?	इदर अर्थवेनु ?	इसका मतलब क्या है ?
5.	ನಿಮಗೇನು ಬೇಕು ?	निगेनु बेकु ?	आपको क्या होना ?
6.	ಈಗ ಎಷ್ಟು ಸಮಯ ?	इग एष्टु समय ?	इस वक्त कितने बजे है ?
7.	ನೀವು ಈಗ ಏನು ಮಾಡುತ್ತಿದ್ದೀರಿ?	निवु ईग ऐनु माडुत्तिद्दीरि?	तुम इस समय में क्या करते हो ?
8.	ಅದು ಏನು ?	अदु ऐनु ?	वह क्या है ?
9.	ನೀವು ಅವನಿಗೆ ಏನು ಹೇಳಿದಿರಿ ?	निवु अवनिगे ऐनु हेळिदिरि?	आपने उनसे क्या कहा ?
10.	ನೀವು ಏನು ಖರೀದಿಸಲು ಬಯಸುತ್ತೀರಿ?	निवु ऐनु खरीदिसलु बयसुत्तीरि?	तुम क्या खरीदना चाहते हो ?
11.	ನಾನು ಏನು ಮಾಡಲಿ ?	नानु ऐनु माडलि ?	मै क्या करूँ ?
12.	ನೀವು ಏನು ಮಾಡುತ್ತಿದ್ದಿರಿ?	निवु ऐनु माडुत्तिद्दिरि ?	तुम क्या करते हो ?
13.	ನೀವು ನನಗೇನು ಕೊಡುತ್ತೀರಿ?	वि ननगेनु कोडुत्तीरि ?	आप मुझे क्या देते हैं ?

■ ಯಾರು ? / **यारु** / **कौन** (Who)

1.	ನೀವು ಯಾರು ?	नीवु यारु ?	आप कौन हैं ?
2.	ನೀನು ಯಾರು ?	नीनु यारु ?	तुम कौन हो ?
3.	ನಾನು ಯಾರು ?	नानु यारु ?	मै कौन हूँ ?
4.	ನೀವು ಯಾರನ್ನು ಭೇಟಿ ಆಗಬೇಕು ?	निवु यारन्नु भेठि आगबेकु?	आप किससे मिलना चाहते हैं ?
5.	ಅವರು ಯಾರನ್ನು ಭೇಟಿಯಾಗಬೇಕಿದೆ?	अवरु यारन्नु भेठियागबेकिदे ?	वह किससे मिलना चाहते हैं ?
6.	ಅವನು ಯಾರು ?	अवनु यारु ?	वह कौन है ?

7. ಈ ಮನೆಯಲ್ಲಿ ಯಾರ್ಯಾರು ಇದ್ದಾರೆ ? ई मनेयल्लि यारारु इद्दारे ? इस घर में कौन-कौन रहते है ?

8. ಆ ದಪ್ಪ ಹುಡುಗ ಯಾರು ? आ दप्प हुडुग यारु ?

वह मोटा लड़का कौन है ?

9. ಈ ಜಮೀನಿನ ಮಾಲೀಕ ಯಾರು ? ई जमीनि मालीक यारु ?

इस जमीन का मालिक कौन है ?

10. ನಿಮ್ಮ ಕುಟುಂಬದಲ್ಲಿ ಹಿರಿಯರು ಯಾರು ? निम्म कुटुंबदल्लि हिरियरु यारु ?

आपके परिवार में बड़े कौन है ?

11. ಈ ಪ್ರಶ್ನೆಯನ್ನು ಕೇಳಲು ನೀವು ಯಾರು ? ई प्रश्नेयन्नु केळलु नीवु यारु ?

यह प्रश्न पूछने वाले आप कौन हैं ?

12. ಈ ರಸ್ತೆಯಲ್ಲಿ ನಿಮ್ಮ ಸ್ನೇಹಿತರು ಯಾರು ? ई रस्तेयल्लि निम्म स्नेहितरु यारु ?

इस गली में तुम्हारा दोस्त कौन है ?

13. ಅವರು ನಿನ್ನ ಜತೆ ಏನು ಮಾತನ್ನಾಡಿದರು ? अवरु निन्न जोते एनु मातन्नाडिदरु ?

वह तुमसे क्या बात करते हैं ?

14. ಇಂದಿನ ಸಭೆಯಲ್ಲಿ ಯಾರ್ಯಾರು ಮಾತನ್ನಾಡುತ್ತಾರೆ ? इंदिन सभेयल्लि यारारु मातन्नाडुत्तारे ?

आज की सभा में कौन-कौन सम्बोधित करेंगे ?

15. ನಿನ್ನ ಸೋದರಿ ಯಾರು ? निन्न सोदरि यारु ?

तुम्हारी बहन कौन है ?

16. ನನ್ನ ಬಳಿ ಮಾತನ್ನಾಡುವ ನೀವು ಯಾರು ? नन्न बळि मातन्नाडुव नीवु यारु ?

मुझ से बात करने वाले तुम कौन हो ?

17. ಇವರು ಯಾರ ಮಕ್ಕಳು ? इवरु यार मक्कळु ? ये किनके बच्चे है ?

18. ಆ ಗೊಂಬೆ ಯಾರದ್ದು ? आ गोंबे यारद्दु ? ये गुड़ियाँ किनकी है ?

19. ಈ ಪುಸ್ತಕ ಯಾರದ್ದು ? ई पुस्तक यारद्दु ? यह किताब किसका है ?

20. ಆತ ನಿನಗೆ ಏನಾಗಬೇಕು ? आत निगे ऐनागबेकु ? वह तुम्हारा कौन है ?

■ ಏಕೆ ? / एके / क्यों (Why)

ನೀವು ನಮ್ಮ ಮನೆಗೆ ಏಕೆ ಬರುತ್ತಿದ್ದೀರಿ ? निवु नम्म मनेगे ऐके बरुत्तिद्दीरि ?

तुम मेरे घर क्यों आये हो ?

ಯಾಕೆ ಬರಬಾರದು ಎಂದು ಹೇಳು ? याके बरबारदु एंदु हेळु ?

क्यों नही आना बोलो ?

ನೀವು ಏಕೆ ಸಿಟ್ಟಾಗುತ್ತಿದ್ದೀರಿ ? निवु ऐके सिट्टागुत्तिदिरि ?

तुम क्यों नाराज होते हो ?

ನೀವು ಏಕೆ ಕನ್ನಡ ಕಲಿಯುತ್ತಿದ್ದೀರಿ ? निवु ऐके कन्नड कलियुत्तिदिरि ?

तुमने कन्नड क्यों सीख लिया ?

ನೀನು ಏಕೆ ಕಲಿತುಕೊಳ್ಳಲಿಲ್ಲಹೇಳು? निनु ऐके कलितुकोळ्ळलिल्ल हेळु ?

तुमने क्यों नहीं सीखा बोलो ?

ನೀವು ಅಲ್ಲಿಗೆ ಏಕೆ ಹೋದಿರಿ? निवु अल्लिगे ऐके होदिरि ?

आप वहाँ क्यों गये ?

ನೀವು ಇವತ್ತು ಏಕೆ ಬರಲಿಲ್ಲ ? निवु इवत्तु ऐके बरलिल्ल ?

आज आप क्यों नहीं आये ?

ನೀವು ಪ್ರತಿದಿನ ಕಚೇರಿಗೆ ಏಕೆ ಹೋಗುತ್ತೀರಿ? निवु प्रतिदिन कचेरिगे ऐके होगुत्तिरि ?

तुम प्रतिदिन दफ्तर क्यों जाते हो ?

ಆ ಮಹಿಳೆ ಏಕೆ ಜೋರಾಗಿ ಮಾತನ್ನಾಡುತ್ತಿದ್ದಾಳೆ ? आ महिळे ऐके जोरागि मातन्नाडुत्तिद्दाळे ?

वह औरत क्यों जोर से बात कर रही है ?

ನೀವು ಏಕೆ ಆಟವಾಡಲಿಲ್ಲ? निवु ऐके आटवाडलिल्ल ?

तुम क्यों नहीं खेले ?

ನೀವು ಏಕೆ ತಡ ಮಾಡಿದಿರಿ ? निवु ऐके तड माडिदिरि ?

आपने इतनी देर क्यों की (किया) ?

ನೀವು ಅವನಿಗೆ ಏಕೆ ಹೇಳಲಿಲ್ಲ? निवु अवनिगे ऐके हेळलिल्ल ?

आपने उनसे क्यों नहीं बोले ?

ನೀವು ಅವನನ್ನು ಏಕೆ ಭೇಟಿ ಮಾಡಿದಿರಿ ? निवु अवनन्नु ऐके भेटि माडिदिरि ?

तुम उनसे क्यों मिले ?

ನಾನು ನಿಮಗೇಕೆ ಉತ್ತರ ನೀಡಬೇಕು? नानु निमगेके उत्तर नीडबेकु ?

मैं आपको क्यों जवाब दूँ ?

ಆತ ಏಕೆ ನಕ್ಕ ? आत ऐके नक्क ? वह क्यों हँसा ?

ಅದು ನಮಗೇಕೆ? अदु नमगेके ? वह हमको क्यों ?

ಅವನು ಆ ಕೆಲಸವನ್ನು ಏಕೆ ಬಿಟ್ಟ? आवनु आ केलसवन्नु ऐके बिट्ट ?

उसने वह नौकरी क्यों छोड़ दी ?

ನೀನು ಏಕೆ ಓಡುತ್ತಿರುವೆ ? नीनु ऐके ओडुत्तिरुवे ?

तुम क्यों भागते हो ?

ನಾನು ಓಡಿದರೆ ನಿನಗೇನು ಆಗುತ್ತದೆ ? नानु ओडिदरे निनगेनु आगुत्तदे ?

मैं भागा तो तुम्हें क्या हुआ ?

ನೀನೇಕೆ ನೇರವಾದ ಉತ್ತರ ಕೊಡುವುದಿಲ್ಲ? निनेके नेरवाद उत्तर कोडुवुदिल्ल ?

तुम क्यों सीधा जवाब नहीं देते हो ?

■ ಎಲ್ಲಿ? / ऐल्लि / **कहाँ** (Where)

ನೀವು ಎಲ್ಲಿ ಇದ್ದೀರಿ ? नीवु ऐल्लि इद्दीरि ? आप कहाँ रहते हैं ?

ನಾವು ಎಲ್ಲಿ ಇರುತ್ತೇವೆ? नावु एल्लि इरुत्तेवे ? हम कहाँ रहते है ?

ಅವರು ಎಲ್ಲಿ ಇರುತ್ತಾರೆ ? अवरु एल्लि इरुत्तारे ? वे लोग कहाँ रहते हैं ?

ನಿನ್ನ ಶಾಲೆ ಎಲ್ಲಿದೆ ? निन्न शाले एल्लिदे ? तुम्हारी पाठशाला कहाँ है ?

ನಾನು ಎಲ್ಲಿಗೆ ಹೋಗಬೇಕು? नानु एल्लिगे होगबेकु ? मुझे कहाँ जाना है ?

146

ನೀನು ಎಲ್ಲಿಗೆ ಹೋಗಬೇಕು? | नीनु एल्लिगे होगबेकु ?
तुम कहाँ जाओगे ?

ನೀವು ಎಲ್ಲಿಗೆ ಹೋಗುತ್ತಿದ್ದೀರಿ? | नीवु एल्लिगे हागुत्तिद्दीरि ?
आप कहाँ जा रहे हैं ?

ನಿಮ್ಮ ವಾಹನವನ್ನು ಎಲ್ಲಿ ನಿಲ್ಲಿಸಬೇಕು ? | निम्म वाहनवन्नु एल्लि निल्लिसबेकु ?
आपके गाड़ी को कहाँ खड़ी करनी है ?

ನೀವು ಎಲ್ಲಿ ಕೆಲಸ ಮಾಡುತ್ತಿದ್ದೀರಿ ? | नीवु एल्लि केलस माडुत्तिदिरि ?
तुम कहाँ काम करते हो ?

ನೀವು ಎಲ್ಲಿಂದ ನೋಡುತ್ತಿರುವಿರಿ? | नीवु एल्लिंद नोडुत्तिरुविरि ?
तुम कहाँ से देखते हो ?

ನಾವು ಎಲ್ಲಿ ಭೇಟಿಯಾಗೋಣ? | नावु एल्लि भेटियागोण ?
हम किधर मिलेंगे ?

ಅವರನ್ನು ಎಲ್ಲಿ ಭೇಟಿ ಆಗುವೆ ? | अवरन्नु एल्लि भेटि आगुवे ?
उनको कहाँ मिलते हो ?

ನಿಮ್ಮ ಬಳಿ ಇಷ್ಟು ಹಣ ಎಲ್ಲಿಂದ ಬಂತು ? | निम्म बळि एष्टु हण एल्लिंद बंतु ?
तुम्हारे पास इतने रूपये कहाँ से आये ?

ನಿಮ್ಮ ಮನೆ ಎಲ್ಲಿದೆ ? | निम्म मने एल्लिदे ?
आपका घर कहाँ है ?

■ ಹೇಗೆ ? / हेगे / कैसा (How)

ನೀವು ಹೇಗೆ ಹೋಗುವಿರಿ?	नीवु हेगे होगुविरि ?	आप कैसे जाते है ?
ನೀನು ಹೇಗೆ ಹೋಗುವೆ?	नीनु हेगे होगुवे ?	तुम कैसे जाते हो ?
ನಾನು ಹೇಗೆ ಹೋಗಲಿ?	नानु हेगे होगलि ?	मैं कैसे जाना ?
ಅವರು ಹೇಗೆ ಹೋಗುತ್ತಾರೆ?	अवरु हेगे होगुत्तारे ?	वे लोग कैसे जाने ?
ಇವರು ಹೇಗೆ ಹೋಗುವುದು?	इवरु हेगे होगुवुदु ?	ये / इन लोग कैसे जाने ?

ನನಗೆ ಹೇಗೆ ಗೊತ್ತಾಗಬೇಕು?

ननगे हेगे गोत्तागबेकु ?

मुझे कैसे मालूम हुआ ?

ನಿನಗೆ ಹೇಗೆ ಗೊತ್ತಾಯಿತು ?

निनगे हेग् गोत्तायितु ?

तुम्हें कैसे मालूम हुआ ?

ನಾನು ನಿನಗೆ ಹೇಗೆ ಕೊಡಲಿ?

नानु निनगे हेगे कोडलि ?

मैं तुम्हें कैसे दूँ ?

ನಾನು ನಿನಗೆ ಹೇಗೆ ಕೊಟ್ಟೆ?

नानु निनगे हेगे कोट्टे ?

मैंने तुमको कैसे दिया ?

ಅವರು ನನಗೆ ಹೇಗೆ ಕೊಡುತ್ತಾರೆ?

अवरु ननगे हेगे कोडुत्तारे ?

वे मुझे कैसे देंगे ?

ಆತನ ಓದು ಹೇಗೆ ನಡೆಯುತ್ತಿದೆ ?

आतन ओदु हेगे नडेयुत्तिदे ?

इसकी पढ़ाई कैसी चल रही है ?

ಅವನ ಹಳ್ಳಿಗೆ ಹೇಗೆ ಹೋಗುವುದು?

अवन हळ्ळिगे हेगे होगुवुदु ?

उनके गाँव कैसे जायेंगे ?

ಮದುವೆ ಹೇಗೆ ಆಯಿತು ?

मदुवे हेग् आयितु ?

शादी किस तरह हुई ?

ನೀನು ಹೇಗೆ ಇರುವೆ ?

निनु हेगे इरुवे ?

तुम कैसे हो ?

ವ್ಯಾಪಾರ ಹೇಗೆ ನಡೆಯುತ್ತಿದೆ ?

व्यापार हेगे नडेयुत्तिदे ?

व्यापार / धंधा कैसे चला रहे हो ?

ಹಸುಗಳನ್ನು ಹೇಗೆ ಮೇಯಿಸುತ್ತಿದ್ದೀರಿ ?

हसुगळन्नु हेगे मेयिसुत्तिद्दीरि ?

गायों को कैसे चरा रहे हो ?

ಹಸು/ ಎತ್ತು ಹೇಗೆ ಹೋಗುತ್ತಿವೆ?

हसु / एत्तु हेगे होगुत्तिवे ?

गाय-भैंस कैसे चल रही है ?

ನೀವು ಹೇಗೆ ಹೊರ ಹೋಗುತ್ತೀರಿ? | निवु हेगे होर होगुत्तीरि ?

आप कैसे निकलते है ?

ಚಹಾ ಹೇಗೆ ಮಾಡುತ್ತಾರೆ ? | चहा हेगे माडुत्तारे ?

चाय कैसे बनाते हैं ?

ತರಕಾರಿ ಹೇಗೆ ಖರೀದಿ ಮಾಡುತ್ತೀರಿ ? | तरकारि हेगे खरीदि माडुत्तीरि ?

सब्जी कैसे खरीदी जाती हैं ?

ಅಡುಗೆಯವ ಎಲ್ಲಿ ಇರುತ್ತಾನೆ ? | अडुगेयव एल्लि इरुत्ताने ?

रसोइया कैसे रहता है ?

■ ಯಾವಾಗ ? / यावाग / **कब** (When)

ನೀವು ಯಾವಾಗ ಏಳುವಿರಿ ? | नीवु यावाग ऐळुविरि ?

तुम कब उठते हो ?

ನಾನು ಯಾವಾಗ ಏಳಬೇಕು ? | नानु यावाग ऐळबेकु ?

मुझे कब उठना चाहिए ?

ಯಾವಾಗ ಎದ್ದರೆ ಒಳಿತು ? | यावाग एद्दरे ओळितु ?

कब उठे तो अच्छा रहेगा ?

ಯಾವಾಗ ಹೋದರೆ ಒಳ್ಳೆಯದು ? | यावाग होदरे औळ्ळेयदु ?

कब गए तो अच्छा रहेगा ?

ನೀನು ಯಾವಾಗ ಬರುವಿರಿ ? | नीनु यावाग बरुविरि ?

तुम कब आओगे ?

ನೀವು ಯಾವಾಗ ಬರುತ್ತೀರಿ ? | नीवु यावाग बरुत्तीरि ?

आप कब आयेंगे ?

ನಾನು ಯಾವಾಗ ಬರಲಿ ? | नानु यावाग बरलि ?

मैं कब आऊँ ?

ನಿಮ್ಮ ಮಗಳ ಮದುವೆ ಯಾವಾಗ ? | निम्म मगळ मदुवे यावाग ?

आपकी बेटी की शादी कब हैं ?

ನಾನು ನಮ್ಮ ಮನೆಗೆ ಯಾವಾಗ ಹೋಗುವುದು?	नानु नम्म मनेगे यावाग होगुवुदु ? मैं अपने घर कब जाऊँगा ?
ನಾನು ಈ ಕೆಲಸ ಯಾವಾಗ ಪ್ರಾರಂಭಿಸಲಿ?	नानु ई केलस यावाग प्ररंभिसलि ? मैं यह काम कब शुरू कर सकता हूँ ?
ನೀವು ಕಚೇರಿಗೆ ಯಾವಾಗ ಹೋಗುವಿರಿ?	नीवु कचेरिगे यावाग होगुविरि ? आप कार्यालय / दफ्तर कब जायेंगे ?
ನಾವು ಯಾವಾಗ ಹೋಗುವುದು?	नावु यावाग होगुवुदु ? हम कब जायेंगे ?
ನಾವು ಯಾವಾಗ ಮದುವೆ ಮಾಡಿಕೊಳ್ಳುವುದು?	नावु यावाग मदुवे माडिकोळ्ळुवुदु ? हम कब शादी करेंगे ?
ನಾವು ಯಾವಾಗ ಊಟ ಮಾಡುವುದು?	नावु यावाग ऊट माडुवुदु ? हम कब खाना खायेंगे ?
ನಾವು ಅಲ್ಲಿಗೆ ತಲುಪುವುದು ಯಾವಾಗ?	नावु अल्लिगे तलुपुवुदु यावाग ? हम वहाँ/उधर कब पहुँचेंगे ?
ಅವನು ಯಾವಾಗ ಮಾಡಿದ?	अवनु यावाग माडिद ? उसने कब किया ?
ಅದು ಯಾವಾಗ ಆಗಲಿದೆ?	अदु यावाग आगलिदे ? वह कब होगा ?
ರಜೆ ಯಾವಾಗ?	रजे यावाग ? छुट्टी किस दिन होगी ?
ನಿಮ್ಮ ಮದುವೆ ಯಾವಾಗ?	निम्म मदुवे यावाग ? आपका शादी कब होगी ?

■ ಎಷ್ಟು? / एष्टु -कितना (How many / How much ?)

ಒಂದು ರೂಪಾಯಿಯಲ್ಲಿ ಎಷ್ಟು ಪೈಸೆ ಇದೆ ?
ओंदु रूपायियल्लि एष्टु पैसे इदे ?
एक रूपया में कितने पैसे है ?

ಒಂದು ಕೋಟಿಯಲ್ಲಿ ಎಷ್ಟು ಸೊನ್ನೆ ಇದೆ ?
ओंदु कोटियल्लि एष्टु सोन्ने इदे ?
एक करोड में कितने शून्य रहते हैं ?

ನಿಮ್ಮ ವಯಸ್ಸು ಎಷ್ಟು ?
निम्म वयस्सु एष्टु ?
आपकी उम्र कितनी है ?

ನೀವು ಬೆಳಗ್ಗೆ ಎಷ್ಟು ಇಡ್ಲಿ ತಿನ್ನಬಲ್ಲಿರಿ ?
नीवु बेळग्गे एष्टु इडल्लि तिन्नबल्लिरि ?
तुम सुबह कितनी इडली खा सकते हो ?

ನೀವು ಪ್ರತಿದಿನ ಎಷ್ಟು ಹೊತ್ತಿಗೆ ಕಚೇರಿಗೆ ಹೋಗುವಿರಿ?
नीवु प्रतिदिन एष्टु होत्तिगे कचेरिगे होगुविरि ?
आप प्रतिदिन कितने बजे कार्यालय/दफ्तर जाते हैं?

ನೀವು ಪ್ರತಿದಿನ ಎಷ್ಟು ಕೆಲಸ ಮಾಡುತ್ತೀರಿ ?
नीवु प्रतिदिन एष्टु केलस माडुत्तिरि ?
तुम प्रतिदिन कितना काम करते हो ?

ನಿಮಗೆಷ್ಟು ಬೇಕು ?
निमगेष्टु बेकु ?
तुम्हें कितना चाहिए ?

ಕಾಮನಬಿಲ್ಲಿನಲ್ಲಿ ಎಷ್ಟು ಬಣ್ಣಗಳಿವೆ ?
कामनबिल्लिनल्लि एष्टु बण्णगळिवे ?
इन्द्रधनुष में कितने रंग रहते हैं ?

ಪ್ರತಿದಿನ ಎಷ್ಟು ಬಾರಿ ಊಟ ಮಾಡುವಿರಿ ?
प्रतिदिन एष्टु बारि ऊट माडुविरि ?
तुम प्रतिदिन कितने बार खाना खाते हो ?

ಈ ತರಕಾರಿಯನ್ನು ಎಷ್ಟು ಬೆಲೆಗೆ ಮಾರುತ್ತಿ ?
ई तरकारियन्नु एष्टु बेलेगे मारुत्ति ?
यह सब्जी कितने में बेचते हो ?

ನಾವು ಎಲ್ಲಿ, ಏಕೆ, ಎಷ್ಟು ಮತ್ತಿತರ ಪ್ರಶ್ನಾವಾಚಕಗಳನ್ನು ಬಳಸಿ, ಪ್ರಶ್ನೆ ಕೇಳುವುದನ್ನು ಅಭ್ಯಾಸ ಮಾಡಿದೆವು. ಕೆಲವು ಆಜ್ಞಾ ಸೂಚಕಗಳನ್ನು ಅಭ್ಯಾಸ ಮಾಡೋಣ.

ನೀನು ಏನೆಂದು ತಿಳಿದುಕೊಂಡಿರುವೆ?	निनु ऐनेंदु तिळिदुकोंडिरुवे ?	तुम क्या समझते हो ?
ಅದನ್ನು ಅಲ್ಲಿ ಇಡು	अदन्नु अल्लि इडु	इसको उधर / वहाँ रखो
ನಿಮಗೆ ಏನು ಗೊತ್ತಿದೆ?	निमगे ऐनु गोत्तिदे ?	आपको क्या मालूम है ?
ನಿಧಾನವಾಗಿ ಹೋಗು	निधानवागि होगु	धीरे जाओ
ಬೇಗ ಹೋಗು	बेग होगु	जल्दी जाओ
ಆತನನ್ನು ಸಂಭಾಳಿಸಿ	आतनन्नु संभाळिसि	इसे / इसको सम्भालिये
ಸುಮ್ಮನಿರು	सुम्मनिरु	चुपचाप रहो
ಇಲ್ಲಿ ಬಾ	इल्लि बा	यहाँ / इधर आओ
ನಿಶ್ಶಬ್ದ	निश्शब्द	खामोश
ಇಲ್ಲಿ ನೋಡು	इल्लि नोडु	यहाँ / इधर देखो
ನೋಡು / ನೋಡಿರಿ	नोडु / नोडिरि	देखो / देखिए
ಹೊರಡಿ / ಹೊರಡಿರಿ	होरडि / होरडिरि	हठो / हठिए
ತೊಲಗು	तोलगु	हठाइए
ಪ್ರಯತ್ನಿಸು	प्रयत्निसु	कोशिश करो
ಸಿದ್ಧವಾಗಿರಿ	सिद्धवागिरि	तैयार रहिए
ಇದನ್ನು ತಿನ್ನು	इदन्नु तिन्नु	यह खाओ
ಅವನನ್ನು ಬಿಡು	अवनन्नु बिडु	उसको छोड़ो
ಅವನನ್ನು ಬಿಟ್ಟು ಬಿಡು	अवनन्नु बिट्टु बिडु	इसको छोड़ दो
ನಿಧಾನ, ನಿಧಾನವಾಗಿ ನಡೆ.	निधान, निधानवागि नडे	धीरे धीरे चलो
ನೀನು ಇಲ್ಲಿ ನಿಂತುಕೋ	नीनु इल्लि निंतुको	तुम यहाँ रूको
ಯೋಚಿಸಿ, ಅರ್ಥ ಮಾಡಿಕೊಂಡುಹೇಳು	योचिसि, अर्थ माडिकोंडु हेळु	सोच समझकर बोलो
ನೋಡಿಕೊಂಡುನಡೆ	नोडिकोंडु नडे	देखकर चलो
ಮರೆಯಬೇಡ	मरेयबेड	भूलना मत / मत भूलो
ಮಾತನಾಡಬೇಡ	मातनाडबेड	बोलना मत / मत बोलो
ಹೇಳಬೇಡ	हेळबेड	मत बताना

ನಿಜವಾದ ವಿಷಯ ಹೇಳು	निजवाद विषय हेळु	असली बात बताओ
ಆಲಸಿಯಂತೆ ಹೋಗಬೇಡ	आलसियंते होगबेड	देर से मत जाना
ನನ್ನನ್ನು ಕಾಡಿಸಬೇಡ	नन्नन्नु काडिसबेड	मुझे परेशान मत करो
ನನ್ನನ್ನು ಹೋಗಲುಬಿಡು	नन्नन्नु होगलुबिडु	मुझे जाने दो
ವಾಪಸ್ ಹೋಗಿ	वापास् होगि	वापस जाइए

ಓದಿ, ಬರೆಯಿರಿ, ಜೀವನದಲ್ಲಿಮುಂದೆ ಬನ್ನಿ ओदि, बरेयिरि, जीवनदह्ळि मुंदे बन्नि

पढ़ो, लिखो, आगे बढ़ो

ತಾವು ಸ್ವಲ್ಪ ಅರ್ಥ ಮಾಡಿಕೊಳ್ಳಬೇಕು ताvu स्वल्प अर्थ माडिकोळ्ळबेकु

आप थोड़ा समझ लेना

ನೀವು ನನಗೆ ತಿಳಿಸಿ ಹೇಳಿ निवु ननगे तिळिसि हेळि

तुम मुझे समझाओ

ಕ್ರೋಧ-ಸಿಟ್ಟಿಗೆಸಂಬಂಧಿಸಿದ ಮಾತುಗಳನ್ನು ಕಲಿಯೋಣ. ಇಂಥ ವಾಕ್ಯಗಳಲ್ಲಿಬರುವ ಕ್ರಿಯಾಶಬ್ದವನ್ನು ನಾವು ಬಿಟ್ಟು ಬಿಡುತ್ತೇವೆ.

ಉದಾ : ಕರೋ(ಮಾಡು), ರಹೋ(ಇರು), ಬೋಲೋ(ಮಾತನ್ನಾಡು)

अब हम कुछ क्रोध से सम्बन्धित बातें सीखेंगे । क्रोध वाले वाक्यों के अंत में आनेवाली क्रिया शब्द को हम हल्का छोडते है । उदाहरण : करो (माडु ಮಾಡು), रहो (इरु ಇರು), बोलो (मातनाडु ಮಾತನಾಡು)

ನಿನಗೆ ಬುದ್ಧಿ ಇಲ್ಲ	निगे बुद्धि इल्ल	तुमको अकल नहीं है
ನೀನು ನನ್ನ ಮಾತು ಕೇಳಿಸಿಕೋ	नीनु नन्न मातु केळिसिको	तुम मेरी बात सुनो
ನೇರವಾಗಿ ಮಾತನಾಡು	नेरवागि मातनाडु	सीधी तरह बातें करो
ಅನವಶ್ಯ ಮಾತನಾಡಬೇಡ	अनवश्य मातनाडबेड	फिजुल बातें मत करो
ಸಿಟ್ಟಾಗಬೇಡ	सिट्टागबेड	नाराज मत हो
ಕೋಪ ಮಾಡಿಕೊಳ್ಳಬೇಡ	कोप माडिकोळ्ळबेड	गुस्सा मत करो
ನಾನೇನು ಮಾಡಲಿ?	नानेनु माडलि ?	मैं क्या करूँ ?
ನನ್ನ ಕಣ್ಣಿನ ಮುಂದಿನಿಂದ ಮರೆಯಾಗು	नन्न कण्णिन मुंदिनिंद मरेयागु	मेरी नजर से दूर हो जाओ ।

ಆತ ಕೆಲಸವಿಲ್ಲದವ	आत केलसविल्लदव	वह बेकार है
ನಾನು ನಿನ್ನನ್ನು ಎಂದೆಂದೂ ಕ್ಷಮಿಸುವುದಿಲ್ಲ	नानु निन्नन्नु एंदेंदू क्षमिसुवुदिल्ल	मैं तुमको कभी भी माफ नहीं करूँगा ।
ಕೋಪದಿಂದ ನೋಡುವುದು ಒಳ್ಳೆಯದಲ್ಲ	कोपदिंद नोड्डुवुदु ओळ्ळेयदल्ल	घूर कर देखना अच्छा नहीं है ।
ಆತ ಬೊಗಳೆ ಬಿಡುತ್ತಾನೆ	आत बोगळे बिडुत्ताने	वह बकवास करती है ।
ನನ್ನ ಮಾತು ಬಂದ್ ಆಗಿದೆ	नन्न मातु बंद् आगिदे	मेरी बोलचाल बन्द है ।
ಅನವಶ್ಯ ಜಗಳ ಮಾಡಬೇಡ	अनवश्य जगळ माडबेड	फिजुल झगड़ा मत करो
ನಿನ್ನ ಮೇಲೆ ನಂಬಿಕೆ ಇಲ್ಲ	निन्न मेले नंबिके इल्ल	तुम पर यकीन नहीं है ।
ತಪ್ಪು ಯಾರದು ?	तप्पु यारदु ?	गलती किसकी है ?
ತಪ್ಪು ಯಾರದ್ದೂ ಅಲ್ಲ	तप्पु यारद्दू अल्ल	गलती किस की भी नहीं है
ನೇರವಾಗಿ ಮಾತನ್ನಾಡು	नेरवागि मातन्नाडु	सीधी बात करो ।
ನೆಟ್ಟಗೆ ನಿಂತುಕೋ	तेट्टगे निंतुको	सीधा खड़े रहो ।
ನೀವು ನನ್ನ ಜತೆ ಮಾತನ್ನಾಡಬೇಡಿ	नीवु नन्न जोते मातन्नाडबेडि	आप मुझसे बात मत कीजिए ।
ಆತ ಬಹಳ ಸುಸ್ತಾಗಿದ್ದಾನೆ	आत बहळ सुस्तागिद्दाने	वह बहुत सुस्त है ।
ನೀನು ನಮ್ಮ ನಡುವಿನ ಒಪ್ಪಂದ ಮರೆತೆಯಾ?	नीनु नम्म नडुविन ओप्पंद मरेतेया ?	तुम अपना वादा भूल गये क्या ?
ನೀನೆಂಥ ಮನುಷ್ಯನಯ್ಯಾ ?	नीनेंथ मनुष्य ?	कैसे आदमी हो तुम ?
ನನ್ನಿಂದ ತಪ್ಪಿಸಿಕೊಳ್ಳಲು ಸಾಧ್ಯವಿಲ್ಲ	नन्निंद तप्पिसिकोळ्ळलु साध्यविल्ल	मुझ से बच कर नहीं जा सकते ।
ಆ ಜನ ಸುಮ್ಮಸುಮ್ಮನೆ ಜಗಳ ಕಾಯುತ್ತಾರೆ	आ जन सुम्मसुम्मने जगळ कायुत्तारे	वे लोग अचानक झगड़ा करने लगे
ಕಂಗಾಲಾಗಬೇಡ	कंगालगबेड	परेशान मत करो
ಗಾಬರಿ ಆಗಬೇಡ	गाबरि आगबेड	घबराओ मत

ನೀನು ಬೇಕಂತಲೇಹೀಗೆಮಾಡುತ್ತಿದ್ದೀ नीनु बेकंतले हीगे माडुतिद्दी

तुम जान बुझकर कर रहे हो ।

ಇದೆಲ್ಲ ನಿನ್ನಿಂದಾಗಿಯೇ ಆಗುತ್ತಿದೆ इदेल्ल निन्निंदागिये आगुत्तिदे

ये / यह सब तुम्हारी वजह से ही हो रहा है ।

अभी तक हम प्रश्नवाचक, आज्ञावाक्य और क्रोध सम्बन्धी शब्दों के बारे में थोडा सीख लिया हैं । अब हम कुछ सरल वाक्य सीखेंगे । ಇಲ್ಲಿಯವರೆಗೆ ನಾವು ಪ್ರಶ್ನಾರ್ಥಕ, ಆಜ್ಞಾವಾಚಕ, ಕೋಪದಲ್ಲಿಬಳಸುವ ಪದಗಳನ್ನು ಕಲಿತೆವು. ಕೆಲವು ಸರಳ ವಾಕ್ಯಗಳ ಬಗ್ಗೆ ತಿಳಿದುಕೊಳ್ಳೋಣ.

ಒಳಗೆ ಬನ್ನಿ	ओळगे बन्नि	अंदर आईए
ಕುಳಿತುಕೊಳ್ಳಿ	कुळितुकोळ्ळि	बैठिये
ನಿಮ್ಮ ಹೆಸರೇನು?	निम्म हेसरेनु ?	आपका नाम क्या है ?
ನನ್ನ ಹೆಸರು ಗೌರಿನಾಥ	नन्न हेसरु गौरिनाथ	मेरा नाम गौरीनाथ है ।
ನಿಮ್ಮ ಹೆಸರು ತುಂಬಾ ಚೆನ್ನಾಗಿದೆ	निम्म हेसरु तुंबा चेन्नागिदे	आपका नाम बहुत अच्छा है ।
ಧನ್ಯವಾದಗಳು	धन्यवादगळु	शुक्रिया
ನೀವು ಎಲ್ಲಿದ್ದೀರಿ?	निवु एल्लिद्दीरि ?	आप कहाँ रहते है ?
ನಾನು ಬೆಂಗಳೂರಿನಲ್ಲಿದ್ದೇವೆ	नानु बेंकळूरिनल्लिद्दवे	हम बेंगलूर में रहते है ।
ನೀವು ಏನು ಕೆಲಸ ಮಾಡುತ್ತೀರಿ?	निवु ऐनु केलस माडुत्तीरि ?	क्या काम करते हैं आप ?
ನಾನು ಪತ್ರಕರ್ತ	नानु पत्रकर्त	मैं पत्रकार हूँ ।
ನಿಮ್ಮ ವಯಸ್ಸು ಎಷ್ಟು?	निम्म वयस्सु एष्टु ?	आपकी उम्र क्या है ?
ನೀವು ಏನು ತಿನ್ನುವಿರಿ?	निवु ऐनु तिन्नुविरि ?	क्या खाते हैं आप ?
ನಾನು ಏನನ್ನೂ ತಿನ್ನುವುದಿಲ್ಲ	नानु ऐनन्नू तिन्नुवुदिल्ल	मैं कुछ भी नहीं खाता हूँ ।
ನೀರು ಕುಡಿಯುತ್ತೇನೆ	नीरु कुडियुत्तेन्	पानी पीता हूँ ।
ಊಟ ತೆಗೆದುಕೊಂಡುಬಾ	ऊट तेगेदुकोंडु बा	खाना लाओ ।
ನಾನು ಈಗ ತಾನೇ ಚಹಾ ಕುಡಿದಿರುವೆ	नानु ईग ताने चहा कुडिदिरुवे	मैंने अभी चाय पी है
ಪರವಾಗಿಲ್ಲ	परवागिल्ल	परवाह नहीं ।
ಭಯಬೇಡ	भयबेड	बेफिक्र

ಅನಂತರ ನೋಡೋಣ	अनंतर नोडोण	बाद में देख लेंगे ।
ಊಟ ಮಾಡೋಣ	ऊट माडोण	खाना खायेंगे ।
ನಿಮಗೇನು ಬೇಕು ?	निमगेनु बेकु ?	आपको क्या चाहिए ।
ನೀವು ಅಲ್ಲಿಗೆ ಬನ್ನಿ	नीवु अल्लिगे बन्नि	आप वहाँ आइए
ನೀವು ಏನು ಹೇಳಿದಿರಿ ?	नीवु ऐनु हेळिदिरि ?	आपने क्या कहा ?
ನಾನು ಏನೂ ಹೇಳಲಿಲ್ಲ	नानु ऐनू हेळलिल्ल	मैं कुछ भी नहीं बोला ।
ನೀವು ಏನು ಮಾಡುತ್ತೀರಿ ?	नीवु ऐनु माडुत्तिरि ?	आप क्या करते है ?
ನಾನು ಏನೂ ಮಾಡುತ್ತಿಲ್ಲ	नानु ऐनू माडुत्तिल्ल	मैं कुछ भी नहीं करता हूँ ।
ನಿಮ್ಮ ಜೀವನ ಚೆನ್ನಾಗಿದೆ	निम्म जीवन चेन्नागिदे	आपकी जिन्दगी अच्छी है ।
ಇರಲಿ ಬಿಡು	इरलि बिड्डु	रहने दो
ಇರಲು ಬಿಡುವುದಿಲ್ಲ	इरलु बिड्डुवुदिल्ल	रहने नहीं देता हूँ ।
ನಾನು ಹೋಗುತ್ತೇನೆ	नानु होगुत्तेने	मैं छोड़ता हूँ ।
ನಾನು ಹೋಗಲು ಬಿಡುವುದಿಲ್ಲ	नानु होगलु बिड्डुवुदिल्ल	मैं नहीं छोड़ता हूँ ।
ನನಗೆ ಹಸಿವಾಗುತ್ತಿದೆ	ननगे हसिवागुत्तिदे	मुझे भूख लग रही हैं ।
ಎಷ್ಟು ಹಸಿವು ?	एष्टु हसिवु ?	कितनी भूख है ?
ಸ್ವಲ್ಪ ಹಸಿವು	स्वल्प हसिवु	थोड़ी भूख ।

ಭಾಗ -4

भाग - ४

PART - 4

ಸಾಧಾರಣ ಸಂಭಾಷಣೆ

साधारण संभाषणे

साधारण बातचीत

ದೈನಂದಿನ ಬದುಕಿನಲ್ಲಿ ನಾನಾ ಉದ್ದೇಶಗಳಿಗಾಗಿನಾವು ಹಲವರನ್ನು ಭೇಟಿ ಆಗುತ್ತೇವೆ. ಸಂಬಂಧಗಳನ್ನು ಸೌಹಾರ್ದಯುತವಾಗಿಇರಿಸಿಕೊಳ್ಳಲು ಸೂಕ್ತ ಭಾಷೆ, ದೇಹಭಾಷೆ ಅಗತ್ಯ. ಇದಕ್ಕಾಗಿ ಶಿಷ್ಟಾಚಾರ, ಸಂಪ್ರದಾಯಗಳ ಪಾಲನೆ ಮಾಡಬೇಕಾಗುತ್ತದೆ.

हमें थोड़े वक्त के अन्तराल के पश्चात दूसरों से मुलाकात करनी है। इस दौरान हमें अपनी व्यवहारिक शैली ऊँची रखनी चाहिये इसलिए इस अभिवादन के पश्चात ही बातचीत प्राप्य करेंगे ।

1. ವಂದನೆ / वंदने / अभिवादन

ವಂದನೆ	वंदने	अभिवादन
ನಮಸ್ತೆ / ನಮಸ್ಕಾರ	नमस्ते / नमस्कार	नमस्ते / नमस्कार
ಶುಭದಿನ	शुभदिन	शुभदिन
ಶುಭೋದಯ	शुभोदय	शुभोदय
ನೀವು ಹೇಗಿದ್ದೀರಿ?	नीवु हेगिद्दीरि ?	आप कैसे है ?
ನಾನು ಚೆನ್ನಾಗಿದ್ದೇನೆ	नानु चेन्नागिद्देने	मैं कुशल हूँ ।
ನಾನು ಕ್ಷೇಮವಾಗಿದ್ದೇನೆ	नानु क्षेमवागिद्देने	मैं खैरियत से हूँ ।
ನಿಮ್ಮನ್ನು ಭೇಟಿಯಾಗಿದ್ದರಿಂದ	निम्मन्नु भेटियागिद्दरिंद	आपसे मिल कर
ನನಗೆ ಖುಷಿಯಾಯಿತು	ननगे खुषियायितु	मैं खुश हूँ
ನಾವು ಭೇಟಿಯಾಗಿ ತುಂಬಾ ದಿನ ಆಗಿತ್ತು	नावु भेटियागि तुंबा दि आगित्तु	हमे आपसे मिले काफी दिन हो गये ।
ಬಹಳ ದಿನದ ಬಳಿಕ	बहळ दिनद बळिक	बहुत दिनों के बाद हम मिले ।
ಭೇಟಿಯಾಗಿದ್ದೇವೆ.	भेटियागिद्देवे	
ನಿಮ್ಮನ್ನು ಅಕಸ್ಮಾತ್ತಾಗಿ ಭೇಟಿ	निम्मन्नु अकस्मात्तागि भेटि	तुमसे / आपसे अचानक
ಆಗಿದ್ದರಿಂದ ಸಂತೋಷ ಆಯಿತು.	आगिद्दरिंद संतोष आयितु.	मिलकर मैं प्रसन्न हुआ ।

2. ಶಿಷ್ಟಾಚಾರಕ್ಕೆ ಸಂಬಂಧಿಸಿದ ವಾಕ್ಯ-शिष्टाचार सम्बन्धी वाक्य(Courtesy and Tradition)

1. ಅತಿಥಿ ಮಹೋದಯರೇ, ಬನ್ನಿ ಒಳಗೆ ಬನ್ನಿ — अतिथी महोदयरे, बन्नि ओळगे बन्नि
   अतिथि महोदय, आइये अंदर पधारिये ।

2. ಬನ್ನಿ, ಆರಾಮವಾಗಿ ಕುಳಿತುಕೊಳ್ಳಿ — बन्नि आरामवागि कुळितुकोळ्ळि
   आइये, आराम से बैठिये ।

3. ಮಗು, ಒಂದು ಲೋಟ ನೀರು ತಾ — मगु ओंदु लोट नीरु ता

बेटा, इधर एक गिलास पानी लाओ

4. ದಯವಿಟ್ಟು ತೊಂದರೆ ತೆಗೆದುಕೊಳ್ಳಬೇಡಿ. — दयविट्टु तोंदरे तेगेदुकौळ्ळबेडि

कृपया कष्ट न करें ।

5. ಇದರಲ್ಲಿ ತೊಂದರೆ ಏನೂ ಇಲ್ಲ — इदरल्लि तोंदरे ऐनू इल्ल

इसमें कोई कष्ट नहीं है साब ।

6. ನಾನು ನಿಮಗೇನು ಸಹಾಯ ಮಾಡಬಹುದು ? — नानु निमगेनु सहाय माडबहुदु ?

हम आपकी क्या मदद कर सकते है ?

7. ನನಗೇನೂ ಬೇಡ — ननगेनू बेड

कुछ भी नही चाहता मैं ।

8. ಸರಿ, ದಯವಿಟ್ಟು ಇನ್ನೂ ಸ್ವಲ್ಪ ಹೊತ್ತು ಇರಿ. — सरि दयविट्टु इन्नू स्वल्प होत्तु इरि.

ठीक है । कृपया और थोड़ी देर रूकिये ।

9. ದಯವಿಟ್ಟು ಕ್ಷಮಿಸಿ. ನಿಮ್ಮನ್ನು ಒಮ್ಮೆ ನೋಡಿಕೊಂಡು ಹೋಗೋಣ ಎಂದು ಬಂದಿದ್ದೆ — दयविट्टु क्षमिसि. निम्मन्नु ओम्मे नोडिकोंडु होगोण एंदु बंदिद्दे

मुझे माफ कीजिये साब. बस एक बार आपको देखने के लिए आया था ।

10. ಅಗತ್ಯವಿದ್ದಲ್ಲಿ ಮತ್ತೆ ಸಿಗೋಣ, ಸರಿಯೇ ? — अगत्यविद्दल्लि मत्ते सिगोण, सरिये ?

आपकी इजाज़त हो तो फिर मिलूँगा. ठीक है ना ।

11. ಸರಿ. ಖಂಡಿತವಾಗಿಯೂ — सरि. खंडितवागियू

ओ के. जरूर ।

3. ಚಮ್ಮಾರ / चम्मार / मोची (Cobbler)

ನನ್ನ ಚಪ್ಪಲಿಯ ಪಟ್ಟಿ ಕಿತ್ತು ಹೋಗಿದೆ — नन्न चप्पलिय पट्टि कित्तु होगिदे

मेरे चप्पल का फीता टूट गया है ।

ಅದನ್ನು ತೆಗೆದು ಬೇರೆ ಪಟ್ಟಿ ಹಾಕಬೇಕು, ಹಾಕುತ್ತಿದ್ದೀರಾ? — अदन्नु तेगेदु बेरे पट्टि हाकबेकु, हाकुत्तिद्दीरा ?

इसे निकाल कर दूसरा डालना । डाल रहे हो क्या?

ಹೌದು, ಸಾರ್ !	हौदु, सार् ।
	हां साब ?
ಎಷ್ಟು ಆಗುತ್ತದೆ ?	एष्टु आगुत्तदे ?
	कितने हुये ?
ಹತ್ತು ರೂಪಾಯಿ	हत्तु रूपायि
	दस रूपये साब ।
ಈ ಚಪ್ಪಲಿ ಕೂಡ ಕಿತ್ತು ಹೋಗಿದೆ. ಅದನ್ನು ತೆಗೆದು ಹೊಲಿಯಬೇಕು	ई चप्पलि कूड कित्तु होगिदे. अदन्नु तेगेदु होलिय बेकु.
	इस चप्पल में जो कील है उसे निकालकर सी देना ।
ಹೇಗೆ ಹೊಲಿಯಬೇಕು ಸಾರ್ ?	हेगे हौलियबेकु सार् ?
	कैसे सीना है साब ?
ಚರ್ಮದಿಂದ ಹೊಲಿಯಬೇಕಾ? ಅಥವಾ ರೆಕ್ಸಿನ್‌ನಿಂದ ಹೊಲಿಯಬೇಕಾ?	चर्मदिंद होलियबेका ? अथवा रेक्सिन्निंद होलियबेका ?
	चमड़े या रेग्जिन से सीना ?
ಚರ್ಮದಿಂದ ಹೊಲಿದರೆ ಚೆನ್ನಾಗಿರುತ್ತದೆ. ಅರ್ಥವಾಯಿತಾ ?	चर्मदिंद होलिदरे चेन्नागिरुत्तदे । अर्थवायिता ?
	चमड़ा रखकर सीना अच्छा रहेगा । समझ में आया क्या ?
ಈ ಚಪ್ಪಲಿ ಚೆನ್ನಾಗಿ ಕಾಣಿಸುತ್ತಿಲ್ಲ. ಪಾಲಿಶ್ ಮಾಡು.	ई चप्पलि चेन्नागि काणिसुत्तिल्ल. पालिश् माडु.
	यह चप्पल अच्छा नहीं दिख रहा है. पालिश करो ।
ನಾನೀಗ ಪಾಲಿಶ್ ಮಾಡುತ್ತೇನೆ. ಹೇಗೆ ಹೊಳೆಯುತ್ತದೆ ಎಂಬುದನ್ನು ನೀವೇ ನೋಡಿ	नानीग पालिश् माडुत्तेने. .हेगे होळेयुत्तदे एंबुदन्नु नीवे नोडि
	अब मैं इस पर बढ़िया पालिश करता हूँ. फिर इसकी चमक आप देखना ।
ನೀನು ಹಳೆ ಚಪ್ಪಲಿ ಮಾತ್ರವೇ ದುರಸ್ತಿ ಮಾಡುವವನಾ?	नीनु हळे चप्पलि मात्रवे दुरस्ति माडुववना ?
	तुम सिर्फ पुराने चप्पल की मरम्मत ही करते हो क्या ?

ಹಾಗೇನೂ ಇಲ್ಲ. ಹೊಸ ಚಪ್ಪಲಿಗಳನ್ನು ತಯಾರು ಮಾಡುತ್ತೇನೆ.	हगेनू इल्ल. होस चप्पलिगळन्नु तयारु माडुत्तेने. वैसा कुछ भी नहीं है साब । नया चप्पल भी बनाता हूँ ।

4. ಬ್ಯಾಂಕ್‌ನಲ್ಲಿ / वैंकनल्लि / बैंक में (In the Bank)

ಸಾರ್, ಇಲ್ಲಿ ನೋಡಿ	सार्, इल्लि नोडि क्षमा करिए साब ।
ನಾನು ಈ ಬ್ಯಾಂಕ್‌ನಲ್ಲಿ ಉಳಿತಾಯ ಖಾತೆ ತೆರೆಯಬೇಕೆಂದುಕೊಂಡಿದ್ದೇನೆ.	नानु ई बैंकनल्लि उळिताय खाते तेरेयबेकेंन्दुकोंडिद्दिने । मैं इस बैंक में बचत खाता खोलना चाहता हूँ ।
ಸರಿ ಹಾಗೆ ಮಾಡಿ !	सरि हागे माडि । ठीक है जी !
ನಾನು ನಿಮಗೆ ಒಂದು ಅರ್ಜಿ ಕೊಡುತ್ತೇನೆ	नानु निमगे ओंदु अर्जि कोडुत्तेने मैं आपको एक आवेदन पत्र देता हूँ ।
ಇದನ್ನು ಹೇಗೆ ಭರ್ತಿ ಮಾಡುವುದು ?	इदन्नु हेगे भर्ति माडुवुदु ? इसको कैसे भरना है साब ?
ಇದನ್ನು ಪೂರ್ಣ ಓದಿ ಸರಿಯಾಗಿ ಭರ್ತಿ ಮಾಡಬೇಕು	इदन्नु संपूर्ण ओदि सरियागि भर्ति माडबेकु इस अच्छी प्रकार से पढ़ने पश्चात सही ढंग से भरिए ।
ಈ ಅರ್ಜಿ ಜತೆ ಬೇರೇನಾದರೂಕೊಡಬೇಕಾ?	ई अर्जि जते बेरेनादरू कोडबेका ? इस पत्र के साथ और कुछ देना है क्या ?
ಈ ಅರ್ಜಿ ಜತೆಗೆ ಸಾವಿರ ರೂ. ಜಮಾ ಮಾಡಬೇಕು.	ई अर्जि जतेगे साविर रू. जमा माडबेकु इस आवेदन पत्र के साथ एक हजार रूपयें जमा करना ।
ಮತ್ತೇನಾದರೂ?	मत्तेनादरू ? और कुछ साब !
ಈ ಬ್ಯಾಂಕಿನ ಹಳೆಯ ಗ್ರಾಹಕರೊಬ್ಬರು ಸಹಿ ಹಾಕಬೇಕು	ई ब्यांकिन हळेय ग्रहकरोब्बरु सहि हाकबेकु हमारे पुराने बैंक ग्राहक का आवेदन पत्र पर जमानत देना जरूरी है ।

ಅಂದರೆ	अंदरे
	मतलब !
ಏನೂ ಇಲ್ಲ! ಅರ್ಜಿಯಲ್ಲಿಸಹಿ ಹಾಕಿ	ऐनू इल्ल । अर्जियल्लि सहि हाकि परिचयिसबेकु ।
ಪರಿಚಯಿಸಬೇಕು	कुछ नहीं । आवेदन पत्र में हस्ताक्षर करेगा बस ।
ಇದೆಲ್ಲ ಆದ **ಬಳಿಕ** ನೀವು **ಪಾಸ್‌ಬುಕ್** ಕೊಡ್ತೀರಾ ?	इदेल्ल आद बळिक नीवु पास्बुक् कोडुत्तीरा ?
	ये सब होने के बाद आप पास बुक देते हैं क्या ?
ಹೌದು. ಖಂಡಿತವಾಗಿ!	हौदु, खंडितवागि ।
	हाँ ! जरूर !
ಮೇಲ್ ಟ್ರಾನ್ಸ್‌ಫರ್‌ನಿಂದ ಏನುಪಯೋಗ?	मेल् ट्रान्सफर्निंद ऐनुपयोग ?
	मेल ट्रान्सफर का क्या उपयोग है ?
ಅದು ಡಿ.ಡಿ. ಗಿಂತಬಹಳ ಸುಲಭ.	अदु डिडिगिंत बहळ सुलभ
	यह डी.डी. से बहुत आसान है ।
ನೀವು ಇಲ್ಲಿ ನಗದನ್ನು ಸಂದಾಯ ಮಾಡಿದರೆ	नीवु इल्लि नगदन्नु संदाय माडिदरे
ಅಲ್ಲಿ ನಿಮ್ಮವರ ಖಾತೆಗೆ ಜಮೆ ಆಗುತ್ತದೆ.	अल्लि निम्मवर खातेगे जमे आगुत्तदे ।
	अब आप यहाँ नगद डिपाजिट करोगे तो, वह
	सीधा आप लोगों के खाते में जमा हो जाता है।
ನಾನು ಜಮೀನು ಖರೀದಿಸಬೇಕು	नानु जमीनु खरीदिसबेकु एंदुकोंडिद्देने.
ಎಂದುಕೊಂಡಿದ್ದೇನೆ.	मैं एक जमीन खरीदना चाहता हूँ ।
ನಿಮ್ಮ ಬ್ಯಾಂಕಿನಲ್ಲಿಸಾಲ ಸೌಲಭ್ಯ ಇದೆಯಾ ?	निम्म बैंकिनलि साल सौलभ्य इदेया ?
	आपके बैंक में ऋण सुविधा हैं क्या ?
ನೀವು ಈ **ಫಾರ್ಮ್** ತುಂಬಿ. ಸಾಲ ಸಿಗಲಿದೆ.	नीवु ई फार्म तुंबि. साल सिगलिदे ।
	आप यह फार्म भर दीजिए । ऋण मिल जायेगा ।
ಆಭರಣಗಳನ್ನುಇಡಲು **ಲಾಕರ್**	आभरणगळन्नु इडलु लाकर सौलभ्य इदेये ?
ಸೌಲಭ್ಯ ಇದೆಯೇ ?	गहनों को सुरक्षित रखने के लिए आपके
	पास लॉकर सुविधा है क्या ?

5. ಟೈಲರ್ ಅಂಗಡಿ / टैलर अंहडि / दर्जी की दुकान (Tailoring Shop)

ಹೇಳಿ ಸಾರ್ ! ಏನು ಹೊಲಿಯಬೇಕು?	हेळि सार् । ऐनु होलियबेकु ? बोलिये साब ! क्या सीलाना है ?
ಸೂಟ್ ಹೊಲಿಯಲು ಎಷ್ಟಾಗುತ್ತದೆ ?	सूट् होलियलु एष्टागुत्तदे ? सूट की सिलाई क्या लोगे ?
ಎರಡು ಸಾವಿರ ಆಗುತ್ತದೆ.	एरडु साविर आगुत्तदे दो हजार लेता हूँ ।
ಅದು ತುಂಬಾ ಹೆಚ್ಚಾಯಿತು.	अदु तुंबा हेच्चायितु । यह बहुत ज्यादा है
ಸೂಟ್ ಹೊಲಿಯಲು ಹೆಚ್ಚು ಕೆಲಸ ಆಗಲಿದೆ.	सूट् हौलियलु हेच्चु केलस आगलिदे । उसमें बहुत काम होता है ।
ನನ್ನ ಶರ್ಟ್‌ನ ಎರಡು ಗುಂಡಿ ಕಿತ್ತು ಹೋಗಿದೆ ಹೊಸದು ಹಾಕಿಕೊಡಿ.	नन्न शर्टन एरडु गुंडि कित्तु होगिदे होसदु हाकिकोडि । मेरे कमीज के दो बटन टूट गये है । नये वाले टांक दीजिए ।
ನಾನು ಒಂದು ಶರ್ಟ್ ಹೊಲಿಸಿಕೊಳ್ಳಬೇಕು.	नानु ओंदु शर्ट होलिसिकोळ्ळबेकु । मैं एक कमीज बनवाना चाहता हूँ ।
ನನ್ನ ಅಳತೆ ತೆಗೆದುಕೊಳ್ಳಿ.	नन्न अळते तेगेदुकोळ्ळि मेरा नाप ले लीजिये ।
ಬಿಗಿಯಾಗಿ ಬೇಡ. ಸರಿಯಾಗಿ ಹೊಲಿಯಿರಿ.	बिगियागि बेड. सरियागि होलियिरि चुस्त नहीं, ढीली सिलाइये ।
ಶರ್ಟ್‌ಗೆ ಎಷ್ಟು ಬಟ್ಟೆ ಬೇಕು ?	शर्टगे एष्टु बट्टेबेकु ? कमीज के लिए कितना कपड़ा चाहिए ?
ಎರಡೂವರೆಮೀಟರ್ ಬಟ್ಟೆ ಬೇಕು.	एरडूवरे मीटर् बट्टेबेकु ढाई मीटर कपड़ा चाहिए ।

ನಿಮ್ಮ **ಶರ್ಟ್** ಈಗ ಹೊಲಿಯುತ್ತಿದ್ದೇನೆ. निम्म शर्ट ईग होलियुत्तिद्दने
आपकी कमीज अभी सी रहे हैं साब ।

ಪ್ಯಾಂಟ್ ಹೇಗೆ ಹೊಲಿಯುವೆ ? प्यांट् हेगे होलियुवे ?
पटलून कैसा बनेगा ?

ಪ್ಯಾಂಟ್ ಹೊಟ್ಟೆ ಕೆಳಗಿದೆ. प्यांट् होट्टे केळगिदे
पटलून पेट के नीचे है ।

ಪ್ಯಾಂಟ್ ಹೊಟ್ಟೆ ಮೇಲೆ ಇರಬೇಕು. प्यांट् होट्टे मेले इरबेकु
पटलून पेट पर ज्यादा फीट ।

ಈ ಎರಡೂ ಯಾವಾಗ **ಸಿದ್ಧವಾಗುತ್ತದೆ** ? ई एरडू यावाग सिद्धवागुत्तदे ?
ये दोनों कब तक तैयार होंगे ?

ಪೊಂಗಲ್ಗೆ ಮುನ್ನವೇ ಕೊಡುವೆ. पोंगल्गे मुन्नवे कोडुवे ।
पोंगल/त्योहार के पहले दे दूँगा ।

ನೀವು ಹಳೆಯ **ಬಟ್ಟೆಗಳನ್ನು** ಹೊಲಿಯುವಿರಾ ? नीवु हळेय बट्टेगळन्नु होलियुविरा ?
आप फट गये सो भी सीते क्या ?

ಇಲ್ಲ **ಸಾರ್.** ಅದರಲ್ಲಿ ಕೆಲಸ ಹೆಚ್ಚು, ಗಳಿಕೆ ಕಡಿಮೆ. इल्ल सार् । अदरल्लि केलस हेच्चु गळिकि कडिमे ।
नहीं साब ! उसमें काम ज्यादा कमाई कम है ।

ರೆಡಿಮೇಡ್ ಬಟ್ಟೆಗಳು ಬಂದ ಬಳಿಕ ನಮ್ಮ ಗಳಿಕೆ ಕಡಿಮೆ ಆಗಿದೆ. रेडिमेड् बट्टेगळु बंद बळिक नम्म गळिके कडिमे आगिदे ।
रेडीमेड के आने के बाद हमारी आमदनी कम हो गयी ।

6. ಕ್ಷೌರಿಕನ ಅಂಗಡಿ / क्षौरिकन अंगडि / नाई की दुकान (Barber Shop)

ಕೂದಲು ಕತ್ತರಿಸಲು ಎಷ್ಟು ಹಣ ತೆಗೆದುಕೊಳ್ಳುವೆ? कूदलु कत्तरिसलु एष्टु हण तेगेदुकोळ्ळुवे ?
बाल काटने को कितना लेते हो ?

ನಲವತ್ತು ರೂಪಾಯಿ. नलवत्तु रूपायि
चालीस रूपये ।

ಓ ! ನಲವತ್ತು ರೂಪಾಯಿ ಏಕೆ ?	ओ नलवत्तु रूपायि ऐके ? हाँ ! चालीस रूपये क्या ?
ಶೇವಿಂಗ್‌ಗೆ ಎಷ್ಟು ?	शेविंग्गे एष्टु ? दाढ़ी को कितना लेते हो ?
ಹತ್ತು ರೂಪಾಯಿ.	हत्तु रूपायि दस रुपये ।
ಇದನ್ನು ನೋಡಿದರೆ ಗೃಹಸ್ಥ ಜೀವನಕ್ಕಿಂತ ಸನ್ಯಾಸಿ ಆಗುವುದು ಒಳಿತು ಎನ್ನಿಸುತ್ತದೆ.	इदन्नु नोडिदरे गृहस्त जीवनकिंत सन्यासि आगुवुदु ओळितु एन्निसुत्तदे यह सब देखकर ऐसा लगता है गृहस्थ जीवन से सन्यासी बन जाऊँ ।
ನನ್ನ ಕೂದಲು ಗಿಡ್ಡ ಮಾಡಿ.	नन्न कूदलु गिड्डु माडि मेरे बाल कम करो ।
ನನ್ನ ಕೂದಲು ಕತ್ತರಿಸಿ.	नन्न कूदलु कत्तरिसि मेरे बाल कट करिए ।
ಅದರ ಜತೆ **ಶೇವಿಂಗ್** ಕೂಡಾ ಮಾಡಿ.	अदर जते शेविंग् कूडा माडि उसके साथ दाढी भी बनाओ ।
ಶೇವಿಂಗ್ ಮಾಡುವಾಗ **ಶೇವರ್, ಟ್ರಿಮ್ಮರ್** ಮತ್ತಿತರ ಯಂತ್ರ **ಬಳಸಬಾರದು.**	शेविंग् माडुवाग शेवर्, ट्रिमर् मत्तितर यंत्र बळसबारदु दाढ़ी बनाने के समय शेवर, ट्रिम्मर जैसे यन्त्रों को इस्तेमाल नहीं करना ।
ನನ್ನ ಕೂದಲು ಸ್ವಲ್ಪ ಸ್ವಲ್ಪವೇ ಉದುರುತ್ತಿದೆ.	नन्न कूदलु स्वल्प स्वल्पवे उदुरुत्तिदे मेरे बाल कुछ कुछ झड़ रहे है ।
ಇದು ಪರಂಪರೆಯಿಂದ **ಬಂದದ್ದೇನೋ** ?	इदु परंपरेयिंद बंदद्देनो ? यह आपका खानदानी परंपरा है शायद ।
ಕೂದಲು ಬೆಳೆಯಲು ಏನಾದರೂ ಮಾಡಿದ್ದೀರಾ?	कूदलु बेळेयलु ऐनादरू माडिद्दीरा ? बाल बढ़ने के लिए कुछ किया क्या ?
ಏನೆಲ್ಲ ಮಾಡಿದೆ. ಹೌದು. ಆದರೂ ಯಾವುದೇ ಪ್ರಯೋಜನ ಆಗಿಲ್ಲ.	एनेल्ल माडिदे. हौदु । आदरू यावुदे प्रयोजन आगिल्ल कई इस्तेमाल किये । मगर फायदा कुछ भी नहीं मिला हैं ।

ನಿನ್ನ ಕತ್ತಿ ವೇಗವಾಗಿ ಕೆಲಸ ಮಾಡುತ್ತಿಲ್ಲ.	निन्न कत्ति वेगवागि केलस माडुत्तिल्ल तुम्हारा उस्तरा तेज नहीं चल रहा है ।
ಶೇವ್ ಮಾಡುವಾಗ ಗಾಯ ಮಾಡಬೇಡ	शेव् माडुवाग गाय माडबेड दाढ़ी बनाते समय खरोंच नहीं लगनी चाहिये ।
ಮೀಸೆಯನ್ನು ಸರಿಯಾಗಿ ಕತ್ತರಿಸು.	मीसेयन्नु सरियागि कत्तरिसु मेरी मूँछें भी ठीक करो ।
ನಿನ್ನ ಕತ್ತಿ ಗಾಯ ಮಾಡಿದೆ.	निन्न कत्ति गाय माडिदे तुम्हारे उस्तरे ने काट दिया है ।
ಅದರ ಮೇಲೆ ಸ್ವಲ್ಪ **ಡೆಟಾಲ್** ಹಾಕುವೆ.	अदर मेले स्वल्प डेटाल् हाकुवे वहाँ पर थोड़ी डेठाल लगा दूँगा ।
ತಲೆ ಮೇಲೆ ಸ್ವಲ್ಪ ಎಣ್ಣೆ ಹಾಕು.	तले मेले स्वल्प एण्णे हाकु सिर पर थोड़ा तेल लगा दो ।
ನನ್ನ ಉಗುರು ಕತ್ತರಿಸು.	नन्न उगुरु कत्तरिसु मेरे नाखून काट दो ।
ಬೆಳಗ್ಗೆ ಎಷ್ಟು ಗಂಟೆಗೆ ಅಂಗಡಿ ತೆರೆಯುವೆ ?	बेळग्गे एष्टु गंटेगे अंगडि तेरेयुवे ? सबेरे कितने बजे दुकान खोलते हो ?
ಭಾನುವಾರ ಹೆಚ್ಚು ಜನ ಇರುತ್ತಾರೆ.	भानुवार हेच्चु जन इरुत्तारे रविवार को बहुत भीड़ रहती है ।
ಮಂಗಳವಾರ ನಾವು ಅಂಗಡಿ ತೆರೆಯುವುದಿಲ್ಲ.	मंगळवार नावु अंगडि तेरेयुवुदिल्ल मंगलवार को हम दुकान नहीं खोलते ।

7. ಕನ್ನಡಕದ ಅಂಗಡಿ / कन्नडकद अंगडि / चश्मे की दुकान (Opticals Shop)

ನನ್ನ ಕನ್ನಡಕದ **ಫ್ರೇಮ್** ಒಡೆದುಹೋಗಿದೆ.	नन्न कन्नडकद फ्रेम् ओडेदु होगिदे मेरे ऐनक की फ्रेम टूट गई है ।
ಈ ಭರ್ಜರಿಯಾದ **ಫ್ರೇಮ್**‌ನ ಬೆಲೆ ಎಷ್ಟು ?	इ भर्जरियाद फ्रेम्न बेले एष्टु ? इस मजबूत फ्रेम का दाम क्या है ?

ಕೆಲವು **ಫ್ರೇಮ್‌ಗಳ** ನಮೂನೆ ತೋರಿಸಿ.	केलवु फ्रेम्गळ नमूने तोरिसि **कुछ फ्रेमों के नमूने दिखाइए ।**
ಇದನ್ನು ಧರಿಸಿ ನೋಡಿ.	इदन्नु धरिसि नोडि **यह पहन कर देखिए ।**
ನೀವು ಈ ಫ್ರೇಮಿನಲ್ಲಿ ಬಹಳ ಸುಂದರವಾಗಿ ಕಾಣುತ್ತಿದ್ದೀರಿ.	नीवु ई फ्रेमिनल्लि बहळ सुंदरवागि काणुत्तिद्दीरि **इस फ्रेम में तो आप बहुत अच्छे दिखते है ।**
ಇಂದು ಬಿಸಿಲು ಜಾಸ್ತಿ ಇದೆ.	इंदु बिसिलु जास्ति इदे **आजकल धूप ज्यादा है ।**
ಇದಕ್ಕಾಗಿ ಕೆಲವು ದಿನಗಳಿಗಾಗಿ ತಂಪು ಕನ್ನಡ ಧರಿಸಿರಿ.	इदक्कागि केलवु दिनगळिगागि तंपु कन्नडक धरिसिरि **उसलिए कुछ दिनों के लिए ठंडे चष्मे पहनिये ।**
ನನಗೆ ಆಗಾಗ ಕಣ್ಣಿನಿಂದ ನೀರು **ಬರುತ್ತದೆ.**	ननगे आगाग कण्णिनिंद नीरु बरुत्तदे **मुझे अक्सर आँखों से पानी/आँसु आता है ।**
ನನಗೆ ದೃಷ್ಟಿ ದೋಷವಿದೆ.	ननगे दृष्टि दोषविदे **मुझे दृष्टि दोष है शायद ।**
ಓದುವಾಗ ಕಣ್ಣಿನಲ್ಲಿ ನೋವು ಆಗುತ್ತದೆ.	ओदुवाग कण्णिनल्लि नोवु आगुत्तदे. **पढ़ते समय मुझे आँख में दर्द होता है ।**
ಇಲ್ಲಿ **ಕಂಪ್ಯೂಟರ್** ಮೂಲಕ ಕಣ್ಣು ಪರೀಕ್ಷೆ ಮಾಡಲಾಗುತ್ತದೆಯೇ?	इल्लि कंप्यूटर् मूलक कण्णु परीक्षे माडलागुत्तदेये? **यहाँ कंम्प्यूटर द्वारा आँख की जांच करते है क्या?**
ಹೌದು. ಆದಕ್ಕಾಗಿ **ಸ್ಪೆಷಲಿಸ್ಟ್** ಬರುತ್ತಾರೆ.	हौदु. अदक्कागि स्पेषलिस्ट् बरुत्तारे जीहा. उसके लिए स्पेशालिस्ट आयेंगे ।
ಅವರು ಸಂಜೆ **ಬರುತ್ತಾರಾ** ?	अवरु संजे बरुत्तारा ? **वे लोग शाम को आयेंगे ।**
ಡಾಕ್ಟರ್ ಭೇಟಿ ಮಾಡಿ ಸಂಜೆ **ಬರುತ್ತೇನೆ.**	डाक्टर् भेटि माडि संजे बरुत्तेने **डाक्टर से मिलने मैं आज शाम को आऊँगा ।**

ನಿಮ್ಮ ಸಮಸ್ಯೆ ಏನು ?	निम्म समस्ये एनु ? आपकी शिकायत क्या है ?
ನನಗೆ ದೂರದ ಅಕ್ಷರ ಮತ್ತು ವಸ್ತುಗಳು ಸ್ಪಷ್ಟವಾಗಿ ಕಾಣುವುದಿಲ್ಲ.	ननगे दूरद अक्षर मत्तु वस्तुगळु स्पष्टवागि काणुवुदिल्ल । मुझे दूर के अक्षर और चीजें स्पष्ट नहीं दिखती है ।
ಕಣ್ಣಿನ ಪರೀಕ್ಷೆ ಉಚಿತವಾಗಿ ಮಾಡುವಿರಾ ?	कण्णिन परीक्षे उचितवागि माडुविरा ? आँख की जाँच आप मुफ्त में करते हैं क्या ?
ಪರೀಕ್ಷೆ ಉಚಿತವಾಗಿ ಮಾಡುತ್ತೇವೆ. ಆದರೆ, ಕನ್ನಡಕ ಉಚಿತವಾಗಿ ಕೊಡುವುದಿಲ್ಲ.	परीक्षे उचितवागि माडुत्तेवे आदरे कन्नडक उचितवागि कोडुवुदिल्ल जाँच तो मुफ्त में करते है । मगर ऐनक मुफ्त में नहीं देते ।
ಅದು ನನಗೂ ಗೊತ್ತು.	अदु ननगू गोत्तु वह तो मुझे भी मालूम है ।
ಹಾಗಿದ್ದಲ್ಲಿ ಸಂದೇಹ ಏಕೆ ಬಂತು ?	हागिद्दल्लि संदेह एके बंतु ? फिर संदेह क्या है ?
ಹಾಗೇನೂ ಇಲ್ಲ.	हागेनू इल्ल हाँ ! कुछ नहीं !
ಯಾವುದಾದರೂ ಸಂದೇಹ ಬಂದಲ್ಲಿ ಅದು ಹಾಗೆಯೇ ಉಳಿದು ಬಿಡುತ್ತದೆ.	यावुदादरू संदेह बंदल्लि अदु हागेये उळिदु बिडुत्तदे । कुछ भी संदेह करो तो संदेह जैसा ही रहता है ?
ಹೀಗಾಗಿ ಸಂದೇಹ ತೊರೆದು ನಮ್ಮ ಮೇಲೆ ವಿಶ್ವಾಸವಿರಿಸಿ.	हिगागि संदेह तोरेदु नम्म मेले विश्वासविरिसि इसलिए संदेह छोड़ कर हम पर विश्वास/ यकीन रखिये ।
ನೀವು ಹೇಳಿದ ಮಾತು ಸರಿಯಾಗಿದೆ.	नीवु हेळिद मातु सरियागिदे आप मे जो कुछ कहा वह बिलकुल ठीक है ।

8. ರಸ್ತೆಯಲ್ಲಿ / रस्तेयल्लि / **सड़क पर** (On the Road)

ಈ ರಸ್ತೆ ಎಲ್ಲಿಗೆ ಹೋಗುತ್ತದೆ?	ई रस्ते एल्लिगे होगुत्तदे ? यह रास्ता कहाँ जाता है ?
ಇದು ಎಲ್ಲಿಗೂ ಹೋಗುವುದಿಲ್ಲ. ನಾವೇ ಹೋಗಬೇಕು	इदु एल्लिगू होगुवुदिल्ल. नावे होगबेकु यह कहीं भी नहीं जाता, हम ही जाते हैं ।
ನಿಮ್ಮ ಮಾತಿಗೆ ನನಗೆ ನಗು **ಬರುತ್ತಿದೆ.**	निम्म मातिगे ननगे नगु बरुत्तिदे आपकी बात पर मुझे हँसी आ रही है ।
ಹತ್ತಿರದಲ್ಲಿ ಯಾವುದಾದರೂ ಒಳ್ಳೆಯ **ಹೋಟೆಲ್** ಇದೆಯೇ?	हत्तिरदल्लि यावुदादरू ओळ्ळेय होटेल् इदेये ? पास में कोई अच्छा सा होटल है क्या ?
ಇದೆ. ಆದರೆ, ಅಲ್ಲಿ ನೀರು ಚೆನ್ನಾಗಿಲ್ಲ.	इदे । आदरे, अल्लि नीरु चेन्नागिल्ल ऑ है । मगर वहाँ का पानी अच्छा नहीं है ।
ಈ ರಸ್ತೆಯಲ್ಲಿ **ಸ್ಪೀಡ್ ಬ್ರೇಕರ್**ಗಳು ಇವೆ.	ई रस्तेयल्लि स्पीड् ब्रेकर्गळु इवे इस सड़क में कई स्पीड ब्रेकर्स हैं ।
ಈ ರಸ್ತೆಯಲ್ಲಿ ಒಂಟಿಯಾಗಿ **ಮೋಟಾರ್ ಬೈಕ್**ನಲ್ಲಿ ಹೋಗಲು ಖುಷಿ ಆಗುತ್ತದೆ.	ई रस्तेयल्लि ओंटियागि मोटार् बैक्नल्लि होगलु खुषि आगुत्तदे इस सड़क पर अकेले मोटार बाइक पर जाना अच्छा लगता है ।
ಅದು ಹೇಗೆ?	अदु हेगे ? वैसा क्यों ?
ಏಕೆಂದು ಗೊತ್ತಿಲ್ಲವೇ? ಸ್ವಲ್ಪ ಮೇಲೆ, ಕೆಳಗೆ ಆದರೆ ನೀವು ವೇಗವಾಗಿ 'ಮೇಲೆ' **ಹೋಗಬಹುದು** !	ऐकेंदु गोत्तिल्लवे ? स्वल्प मेले, केळगे आदरे नीवु वेगवागि 'मेले' होगबहुदु । क्यों मालूम ? थोड़ा ऊपर, नीचे होते हुए आप जोश में आ सकते हैं ।

ಈ ರಸ್ತೆಯ ಎರಡೂ ಬದಿ ಒಂದೇ ಒಂದು ಮರ ಕೂಡಾ ಇಲ್ಲ.	ई रस्तेय एरडू बदि ओंदे ओंदु मर कूडा इल्ल इस सड़क के दोनों ओर एक पेड़ भी नहीं है।
ಮರ ಇಲ್ಲದಿದ್ದರೆ ಏನಂತೆ? ಇಲ್ಲಿ ಒಂದು ನಲ್ಲಿ ಇದೆ ನೋಡು.	मर इल्लदिद्दरे ऐनंते ? इल्लि ओंदु नल्लि इदे नोडु पेड़ नहीं है तो क्या ? वहाँ एक नल है देखो।
ನಲ್ಲಿ ಇದ್ದರೆ ಏನಂತೆ? ಅದರಲ್ಲಿ ನೀರು ಇರಬೇಕಲ್ಲವೇ?	नल्लि इद्दरे ऐनंते ? अदरल्लि नीरु इरबेकल्लवे ? नल है तो क्या ? उसमें पानी भी रहना चाहिए ?
ಹೌದು. ಇದರಿಂದ ಎಲ್ಲರಿಗೂ ಒಳ್ಳೆಯದಾಗುತ್ತದೆ.	हौदु। इदरिंद एल्लरिगू ओळ्ळेयदागुत्तदे। हाँ. सबका होना अच्छा होता है।
ನಿಮಗೆ ನಮಸ್ಕಾರ ಮಾಡುತ್ತೇನೆ. ಇದನ್ನೆಲ್ಲ ಬಿಟ್ಟು ಬಿಡಿ.	निमगे नमस्कार माडुत्तेने। इदन्नेल्ल बिट्टु बिडि। तुमको नमस्कार करता हूँ। वह सब छोड़ दो।
ಈ ದಾರಿಯ ಮೂಲಕ ರೈಲ್ವೆ ನಿಲ್ದಾಣಕ್ಕೆ **ಹೋಗಬಹುದೇ?**	ई दारिय मूलक रैल्वे निल्दाणक्के होगबहुदे। इस सड़क द्वारा मैं रेल्वे स्टेशन को जा सकता हूँ क्या ?
ಹೌದು. ನೇರವಾಗಿ ಹೋಗಿ	हौदु। नेरवागि होगि। हाँ ! सीधा जाइए।
ಈ ರಸ್ತೆ ಬಹಳ ಚೆನ್ನಾಗಿದೆ.	ई रस्ते बहळ चेन्नागिदे। यह सड़क बहुत अच्छी है।
ಅದು ಸರಿ ಇದ್ದರೆ ನಿಮ್ಮ ಮುಖವನ್ನು ಅದರಲ್ಲಿ ನೋಡಿಕೊಳ್ಳಿ	अदु सरि इद्दरे निम्म मुखवन्नु अदरल्लि नोडिकोळ्ळि यह सही है तो तुम तुम्हारा मुँह उसी में देख लो।
ನಿಮಗೇನಾದರೂ ಬೇಕಾಗಿದ್ದಲ್ಲಿ ಈ ಅಂಗಡಿಯಲ್ಲಿ ಕೇಳಿ	निमगेनादरू बेकागिद्दल्लि ई अंगडियल्लि केळि आपको कुछ भी लेना हो तो इस दुकान में पूछ कर लीजिए।

9. ಹಣ್ಣಿನ ಅಂಗಡಿ / हण्णिन अंगडि / फलों की दुकान (Fruit Shop)

ಈ ಹಣ್ಣನ್ನು ಎಷ್ಟು ಬೆಲೆಗೆ ಕೊಡುತ್ತೀ?	ई हण्णन्नु एष्टु बेलेगे कोडुत्ती ? यह फल कैसे दे रहे हो ?
ಒಳ್ಳೆಯ ಬೆಲೆಗೆ ಕೊಡುತ್ತಿದ್ದೇನೆ.	ओळ्ळेय बेलेगे कोडुत्तिद्देने । अच्छे दाम में दे रहा हूँ ।
ಒಳ್ಳೆಯ ಬೆಲೆ ಎಂದರೆ ಏನರ್ಥ?	ओळ्ळेय बेले एंदरे ऐनर्थ ? अच्छा दाम का मतलब क्या है ?
ಇದರರ್ಥ-ನಾನು ಕೊಡುತ್ತೇನೆ ನೀವು ತೆಗೆದುಕೊಳ್ಳುತ್ತೀರಿ ಎಂದು.	इदरर्थ-नानु कोडुत्तेने नीवु तेगेदुकोळ्ळुत्तीरि एंदु । इसका मतलब मुझे देना, आपको लेना है ।
ಈ ಹಣ್ಣು ದೋರಗಾಯಿಯಂತೆ ಕಾಣುತ್ತಿದೆ.	ई हण्णु दोरगायियंते काणुत्तिदे । ये फल तो कच्चे दिख रहे है ?
ಇದಿನ್ನೂ ಸಂಪೂರ್ಣ ಹಣ್ಣಾಗಿಲ್ಲ!	इदिन्नू संपूर्ण हण्णागिल्ल । ये अभी ठीक से पके नहीं है शायद ।
ಸಂಶಯ ಪಡಬೇಡಿ.	संशय पडबेडि । शक मत करो ।
ಮತ್ತೇನು ಮಾಡುವುದು? ಸುಮ್ಮನೆ ಖರೀದಿಸಬೇಕೆ?	मत्तेनु माडुवुदु ? सुम्मने खरीदिसबेके ? तो क्या करूं । सीधा खरीद लूं क्या ?
ಹಾಗಲ್ಲ. ಸಿಟ್ಟಾಗಬೇಡಿ.	हागल्ल सिट्टागबेडि । वैसे नहीं ! नाराज नहीं होना ।
ಸಿಟ್ಟಾಗಿಲ್ಲ. ಖರೀದಿಸುವಾಗ ಸ್ವಲ್ಪ ನೋಡಬೇಕು ತಾನೇ?	सिट्टागिल्ल. खरीदिसुवाग स्वल्प नोडबेकु ताने ? नाराज नहीं ! खरीदते समय थोड़ा देख लेना चाहिये या नहीं !
ನಿನ್ನ ಬಳಿ ಉತ್ತಮವಾದ ಕಿತ್ತಳೆ ಹಣ್ಣು ಇದೆಯೇ?	निन्न बळि उत्तमवाद कित्तळे हण्णु इदेये ? तुम्हारे पास अच्छे संतरे हैं क्या ?

ಇದೆ ಅಮ್ಮಾ. ತಾಜಾ ಹಣ್ಣು ಖರೀದಿಸಿ.	इदे अम्मा. ताजा हण्णु खरीदिसि । है माँ ! आज ही ताजा मंगवाये ।
ಇದು ಸ್ವಲ್ಪ ಕಾಯಿಯಂತೆ ಕಾಣಿಸುತ್ತಿದೆ.	इदु स्वल्प कायियंते काणिसुत्तिदे । ये तो कुछ हरे दिख रहे हैं ।
ಹಣ್ಣಾಗಿರುವುದನ್ನು ಆಯ್ದು ಕೊಡುತ್ತೇನೆ.	हण्णागिरुवुदन्नु आय्दु कोडुत्तेने । मैं तो आपको चुनकर पके हुए दे दूँगा ।
ಪದಾರ್ಥದ ಗುಣಮಟ್ಟ ನೋಡಿ ಮಾತನ್ನಾಡಿ.	पदार्थद गुणमट्ट नोडि मातन्नाडि । मालकी इसकी खूबी देखकर बात कीजिए ।
ಮಾಲು ಚೆನ್ನಾಗಿದೆ. ಆದರೆ ಬೆಲೆ ಚೆನ್ನಾಗಿಲ್ಲ.	मालु चेन्नागिदे । आदरे बेले चेन्नागिल्ल । खूबी तो ठीक है । मगर दाम ही अच्छा नहीं है ।
ಸೀಬೆಹಣ್ಣು ನೋಡಿದರೆ ಈಗಲೇ ತಿನ್ನುವ ಆಸೆ ಆಗುತ್ತಿದೆ.	सीबेहण्णु नोडिदरे ईगले तिन्नुव आसे आगुत्तीदे । अमरूद देखकर अभी खाने को दिल कर रहा है ।
ಆದರೆ, ಹಣ್ಣಿನ ಮೇಲೆ ಕಪ್ಪು ಚುಕ್ಕೆಗಳು ಇವೆ.	आदरे, हण्णिन मेले कप्पु चुक्केगळु इवे । लेकिन इन पर काले धब्बे है ।
ನಂಜನಗೂಡು ಬಾಳೆ ತುಂಬಾ ಚೆನ್ನಾಗಿದೆ.	नंजनगूडु बाळे तुंबा चेन्नागिदे । नंजनगूडु केले बहुत अच्छे हैं ।

10. ತರಕಾರಿ ಅಂಗಡಿ / तरकारि अंगडि / सब्जी की दुकान (Vegetable Shop)

ಬೆಲೆ ಎಷ್ಟಿದೆ ?	बेले एष्टिदे ?	कैसे दे रहे हो ?
ಯಾವುದರದ್ದು?	यावुदरद्दु ?	किसका ?
ಬದನೆಕಾಯಿ ಬೆಲೆ ಎಷ್ಟು ?	बदनेकायि बेले एष्टु ?	बैंगन कैसे दे रहे हो ?
ಇದು ಬಹಳ ತಾಜಾ ಇದೆ.	इदु बहळ ताजा इदे ।	ये बहुत ताजा है

ಪದಾರ್ಥ ತಾಜಾ ಇದೆಯೋ ಇಲ್ಲವೋ ಗೊತ್ತಿಲ್ಲ. ಆದರೆ, ಬೆಲೆ ಮಾತ್ರ ತಾಜಾ ಇದೆ.	पदार्थ ताजा इदेयो इल्लवो आदरे बेले मात्र ताजा इदे । माल ताजा है या नहीं मालूम नहीं, मगर दाम तो ताजा है ।
ಈ ರೀತಿ ಏಕೆ ಮಾತನ್ನಾಡುವಿರಿ.	ई रीति एके मातन्नाडुविरि । ऐसी बाते क्यों करते हो ?
ಮತ್ತೇನು ಮಾಡಲಿ? ನೆನ್ನೆ ನೀನೇ 15ರೂ.ಗೆ ಒಂದೂವರೆಕೆ.ಜಿ. ಗೆಣಸು ಕೊಟ್ಟಿದ್ದೆ.	मत्तेनु माडलि ? नेन्ने नीने १५ रू.गे ओंदूवरे के.जि. गेणसु कोट्टिद्दे । नहीं तो क्या ? कल तुम्ही ने पन्द्रह रूपये में डेढ़ किलो शकरकंद दिया था ?
ಇಡೀ ಬಜಾರ್‌ನಲ್ಲಿ ಸುತ್ತಿ ಬೆಲೆ ಹೇಗಿದೆ ಎಂಬುದನ್ನು ತಿಳಿದುಕೊಂಡರೆ, ನಿಮಗೇ ಗೊತ್ತಾಗುತ್ತದೆ.	इडी बजार्नल्लि सुत्ति बेले हेगिदे एंबुदन्नु तिळिदुकोंडरे, निमगे गोत्तागुत्तदे । पूरे बाजार में घूम कर इसका दाम पता करें तो आपको वास्तविक कीमत का अंदाजा मिलेगा ।
ಇವೆಲ್ಲ ತಾಜಾ ತರಕಾರಿಗಳು ತಾನೆ ?	इवेल्ल ताजा तरकारिगळु ताने ? ये सभी ताजा सब्जियाँ है क्या ?
ಹೌದು. ಎಲ್ಲವೂ ತಾಜಾ ಇವೆ.	औदु. एल्लवू ताजा इवे । जी हाँ ! ताजा है ।
ನಾನು ಕೆಟ್ಟ ತರಕಾರಿ ಇಡುವುದಿಲ್ಲ.	नानु केट्ट तरकारि इडुवुदिल्ल । मेरे पास खराब नहीं रहते है ।
ಬೂದುಗುಂಬಳಕಾಯಿ ಎಲ್ಲಿಂದ ತಂದೆ ?	बूदुगुंबळकायि एल्लिंद तंदे ? पेठा कहाँ से लाया ?

11. ಕಿರಾಣಿ ಅಂಗಡಿ / किराणि अंगडि / **पंसारी की दुकान** (Grocery Shop)

ತಮ್ಮ ಬಳಿ ಉಪ್ಪಿನಕಾಯಿ ಮಾಡಲು ಬಳಸುವ ಎಲ್ಲ ಪದಾರ್ಥ ಇದೆಯೇ ?	तम्म बळि उप्पिनकायि माडलु बळसुव एल्ल पदार्थ इदेये ? आपके पास अचार में लगने वाली सब चीजें मिलती है क्या ?
ಹೌದು, ಇದೆ.	हौदु, इदे । हाँ जरूर ।
ಅರ್ಧ ಕೆ.ಜಿ. ಸಾಸಿವೆ ಎಣ್ಣೆ ಕೊಡಿ.	अर्ध के.जि. सासिवे एण्णे कोडि । आधा किलो सरसों का तेल दीजिए ।
ಮತ್ತೇನು ಬೇಕು ?	मत्तेनु बेकु ? और क्या ?
ಮೆಂತ್ಯ, ದನಿಯ, ಇಂಗು, ಬೆಳ್ಳುಳ್ಳಿ ಇದೆಯೇ ?	मेंत्य, दनिय, इंगु, बेळ्ळुळ्ळि इदेये ? मेथी, धनियाँ, हींग, लहसून दाम क्या ?
ಅಕ್ಕಿ ಮಾರುತ್ತೀರಾ ?	अक्कि मारुत्तीरा ? चावल बेचते है क्या ?
ಬಾಸ್ಮತಿ ಅಕ್ಕಿ ಬೆಲೆ ಎಷ್ಟು ?	बासुमति अक्कि बेले एष्टु ? बासमती चावल क्या रेट है ?
ಒಮ್ಮೆ ನಾನು ನಿಮ್ಮ ಅಂಗಡಿಯಲ್ಲಿ ಮನೆಗೆ ಬೇಕಾದ ಕೆಲವು ವಸ್ತು ಖರೀದಿಸಿದ್ದೆ.	औम्मे नानु निम्म अंगडियल्लि मनेगे बेकाद केलवु वस्तु खरीदिसिद्दे । एक बार इधर ही मैं घर गृहस्थी में लगने वाली कुछ चीजें खरीद कर ले गया ?
ಹಿಟ್ಟು ಅಷ್ಟೇನೂ ಚೆನ್ನಾಗಿಲ್ಲ ಅನ್ನಿಸುತ್ತಿದೆ.	हिट्टु अष्टेनू चेन्नागिल्ल अन्निसुत्तिदे । आटा अच्छा नहि लग रहा है ?
ನನಗೆ ಅರಿಶಿನ, ಲವಂಗ, ಏಲಕ್ಕಿ, ದ್ರಾಕ್ಷಿ ಬೇಕು.	ननगे अरिशिन, लवंग, एलक्कि, द्रक्षी बेकु । मुझे इल्दी, लौंग, इलायची, किसमिस आदि चाहिए ।

ಕಡಲೆಹಿಟ್ಟು, ಶೇಂಗಾ, ಎಳ್ಳು, **ಸಾಬೂದಾನಿ** ತಲಾ ಒಂದು ಕೆ.ಜಿ. ಕೊಡು.	कडलेहिट्टु, शेंगा, एळ्ळु, साबूदानि तला ओंदु के.जि. कोडु । **बेसन, मूँगफली, तिल, साबूदाना ये वस्तयें एक-एक किलो देना ।**
ನೋಡಿದರೆ, ಈ ತಕ್ಕಡಿ ಸರಿ ಇಲ್ಲ ಅನ್ನಿಸುತ್ತಿದೆ.	नोडिदरे ई तक्कडि सरि इल्ल अन्निसुत्तिदे । **देखे तो यह तराजू ठीक नहीं लग रहा है ।**
ಹಾಗೇನೂ ಇಲ್ಲ. ಸರಿಯಾಗಿಯೇ ಇದೆ. ಇನ್ನೊಮ್ಮೆ ಸರಿಯಾಗಿ ತೂಕ ಮಾಡಿಕೊಡುತ್ತೇನೆ.	हागेनू इल्ल. सरियागिये इदे । इन्नोम्मे सरियागि तूक माडिकोडुत्तेने । **नहीं जी । ठीक है । आपको अच्छी तरह फिर से तौलकर देता हूँ ।**
ಮೊನ್ನೆ ಕೊಟ್ಟಿದ್ದ ಉದ್ದಿನಬೇಳೆ ಚೆನ್ನಾಗಿರಲಿಲ್ಲ.	मोन्ने कोट्टिद्द उद्दिनबेळे चेन्नागिरलिल्ल । **परसों दिया हुआ (सो) उडद दाल घटियाँ किस्म का था**
ನಮ್ಮಲ್ಲಿನ ಪದಾರ್ಥಗಳು ಚೆನ್ನಾಗಿಲ್ಲ ಎಂದು ಇಲ್ಲಿಯವರೆಗೆ ಯಾರೂ ಹೇಳಿಲ್ಲ.	नम्मल्लिन पदार्थगळु चेन्नागिल्ल एंदु इल्लियवरेगे यारू हेळिल्ल **हमारी चीजों को खराब कहनेवाला अभी तक कोई नहीं है**
ನಿಮ್ಮಲ್ಲಿನ ಪದಾರ್ಥಗಳಲ್ಲಿ ಸ್ವಲ್ಪ ಕೂಡಾ ಕಲಬೆರಕೆ ಇಲ್ಲವೇ ?	निम्मल्लिन पदार्थगळल्लि स्वल्प कूडा कलबेरके इल्लवे ? **आपके पास की चीजों में कुछ मीलावट तो नहीं है ?**
ನೀವು ಈ ಮಾತನ್ನು ಖಾತ್ರಿ ಮಾಡಿಕೊಂಡು ಹೇಳುತ್ತಿದ್ದೀರಾ ?	नीवु ई मातन्नु खात्रि माडिकोंडु हेळुत्तिद्दीरा ? **यह बात आप पक्का कह सकते हैं क्या ?**
ಈ **ಪನ್ನೀರ್ ಪ್ಯಾಕೆಟ್** ಖರೀದಿಸಿದರೆ ಬೇರೆ **ಆಫರ್** ಏನಾದರೂ ಇದೆಯೇ ?	ई पन्निर् प्याकेट् खरीदिसिदरे बेरे आफर् एनादरू इदेये ? **इस पनीर के पाकेट में कोई उपहार है क्या ?**

12. ಬಟ್ಟೆ ಅಂಗಡಿ / बट्टे अंगडि / **कपड़े की दुकान** (Cloth Shop)

ಬನ್ನಿ ಬನ್ನಿ ಒಳಗೆ ಬನ್ನಿ. ಇಲ್ಲಿ ಕುಳಿತುಕೊಳ್ಳಿ.	बन्नि बन्नि ओळगे बन्नि. इल्लि कुळितुकोळ्ळि ।
	आयिये, आयिये, अंदर आयिये, यहाँ बैठिये ।
ನಿಮಗೇನು ಬೇಕು ? ಏನು ತೋರಿಸಬೇಕುಹೇಳಿ.	निमगेनु बेकु ? एनु तोरिसबेकु हेळि ।
	आपको क्या चाहिये ? क्या दिखाना है बोलिये ।
ನಮಗೆ ಸೀರೆ ಬೇಕು.	नमगे सीरे बेकु । हमें साडी दिखाइये ।
ಬೆಲೆ ಎಷ್ಟಿರಬೇಕು ?	बेले एष्टिरबेकु ? किस कीमत में चाहिए जी ?
ಕಡಿಮೆ ಬೆಲೆಯದು.	कडिमे बेलेयदु । कोई सस्ती सी ।
ನಿಮ್ಮ ಬಳಿ ರೇಷ್ಮೆ ಸೀರೆ ಇದೆಯಾ ?	निम्म बळि रेष्मे सीरे इदेया ?
	आपके पास रेश्मी साड़ियाँ हैं क्या ?
ಇದೆ. ಆದರೆ ಬೆಲೆ ಹೆಚ್ಚು ಇದೆ.	इदे. आदरे बेले हेच्चु इदे ।
	है । लेकिन महँगी है ।
ನೀವು ಸೀರೆಗಳನ್ನುಎಲ್ಲಿಂದ ತರುತ್ತೀರಿ ?	नीवु सीरेगळन्नु एल्लिंद तरुत्तीरि ?
	आप ये साडियाँ कहाँ से लाते हो ?
ನಾನಾ ಪ್ರಾಂತ್ಯಗಳಿಂದತರುತ್ತೇವೆ.	नाना प्रंत्यगळिंद तरुत्तेवे ।
	कई प्रांतों से लाते हैं ।
ಈ ಸೀರೆಯ ಬೆಲೆ ಎಷ್ಟು ?	इ सीरेय बेले एष्टु ? इस साडी की क्या कीमत है?
ಈ ನಮೂನೆ ನನಗೆ ಇಷ್ಟವಿಲ್ಲ.	इ नमूने ननगे इष्टविल्ल । यह नमूना मुझे पसंद नहीं है ।
ಇದು ಇಷ್ಟವಿಲ್ಲದಿದ್ದರೆ ಬೇರೆಯದನ್ನು ತೋರಿಸುತ್ತೇನೆ.	इदु इष्टविल्लदिद्दरे बेरेयदन्नु तोरिसुत्तेने ।
	यह पसंद नहीं तो दूसरी साड़ी दिखाता हूँ ।
ಅದು ಇದು ಬೇಡ. ಸಮಾರಂಭಕ್ಕೆ ಕೆಲವು ಸೀರೆ ತೋರಿಸು	अदु इदु बेड. समारंभक्के केलवु सीरे तोरिसु ।
	यह वह (ये, वो) नहीं. रोजमर्रा के लिए मुझे कुछ साड़ियाँ दिखाइये ।

ಸೀರೆ ಎಷ್ಟು ಉದ್ದ ಇದೆ ?	सीरे एष्टु उद्द इदे ? साड़ी कितनी लम्बी है ?
ನಮ್ಮ ಬಳಿಯ ಎಲ್ಲ ಸೀರೆಗಳು6 ಮೀ. ಉದ್ದ ಇವೆ.	नम्म बळिय एल्ल सीरेगळु ६ मी. उद्द इवे । हमारी सभी साडीयाँ छः मीटर लंबी है ।
ನನಗೆ ಒಂದು ಬಟ್ಟೆ ಬೇಕಿದೆ.	ननगे ओंदु बट्टे बेकिदे । मुझे एक कपड़ा चाहिए ।
ಆದರೆ, ನನಗೆ ಬೇಕಿರುವಷ್ಟನ್ನೇ ಕತ್ತರಿಸಿ ಕೊಡಬೇಕು.	आदरे, ननगे बेकिरुवष्टन्ने कत्तरिसि कोडबेकु । लेकिन (मगर) मैं जितना चाहता हूँ, उतना नाप कर देना ।
ಇಲ್ಲಿರುವ ಬಟ್ಟೆಗಳನ್ನು ನೋಡಿದರೆ ಎಲ್ಲವನ್ನೂ ಖರೀದಿಸುವ ಮನಸ್ಸಾಗುತ್ತಿದೆ.	इल्लिरुव बट्टेगळन्नु नोडिदरे एल्लवन्नू खरीदिसुव मनस्सागुत्तिदे । यहाँ के कपडे देखकर तो सभी खरीदने को मन कर रहा है ।
ತಡವೇಕೆ? ಈಗಲೇ ಖರೀದಿಸಿ.	तडवेके? ईगले खरीदिसि । देर क्यों जी ! अभी खरीद दीजिए ।
ನನ್ನ ಬಳಿ ಹೆಚ್ಚು ಹಣವಿಲ್ಲ. ಇದ್ದಿದ್ದರೆ ಎಲ್ಲವನ್ನೂ ಖರೀದಿಸಿ ಬಿಡುತ್ತಿದ್ದೆ.	नन्न बळि हेच्चु हणविल्ल । इद्दिद्दरे एल्लवन्नू खरीदिसि बिडुत्तिद्दे । मेरे पास पैसे कम पड़ गये हैं, नहीं तो मैं अभी तक सब खरीद लेता ।
ನಿಮ್ಮ ಬಳಿ ಹಣ ಇರಬೇಕೆಂದೇನೂ ಇಲ್ಲ. ಅನಂತರ ನೀಡಬಹುದು.	निम्म बळि हण इरबेकेंदेनू इल्ल । अनंतर नीडबहुदु । आपके पास पैसे नहीं तो भी परवाह नहीं जी । बाद में भी दे सकते हैं ।

ಅದು ಹೇಗೆ?	अदु हेगे ? वह कैसे ?
ನಾವು **ಕ್ರೆಡಿಟ್ ಕಾರ್ಡ್** ತೆಗೆದುಕೊಳ್ಳುತ್ತೇವೆ.	नावु क्रेडिट् कार्ड तेगेदुकोळ्ळुत्तेवे । **हम क्रेडिट कार्ड स्वीकार करते है ।**
ಆಹಾ. ಓಡುತ್ತ ಹಾಲು ಕುಡಿಯುವುದೇಕೆ?	आहाँ । ओडुत्त हालु कुडियुवुदेके ? **आहाँ ! नहीं जी ! भागते हुए दूध क्यों पीना ?**
ಸರಿಯಾದ ಮಾತು. ಎಲ್ಲರೂ ನಿಮ್ಮಂತೆ ಇದ್ದಿದ್ದರೆ ಜಗತ್ತು ಎಷ್ಟು ಸುಂದರವಾಗಿರುತ್ತಿತ್ತು.	सरियाद मातु. एल्लरू निम्मंते इदिद्रे जगत्तु एष्टु सुंदरवागिरुत्तित्तु । **अच्छी बात है ! सब लोग आप जैसे होते** **तो यह दुनिया कितनी सुंदर होती ।**

13. ಮಾರ್ಕೆಟ್ / मार्केट / **बाजार** (Market)

ಈ ನಗರದಲ್ಲಿ ಮಾರುಕಟ್ಟೆ ಎಲ್ಲಿದೆ?	ई नगरदल्लि मारुकट्टे एल्लिदे ? **इस शहर में बाजार कहाँ है ?**
ಯಾವ ಮಾರುಕಟ್ಟೆ?	याव मारुकट्टे ? **कौन सा बाजार ?**
ಯಾವ ಮಾರುಕಟ್ಟೆ ಎಂದರೆ ಏನರ್ಥ?	याव मारुकट्टे एंदरे एनर्थ ? **कौन सा बाजार मतलब ?**
ಅಂದರೆ, ಮೀನಿನ ಮಾರುಕಟ್ಟೆ, ತರಕಾರಿ ಮಾರುಕಟ್ಟೆ ಅಥವಾ **ಬಟ್ಟೆ** ಮಾರುಕಟ್ಟೆನಾ ಅಂತ.	अंदरे, मीनिन मारुकट्टे, तरकारि मारुकट्टे अतवा बट्टे मारुकट्टे अंत । **मतलब, मछली का बाजार, सब्जी** **का बाजार या कपड़े का बाजार ।**
ಇಲ್ಲಿ ಇಷ್ಟೊಂದು ಮಾರುಕಟ್ಟೆ ಇದೆ ಎಂದು ನನಗೆ ಗೊತ್ತಿರಲಿಲ್ಲ.	इल्लि एष्टोंदु मारुकट्टे इदे एंदु ननगे गोत्तिरलिल्ल । **यहाँ (इधर) इतने बाजार होते है** **मुझे मालूम नहीं है ।**
ನನಗೆ **ಜನರಲ್** ಮಾರುಕಟ್ಟೆಗೆ ಹೋಗಬೇಕಿದೆ.	ननगे जनरल् मारुकट्टेगे होगबेकिदे । **मुझे साधारण बाजार जाना है ।**

ಈ ಕಡೆ ಹೋದರೆಮಾರುಕಟ್ಟೆಸಿಗುತ್ತದೆ.	ई कडे होदरे मारुकट्टे सिगुत्तदे । इस तरफ से गये तो मोन्डा मार्केट आता है ।
ಅಲ್ಲಿ ನಿಮಗೆ ಎಲ್ಲ ಸಾಮಾನು ಸಿಗುತ್ತದೆ.	अह्लि निमगे एह्ल सामानु सिगुत्तदे । वहाँ (उधर) आपको सभी चीजें मिल जायेगी ।
ನಿಮ್ಮ ಬಳಿ 500 ರೂ.ಗೆ ಚಿಲ್ಲರೆ ಇದೆಯೇ ?	निम्म बळि 500 रू.ग् चिह्लरे इदेये ? आपके पास पाँच सौ रूपये के छुट्टे पैसे हैं क्या ?
ಇಲ್ಲಿಂದ ನೋಡಿದರೆವಸ್ತುಗಳೆಲ್ಲ ಚೆನ್ನಾಗಿವೆ ಎನ್ನಿಸುತ್ತಿದೆ.	इह्लिंद नोडिदरे वस्तुगळेह्ल चेन्नागिवे एन्निसुत्तिदे । इधर है सो सब चीजें बहुत महँगी लग रही है ।
ಅದು ನಿಮ್ಮ ಭ್ರಮೆ.	अदु निम्म भ्रमे । वह सब आपका भ्रम है ।
ಅದೇನು ?	अदेनु ? वही है क्या ?
ಅದು ಬಿಟ್ಟರೆ ಬೇರೇನೂಇಲ್ಲ.	अदु बिट्टरे बेरेनू इह्ल । इसके बिना कुछ भी नहीं है ?
ಇಲ್ಲಿ ಅಮೂಲ್ಯ ವಸ್ತುಗಳು ಸಿಗುತ್ತವೆಯೇ ?	इह्लि अमूल्य वस्तुगळु सिगुत्तवेये ? इधर क्या अनमोल चीज मिलती है ?
ಇಲ್ಲಿ ಮರದಿಂದ ಮಾಡಿದ ಗೊಂಬೆಗಳು ಸಿಗುತ್ತವೆ.	इह्लि मरदिंद माडिद गौंबेगळु सिगुत्तवे । यहाँ लकड़ी से बनायी गई गुड़िया भी मिलती है ।
ನನಗೆ ಶ್ರೀಗಂಧದಿಂದಮಾಡಿದ ಬುಟ್ಟಿ ಬೇಕು.	ननगे श्रीगंधदिंद माडिद बुट्टि बेकु । मुझे चंदन की लकड़ी से बनायी गई एक टोकरी चाहिए ।
ಇದು ಸಿಗುವುದಿಲ್ಲ. ಆದರೆ ದಂತದಿಂದಮಾಡಿದ ವಸ್ತು ಸಿಗುತ್ತದೆ.	इदु सिगुवुदिह्ल. आदरे दंतदिंद माडिद वस्तु सिगुत्तदे । वह तो नहीं मिलती. मगर हाथी दाँत की चीजें तो मिलती है ।
ಅದನ್ನು ನೋಡಿಕೊಂಡುಹೋಗೋಣ.	अदन्नु नोडिकौंडु होगोण । अब तो देखकर ही जायेंगे ।

14. ಬಸ್ ಸ್ಟ್ಯಾಂಡ್ / बस स्टैण्ड / बस स्टैण्ड (Bus Stand)

ಇಲ್ಲಿ ಬಸ್‌ಸ್ಟ್ಯಾಂಡ್ ಎಲ್ಲಿದೆ ?
इल्लि बसस्ट्यांड एल्लिदे ?
यहाँ बस स्टैण्ड कहाँ है ?

ಇಲ್ಲಿಂದ ಅರ್ಧ ಕಿಮೀ. ದೂರದಲ್ಲಿದೆ.
इल्लिंद अर्ध किमि दूरदल्लिदे ।
यहां से आधा किलो मीटर दूर हैं ।

ರಿಕ್ವೆಸ್ಟ್ ಸ್ಟಾಪ್ ಎಲ್ಲಿದೆ ?
रिक्वेस्ट स्टाप् एल्लिदे ?
प्रार्थना पर बस रोकने की जगह कहाँ है ?

ಎಲ್ಲಿ ನೋಡಿದರೂಅಲ್ಲಿ ಬಸ್ ಇದೆ.
एल्लि नोडिदरू अल्लि बस इदे ।
जहाँ देखें वहाँ बस है ।

ಆದರೆ, ಕೈ ತೋರಿಸಿದರೆಯಾವ ಬಸ್‌ನ್ನೂ ನಿಲ್ಲಿಸುತ್ತಿಲ್ಲ.
आदरे, कै तोरिसिदरे याव बसन्नू निल्लिसुत्तिल्ल ।
लेकिन हाथ देने से एक बस भी नहीं रूक रही है ।

ಅದು ಆಟೋ ಅಲ್ಲ. ಎಲ್ಲಿ ಕೈ ತೋರಿಸಿದರೆಅಲ್ಲಿ ನಿಲ್ಲಿಸಲು.
अदु आटो अल्ल । एल्लि कै तोरिसिदरे अल्लि निल्लिसलु ।
वह ऑटो नहीं है । जो जहाँ हाथ उठे
वहाँ रोक दें !

ಎಲ್ಲಿ ಜನರು ಇರುತ್ತಾರೋ ಅಲ್ಲಿ ಬಸ್ ನಿಲ್ಲಿಸಬೇಕಲ್ಲವೇ?
एल्लि जनरु इरुत्तारो अल्लि निल्लिसबेकल्लवे ?
जहाँ लोग खड़े है वहाँ बस रोकना चाहिये या नहीं ?

ಹಾಗೆ ನಿಲ್ಲಿಸುತ್ತಿದ್ದರೆ ಬಸ್ ಒಂದು ಮೀಟರ್ ಕೂಡಾ ಮುಂದೆ ಹೋಗುವುದಿಲ್ಲ.
हागे निल्लिसुत्तिद्दरे बस औंदु मीटर् कूडा मुंदे होगुवुदिल्ल ।
वैसे रोकते हुए गये तो बस एक मीटर भी आगे
नहीं बढ़ सकती है ।

ಈ ಬಸ್‌ನಲ್ಲಿ ಹೆಚ್ಚು ಪ್ರಯಾಣಿಕರು ಇದ್ದಾರೆ.
ई बसनल्लि हेच्चु प्रयाणिकरु इद्दारे ।
उस बस में बहुत ज्यादा यात्री है ।

ಆ ಜನ ಹೇಗಿದ್ದಾರೆ ಅಲ್ಲಿ ನೋಡು.
आ जन हेगिद्दारे अल्लि नोड्डु ।
वे लोग कैसे हैं वह देखो ।

ಅವರೆಲ್ಲಾ ನಿಂತುಕೊಂಡಿದ್ದಾರೆ.	अवरेल्ला निंतुकौंडिद्दारे । वे सब खड़े है ।
ಅದು ಸಿಟಿ **ಬಸ್.**	अदु सिटी बस । सिटी बस थे ।
ಟಿಕೆಟ್ ಎಲ್ಲಿ ತೆಗೆದುಕೊಳ್ಳಬೇಕು?	टिकेट् एल्लि तेगेदुकोळ्ळबेकु ? टिकट कहाँ लेना है ?
ಕೌಂಟರ್ನಲ್ಲಿ ತೆಗೆದುಕೊಳ್ಳಿ.	कौंटर्नल्लि तेगेदुकोळ्ळि । काउंटर में लीजिये ।
ಬಸ್ನ ಒಳಗಡೆ ಕೊಡುವುದಿಲ್ಲವೇ?	बसन ओळगडे कोड्वुदिल्लवे ? बस के अंदर नहीं देते है क्या ?
ಜಿಲ್ಲೆಗಳಿಗೆ ಹೋಗುವ **ಬಸ್‌ಗಳ** ನಿಲ್ದಾಣ ಎಲ್ಲಿದೆ ?	जिल्लेगळिगे होगुव बसगळ निल्दाण एल्लिदे ? जिलों को जाने वाली बस का स्टैण्ड कहाँ है ?
ಇಲ್ಲೇ ಇರಿ. ನಾನು ವೇಳಾಪಟ್ಟಿಯನ್ನು ನೋಡಿಕೊಂಡು **ಬರುತ್ತೇನೆ.**	इल्ले इरि । नानु वेळापट्टियन्नु नोडिकोंडु बरुत्तेने । इधर ही रहो । मैं एक बार समय सारिणी को देख कर आता हूँ ।
ಇಲ್ಲಿ ರಾಜ್ಯದ ನಾಲ್ಕೂ ಕಡೆಗೆ ಹೋಗುವ **ಬಸ್‌ಗಳು** ಸಿಗುತ್ತವೆಯೇ ?	इल्लि राज्यद नाल्कू कडेगे होगुव बसगळु सिगुत्तवेये ? यहाँ से राज्य में चारो ओर जाने वाली बसें मिलती है क्या ?
ಇಲ್ಲಿ ಸಿಗುವುದಿಲ್ಲ.	इल्लि सिगुवुदिल्ल । नहीं मिलती है ।
ಸ್ವಲ್ಪ ದೂರಹೋದಬಳಿಕ **ಬಸ್ ಬದಲಿಸಬೇಕು.**	स्वल्प दूरहोद बळिक बस बदलिसबेकु । थोड़ी दूर जाने के बाद बस बदलनी पड़ेगी ।
ಹೈದರಾಬಾದ್ನಿಂದ ರಾಜಮಂಡ್ರಿಗೆ ಹೋಗಲು ಎಷ್ಟು ಸಮಯ ಬೇಕು ?	हैदराबादनिंद राजमंड्रिगे होगलु एष्टु समय बेकु ? हैदराबाद से राजमंड्रि जाने को कितना समय लगता है ?

ಒಂಬತ್ತು ಗಂಟೆ ಬೇಕಾಗುತ್ತದೆ.	ओंबत्तु गंटे बेकागुत्तदे । नौ घंटे लगते है ।
ಈಗ ಬಸ್ ಪ್ರಯಾಣ ಕಠಿಣವಾಗಿ ಬಿಟ್ಟಿದೆ.	ईग बस प्रयाण कठिणवागि बिट्टिदे । आजकल बस में यात्रा करना बेहद कठिन हो गया ।
ಲಡಕಾಸಿ ಬಸ್ ಹತ್ತುವುದು ನನಗೆ ಇಷ್ಟವಾಗುವುದಿಲ್ಲ.	लडकासि बस हत्तुवुदु ननगे इष्टवागुवुदिल्ल । मुझे खटारा बस में चढ़ना पसंद नहीं है ।

15. ನಮ್ಮ ರಾಜ್ಯ / मना राष्ट्रं / हमारा राज्य (Our State)

ನಮ್ಮ ರಾಜ್ಯದ ಹೆಸರು ಕರ್ನಾಟಕ.	नम्म राज्यद हेसरु कर्नाटक । हमारा राज्यका नाम कर्नाटक है ।
ರಾಜ್ಯದಲ್ಲಿ30 ಜಿಲ್ಲೆಗಳಿವೆ.	राज्यदल्लि 30 जिल्लेगळिवे । राज्य मे तीस जिले है ।
ರಾಜ್ಯವನ್ನು ಭೌಗೋಳಿಕವಾಗಿ3 ಭಾಗವಾಗಿ ವಿಂಗಡಿಸಬಹುದು. ಅವು, ಕರಾವಳಿ, ಮಲೆನಾಡು ಹಾಗೂ ಬಯಲುಸೀಮೆ	राज्यवन्नु भौगोळिकवागि 3 भागवागि विंगडिसबहुदु । अवु करावळि, मलेनाडु हागू बयलुसीमे । राज्य मे प्रांत है. वे करावळि, मलेनाडु और बयलु सीमे । इन तीनो प्रांत मे लोगा एक भाषा बोलते है ।
ಈ ಪ್ರಾಂತ್ಯಗಳಲ್ಲಿಮಾತನ್ನಾಡುವ ಭಾಷೆ ಕನ್ನಡ. ಆದರೆ ಆಡು ನುಡಿ ಬೇರೆ.	ई प्रांत्यगळल्लि मातन्नाडुव भाषे कन्नड। आदरे आडु नुडि बेरे. परंतु बोली भाषा अलग होती है ।
ಕರಾವಳಿಯು ಮಂಗಳೂರು, ಉಡುಪಿ ಹಾಗೂ ಉತ್ತರಕನ್ನಡ ಜಿಲ್ಲೆಗಳನ್ನು ಒಳಗೊಂಡಿದೆ. ಮಲೆನಾಡು ಪಶ್ಚಿಮ ಘಟ್ಟದ ಶ್ರೇಣಿಯನ್ನು ಹಾಗೂಬಯಲುಸೀಮೆ ವ್ಯಾಪ್ತಿಯಲ್ಲಿ ಹೆಚ್ಚು ವಿಸ್ತಾರ ಹೊಂದಿದೆ.	करावळियु मंगळूरु, उडुपि हागू उत्तरकन्नड जिल्लेगळन्नु ओळगोंडिदे । मलेनाडु पश्चिम धाठ श्रेणियन्नु हागू बयलुसीमे व्याप्तियल्लि हेच्चु विस्तार होंदिदे ।

करावळि मे मंगळूर, उदुपि और उत्तर कन्नड
जिले है । मलेनाडु पश्चिम धाठ और
बयलुसीमा ज्याद विस्तार है ।

ರಾಜ್ಯವು ದೇಶದ ಒಟ್ಟು ವಿಸ್ತೀರ್ಣದಲ್ಲಿಶೇ. 5.83 (1,91,976 ಚ.ಕಿ.ಮೀ.) ವ್ಯಾಪ್ತಿ ಹೊಂದಿದ್ದು,7ನೇದೊಡ್ಡ ರಾಜ್ಯವಾಗಿದೆ. ಜನಸಂಖ್ಯೆ(6.13 ಕೋಟಿ) ಯಲ್ಲಿ8ನೇ ದೊಡ್ಡ ರಾಜ್ಯ.	राज्यवु देशद वट्टु विस्तिर्णदह्लि शे. 5.83 (1,91,976 च.कि.मि.) व्याप्ति होंदिदु, 7ने दोड्डु राज्यवागिदे । जनसंख्ये (6.13 कोटि) यह्लि 8ने दोड्डु राज्य । देश कि विस्तीर्ण मे राज्य प्रतिशत 5.83 (1,91,976 च.कि.लोमीठर) व्याप्ति और जनसंख्या मे आठवा स्थान (6.13 करोड) मे है
ರಾಜ್ಯದಲ್ಲಿ ಎರಡು ನದಿ ವ್ಯವಸ್ಥೆ ಇದೆ. ಅವು ಕೃಷ್ಣಾ (ಭೀಮ, ಘಟಪ್ರಭಾ, ಮಲಪ್ರಭಾ, ವೇದವತಿ, ತುಂಗಭದ್ರಾ) ಉತ್ತರದಿಕ್ಕಿನಲ್ಲಿಹಾಗೂ ಕಾವೇರಿ (ಹೇಮಾವತಿ, ಶಿಂಷಾ, ಅರ್ಕಾವತಿ, ಕಬಿನಿ, ಲಕ್ಷ್ಮಣತೀರ್ಥ)ಪಶ್ಚಿಮದಿಕ್ಕಿನಲ್ಲಿವೆ. ಎರಡೂ ಪೂರ್ವದಲ್ಲಿ **ಬಂಗಾಳಕೊಲ್ಲಿಯನ್ನು** ಸೇರುತ್ತವೆ.	राज्यदह्लि एरडु नदि व्यवस्थे इदे। अवु कृष्ण (भीम, घटप्रभा, मलप्रभा, वेदवति, तुंगभद्रा) उत्तरदिक्किनह्लि हागू कावेरि (हेमावति, शिंषा, अर्कावति, कबिनि, लक्मणतीर्थ) पश्चिमदिकिनह्लिवे । एरडू बंगाळ कोह्लियन्न सेरुत्तवे । राज्य मे दो नदि व्यवस्ता है । उत्तर दिशमे क्रष्णा भीम, घठप्रभा, मलप्रभा, वेदवति, तुंगभद्र) और पश्चिम दिश मे कावेरि (हेमावति, शिंषा, अर्कावति, कबिनि, लक्ष्मणतीर्थ) नदि व्यवस्ता है ।
ನವೆಂಬರ್ 1, 1956ರಲ್ಲಿ ರಾಜ್ಯ ಸ್ಥಾಪನೆಯಾಯಿತು. 1973ರಲ್ಲಿ ಕರ್ನಾಟಕ ಎಂದು ನಾಮಕರಣ ಮಾಡಲಾಯಿತು.	नवेंबर 1, 1956 रह्लि राज्य स्थापनेयायितु । 1973 रह्लि कर्नाटिक एंदु नामकरण माडलायितु । नवेंबर 1, 1956 मे राज्य कि स्तापना हुआ । 1973 मे कर्नाटक नाम दिया गया ।
ರಾಜ್ಯದ ಸುತ್ತಮುತ್ತ 8 ದಿಕ್ಕಿನಲ್ಲಿ **ಅರೇಬಿಯನ್** ಸಮುದ್ರ ಗೋವಾ, ಮಹಾರಾಷ್ಟ್ರ, ತೆಲಂಗಾಣ, ಆಂಧ್ರಪ್ರದೇಶ,ತಮಿಳುನಾಡು ಹಾಗೂ ಕೇರಳ ರಾಜ್ಯಗಳಿವೆ.	राज्यद सुत्तमुत्त 8 दिक्किनह्लि अरेबियन् समुद्र, गोवा, महाराष्ट, तेलंगाण, आंध्रप्रदेश, तमिळुनाडु हागू केरळ राज्यगळिवे ।

	राज्य कि 8 दिश मे अरेबियन समुंदर, गोवा, महाराष्ट्, तेलंगाण, आंद्रप्रदेश, तमिळनाड़ु और केरळ राज्य है ।
ಬೆಂಗಳೂರುಕರ್ನಾಟಕದ ರಾಜಧಾನಿ	बेंगळूरु कर्नाटकद राजधानि । बेंगळूर राज्य कि राजदानि है ।
ಬೆಂಗಳೂರನ್ನು'ಸಿಲಿಕಾನ್ ಸಿಟಿ' ಎನ್ನಲಾಗುತ್ತದೆ. ದೇಶ–ವಿದೇಶದಐಟಿ, ಐಟಿಇಎಸ್, ಬಿಪಿಒ ಕಚೇರಿಗಳುಇವೆ.	बेंगळूरन्नु 'सिलिकान् सिटि' एन्नलागुत्तदे । देश-विदेशद एॅटि, एॅटिएस् बिपिओ कचेरिगळु इह्लिवे । उसको 'सिलिकान सिटि' केहते है । देश-विदेश कि एॅटि, एॅटिइस और बिपिवो कंपनि इदर रहते है
ರಾಜ್ಯದಲ್ಲಿಹಲವು ಸುಪ್ರಸಿದ್ಧ ದೇವಾಲಯಗಳು, ಮಸೀದಿ,ದರ್ಗಾ,ಚರ್ಚ್‌ಗಳು ಇವೆ.	राज्यदह्लि हलवु सुप्रसिद्ध देवालयगळु, मसिद-दर्ग, चर्चगळु इवे । राज्य मे ज्यादा प्रशिद्ध मंदिर, चर्च, मसजिद, दर्गा है ।
ಕರ್ನಾಟಕವು ಶಾಂತಿ ಪ್ರಿಯರ ರಾಜ್ಯ.	कर्नाटक शांति प्रियर राज्य । कर्नाटक शंति चाहनेवालो के राज्य है ।
ದೇಶದ ಭೂಪಟದಲ್ಲಿಕರ್ನಾಟಕಕ್ಕೆ ವಿಶಿಷ್ಠ ಸ್ಥಾನವಿದೆ.	देशद भूपटदिह्लि कर्नाटकक्के विशिष्ठ स्थानविदे । देश मे कर्नाटकको एक विशिष्ट स्थान भाप्त है ।

16. ಉಪಾಹಾರ ಗೃಹ / उपहार गृह / **जलपान गृह** (Tiffin Centre)

ಯಜಮಾನರೇ, ಸಮೀಪದಲ್ಲಿ ಒಳ್ಳೆಯ **ಹೋಟೆಲ್** ಇದೆಯಾ ?	यजमानरे, समीपदल्लि ओळ्ळेय होटेल् इदेया ? भाई साब ! इसके आस पास कोई अच्छा जलपान गृह है क्या ?
ಇದೆ. ನೇರವಾಗಿ ಹೋಗಿ ಎಡಗಡೆ ಸಿಗಲಿದೆ.	इदे. नेरवागि होगि एडगडे सिगलिदे । है साब ! सीधा जाकर के दाईं तरफ मुड़ियें ।
ನಾವೆಲ್ಲ ಒಟ್ಟಾಗಿ ಒಳ್ಳೆಯ **ಹೋಟೆಲ್** ಒಂದಕ್ಕೆ ಹೋಗೋಣ.	नावेल्ल ओट्टागि ओळ्ळेय होटेल् ओंदक्के होगोण । हम सब मिलकर एक अच्छे होटल में जायेंगे ।
ಈಗ ಬೇಡ, ಸ್ವಲ್ಪ ಹೊತ್ತಿನ ನಂತರ ನೋಡೋಣ.	ईग बेड. स्वल्प होत्तिन नंतर नोडोण । अभी नहीं थोड़ी देर के बाद देखेंगे ।
ಉಪಾಹಾರ ಬೆಳಗ್ಗೆ ಮಾಡುತ್ತಾರೆ. ಮಧ್ಯಾಹ್ನ ಅಲ್ಲ.	उपाहार बेळग्गे माडुत्तारे. मध्याह्न अल्ल । नास्ता सबेरे करते हैं । दोपहर में नहीं ।
ನಾವು ಏನು ತೆಗೆದುಕೊಳ್ಳೋಣ?	नावु ऐनु तेगेदुकोळ्ळोण ? आप क्या लेंगे ?
ನಮಗೆ ಇಡ್ಲಿ, ದೋಸೆ ಬೇಕು.	नमगे इल्डि, दोसे बेकु । मुझे इडली, डोसा चाहिए ।
ಸಾಂಬಾರು ಬಿಸಿ ಇದೆಯಾ ?	सांबारु बिसि इदेया ? साम्बर गरम है क्या ?
ಮೊದಲು ನೀರು ತಂದುಕೊಡು.	मोदलु नीरु तंदुकोडु । पहले पानी लाओ ।
ಈ ಮೇಜು ಸ್ವಚ್ಛಗೊಳಿಸು.	ई मेजु स्वच्छगोळिसु । यह मेज साफ करो ।

ಈ ಜಾಗ ಸ್ವಚ್ಛವಾಗಿಲ್ಲ.	ई जाग स्वच्छवागिल्ल । इधर काफी गंदगी है ।
ಎಲ್ಲಿ ಶುಚಿಯಾಗಿದೆಯೋ ಅಲ್ಲಿ ಕುಳಿತುಕೊಳ್ಳೋಣ.	एल्लि शुचियागिदेयो अल्लि कुळितुकोळ्ळोण । उधर अच्छा है वहाँ बैठेंगे ।
ಇಲ್ಲಿ ಫ್ಯಾನ್ ಇದೆ, ತಿರುಗುತ್ತಿಲ್ಲ. ದೀಪ ಇದೆ, ಬೆಳಗುತ್ತಿಲ್ಲ.	इल्लि फ्यान् इदे. तिरुगुतिल्ल. दीप इदे,बेळगुत्तिल्ल । यहाँ पंखा है लेकिन नहीं घूमता. लाईट है, नहीं जलता हैं ।
ನನಗೆ ಸ್ವಲ್ಪ ಹಾಲು ಬೇಕು.	ननगे स्वल्प हालु बेकु । मुझे थोड़ा दूध चाहिए ।
ಹಾಲು ಚೆನ್ನಾಗಿದೆ. ಆದರೆ, ಅದರಲ್ಲಿ ಸಕ್ಕರೆ ಹಾಕುವುದು ಸರಿಯಲ್ಲ.	हलु चेन्नागिदे. आदरे, अदरल्लि सक्करे हाकुवुदु सरियल्ल । दूध पसंद है । मगर उसमें चीनी डालना पसंद नहीं है ।
ದೋಸೆಯಲ್ಲಿ ಈರುಳ್ಳಿ ಹಾಕಬೇಕು.	दोसेयल्लि ईरुळ्ळि हाकबेकु । दोसा में प्याज डालना ॥
ಎಲ್ಲಕ್ಕಿಂತ ಚೆನ್ನಾಗಿರುವ ಮಸಾಲೆ ದೋಸೆ.	एल्लक्किंत चेन्नागिरुव मसाले दोसे । सबसे अच्छा मसाला दोसा है ।
ಇಲ್ಲಿ ಒಳ್ಳೆಯ ವಸ್ತುಗಳು ಸಿಗುತ್ತವೆಯೇ?	इल्लि ओळ्ळेय वस्तुगळु सिगुत्तवेये ? यहाँ अच्छी चीजें मिलती है क्या ?
ಇಲ್ಲಿ ಒಮ್ಮೆ ತಿಂದರೆ ಮುಗಿಯಿತು.	इल्लि ओम्मे तिंदरे मुगियितु । इधर एक बार खा लिया तो बस ।
ಮತ್ತೆ ಮತ್ತೆ ಇಲ್ಲಿಗೆ ಬರಬೇಕೆಂದು ಮನಸ್ಸಾಗುತ್ತದೆ.	मत्ते मत्ते इल्लिगे बरबेकेंदु मनस्सागुत्तदे । बार-बार इधर ही खाने को मन करता है ।

17. ಹೋಟೆಲ್ होटेल् (Hotel)

ನನಗೆ ಹಸಿವಾಗುತ್ತಿದೆ.	ननगे हसिवागुत्तिदे ।	मुझे भूख लग रही है ।
ಇಲ್ಲಿರುವುದು ಒಂದೇ ಭೋಜನಶಾಲೆ.	इल्लिरुवुदु ओंदे भोजनशाले ।	इधर एक ही भोजनालय है ।
ಇಲ್ಲಿ ಊಟ ಚೆನ್ನಾಗಿದೆಯೇ?	इल्लि ऊट चेन्नागिदेये ?	वहाँ पर खाना अच्छा है क्या ?
ಸ್ವಾದ ಚೆನ್ನಾಗಿದೆ.	स्वाद चेन्नागिदे ।	स्वाद अच्छा है ।
ನಿಮಗೇನು ಬೇಕು ?	निमगेनु बेकु ?	क्या चाहिए साब ?
ನನಗೆ ಮೆನು ಬೇಕು.	ननगे मेनु बेकु ।	मुझे मेनू की सूची चाहिए ।
ನನಗೆ ದಕ್ಷಿಣ ಭಾರತದ ಊಟ ಬೇಕು	ननगे दक्षिण भारतद ऊट बेकु	मुझे साऊथ इंडियन खाना चाहिए ।
ನಿಮಗೆ ದಕ್ಷಿಣ ಭಾರತದ ಊಟ ತುಂಬಾ ಇಷ್ಟವೇ?	निमगे दक्षिण भारतद ऊट तुंबा इष्टवे ?	आपको साऊथ इंडियन भोजन ज्यादा पसंद है क्या ?
ಹೌದು, ತುಂಬಾ ಇಷ್ಟ.	हौदु, तुंबा इष्ट ।	मुझे बहुत पसंद है ।
ಅಷ್ಟೊಂದು ಇಷ್ಟವಾಗಲು ಕಾರಣವೇನು?	अष्टोंदु इष्टवागलु कारणवेनु ?	किसलिए उतना पसंद है आपको ?
ಆ ಊಟದಲ್ಲಿ ನನಗೆ 6 ಸ್ವಾದಗಳು ಸಿಗುತ್ತವೆ.	आ ऊटदल्लि ननगे ६ स्वादगळु सिगुत्तवे ।	उस खाने में मुझे छः स्वाद मिलते है ।
ಅಂದರೆ	अंदरे	मतलब ?
ಯಾವುದೇ ಅನ್ನ ತೆಗೆದುಕೊಳ್ಳಿ, ಅದು ಚೆನ್ನಾಗಿರುತ್ತದೆ.	यावुदे अन्न तेगेदुकोळ्ळि अदु चेन्नागिरुत्तदे ।	जैसे चावल लीजिए वह फीका रहता है ।

ಅದರಲ್ಲಿ ತೊಗರಿಬೇಳೆ, ತುಪ್ಪ, ಉಪ್ಪಿನಕಾಯಿ ಬೆರೆಸಿದರೆ ರುಚಿ ಹೇಗಿರುತ್ತದೆ ಗೊತ್ತಾ?	अदरल्लि तोगरिबेळे, तुप्प, उप्पिनकायि बेरेसिदरे रुचि हेगिरुत्तदे गोत्ता ?
	उसमें तूर दाल, घी, अचार मिलाये तो स्वाद कैसा लगता है मालूम ?
ನನಗೆ ಗೊತ್ತಿಲ್ಲ.	ननगे गोत्तिल्ल । नहीं बता सकता हूँ मैं ।
ನೀನು ಕೂಡ ತಿಂದು, ತಿಳಿದುಕೋ.	नीनु कूड तिंदु तिळिदुको ।
	तुम ही खाकर समझ लो ।
ಊಟದಲ್ಲಿ ಕರ್ಜಿಕಾಯಿ ಕೂಡ ಇದೆ.	ऊटदल्लि कजिकायि कूड इदे ।
	भोजन में गुझिया भी हैं ।
ಕರ್ಜಿಕಾಯಿ ಮಾತ್ರವಲ್ಲ, ಪೂರಿ, ಪುದೀನಾಬಾತ್ ತರಕಾರಿ ಪಲ್ಯ ಕೂಡಾ ಕೊಡುತ್ತೇವೆ.	कर्जिकायि मात्रवल्ल, पूरि, पुदीनाबात् तरकारि पल्य कूडा कोडुत्तेवे ।
	खाली गुझिया नहीं साब, पूड़ी, छोंका बात, सूखी सब्जी भी देंगे ।
ಧನ್ಯವಾದ. ನನಗೆ ಒಳ್ಳೆಯ ಊಟ ಕೊಟ್ಟೆ.	धन्यवाद. ननगे ओळ्ळेय ऊट कोट्टे ।
	धन्यवाद भाई. मुझे अच्छा खाना खिलाया ।
ನಾನು ಎಷ್ಟು ಟಿಪ್ಸ್ ಕೊಡಲಿ?	नानु एष्टु टिप्स कोडलि ?
	मैं कितना बख्शीस दूँ ?
ಅದು ನಿಮಗೆ ಬಿಟ್ಟದ್ದು.	अदु निमगे बिट्टद्दु ।
	वह आपकी मर्जी है साब !
ಇಲ್ಲಿ ಸರ್ವೀಸ್ ಸ್ವಲ್ಪ ನಿಧಾನ.	इल्लि सर्वीस् स्वल्प निधान ।
	इधर सेवा थोड़ी सुस्त / धीमी है ।

18. ಅಂಚೆ ಕಚೇರಿ डाकघर तपाला कार्यालय (Post Office)

ಅಂಚೆ ಕಚೇರಿ ಎಲ್ಲಿದೆ ?	अंचे कचेरि एल्लिदे ?	डाकघर कहाँ है ?
ಸ್ವಲ್ಪ ಮುಂದೆ ಹೋಗಿ ಬಲಕ್ಕೆ ತಿರುಗಿದರೆ ಎತ್ತರದ ಪ್ರದೇಶ ಬರುತ್ತದೆ.	स्वल्प मुंदे होगि बलक्के तिरुगिदरे एत्तरद प्रदेश बरुत्तदे ।	थोड़ा सीधा जा के बाईं तरफ पलटे तो एक चढ़ाई आती है ।
ಅದನ್ನು ಹತ್ತಿ ಎಡಕ್ಕೆ ತಿರುಗಿದರೆ ಬಿಳಿ ಅಕ್ಷರದಿಂದ ಬರೆದ ಕೆಂಪು ಫಲಕ ಸಿಗುತ್ತದೆ.	अदन्नु हत्ति एडक्के तिरुगिदरे बिळि अक्षरदिंद बरेद केंपु फलक सिगुत्तदे ।	वह चढ़कर दाईं ओर देखे तो लाल बोर्ड पर सफेद अक्षरों में लिखा दिखता है ।
ನಾನು ಈ ಪತ್ರವನ್ನು ಬೇಗ ಕಳಿಸಬೇಕು.	नानु ई पत्रवन्नु बेग कळिसबेकु ।	मैं इस चिट्ठी को जल्दी से भेजना चाहता हूँ ।
ಸ್ಪೀಡ್‌ಪೋಸ್ಟ್‌ನಲ್ಲಿ ಕಳಿಸಿ.	स्पीट् पोसस्टनह्लि कळिसि ।	स्पीड पोस्ट में भेजिए ।
ಕವರ್ ಮೇಲೆ ಎಷ್ಟು ಮೌಲ್ಯದ ಅಂಚೆಚೀಟಿ ಅಂಟಿಸಬೇಕು?	कवर् मेले एष्टु मौल्यद अंचेचीटि अंटिसबेकु ?	लिफाफे पर कितने का डाक टिकट चिपकाना है साब?
ಅದಕ್ಕೆ ಸ್ಟಾಂಪ್ ಅಂಟಿಸುವ ಅಗತ್ಯವಿಲ್ಲ.	अदक्के स्टांप् अंटिसुव अगत्यविल्ल	टिकट चिपकाने की जरूरत नहीं है ।
ನೀವು ಈ ಕವರ್‌ನ್ನು ತೂಕ ಮಾಡುವಿರಾ ?	नीवु ई कवर्न्नु तूक माडुविरा ?	कृपया, आप इस लिफाफे को तौलते हैं क्या ?
ತೂಕಕ್ಕೆ ಅನುಗುಣವಾಗಿ ನೀವು 80 ರೂ.ನ ಅಂಚೆಚೀಟಿ ಅಂಟಿಸಬೇಕು.	तूकक्के अनुगुणवागि नीवु ८० रू.न अंचेचिटि अंटिसबेकु ।	इसके भार के (वजन के) अनुसार आप इसके उपर अस्सी रूपये का टिकट चिपकाइये ।

ಪತ್ರ ಬೇಗ ತಲುಪಬೇಕೆಂದರೆಪಿನ್‌ಕೋಡ್ ಸಂಖ್ಯೆಯನ್ನು ಸರಿಯಾಗಿ ಬರೆಯಬೇಕು.	पत्र बेग तलुपबेकेंदरे पिन्कोड् संख्येयन्नु सरियागि बरेयबेकु । पत्र जल्दी पहुँचने के लिए पिनकोड नंबर सही लिखना जरूरी है ।
ಬುಕ್‌ಪೋಸ್ಟ್ ಲಕೋಟೆಗಳನ್ನುಅಂಟಿಸಬಾರದು.	बुक्पोस्ट लकोटेगळन्नु अंटिसबारदु । बुक पोस्ट लिफाफा है तो बन्द नहीं करना ।
ಮನಿಯಾರ್ಡರ್ ಎಷ್ಟು ಗಂಟೆವರೆಗೆ ತೆಗೆದುಕೊಳ್ಳುತ್ತೀರಿ?	मनियाडर एष्टु गंटेवरेगे तेगेदुकोळ्ळुत्तीरि ? मनीआर्डर कब तक लेते हैं ?
ಮೂರು ಗಂಟೆವರೆಗೆತೆಗೆದುಕೊಳ್ಳುತ್ತೇವೆ.	मूरु गंटेवरेगे तेगेदुकोळ्ळुत्तेवे । तीन बजे तक स्वीकार करते हैं ।
ಸಾವಿರ ರೂ. ಕಳಿಸಲು ಎಷ್ಟು ಶುಲ್ಕ ?	साविर रू. कळिसलु एष्टु शुल्क ? हजार रुपये भेजने के लिये कितना शुल्क है ?
50 ರೂಪಾಯಿ.	५० रूपायि । पचास रुपये है ।
ಮನಿಯಾರ್ಡರ್‌ಫಾರಂ ಹೇಗೆ ತುಂಬಬೇಕು ?	मनियार्डर् फारं हेगे तुंबबेकु ? मनीआर्डर पत्र कैसे भरना हैं साब ?
ಮನಿಯಾರ್ಡರ್ ಫಾರಂ ಹೇಗೆ ತುಂಬಬೇಕೆಂದು ಮೂರು ಭಾಷೆಗಳಲ್ಲಿತಿಳಿಸಲಾಗಿದೆ.	मनियार्डर् फारं हेगे तुंबबेकेंदु मूरु भाषेगळल्लि तिळिसलागिदे । उसे कैसा भरना है उसमें उसे तीन भाषाओं में लिखा है
ಪೋಸ್ಟ್ ಯಾವಾಗ ತೆಗೆಯುತ್ತಾರೆ ?	पोस्ट यावाग तेगेयुत्तारे ? पोस्ट कब निकालते है ?
ಇಂದು ಪೋಸ್ಟ್ ತೆಗೆದಾಗಿದೆ.	इंदु पोस्ट तेगेदागिदे । अबका पोस्ट तो निकाल दिया ।

ಮಧ್ಯಾಹ್ನ 4 ಗಂಟೆಗೆ ಮತ್ತೊಮ್ಮೆ ತೆಗೆಯಲಾಗುತ್ತದೆ,	मध्याह्न ४ गंटेगे मत्तोम्मे तेगेयलागुत्तदे । अगला तो दोपहर में चार बजे निकलता है ।
ಇಂದು ಪತ್ರಗಳ ವಿತರಣೆ ಮಾಡುತ್ತೀರಾ ?	इंदु पत्रगळ वितरणे माडुत्तीरा ? आज चिट्ठियों का वितरण करते हैं क्या ?
ಯಾಕೆ ಮಾಡುವುದಿಲ್ಲ? ಖಂಡಿತ ಮಾಡುತ್ತೇವೆ.	याके माडुवुदिल्ल ? खंडित माडुत्तेवे । क्यों नहीं करते ? जरूर करते है ।

19. ರೈಲ್ವೆಸ್ಟೇಷನ್ / रैल्वे स्टेषन् (Railway Station)

ನಾನು ಇಂದು ರಾಜಮಂಡ್ರಿಗೆ ಹೋಗಲು ಇಚ್ಛಿಸಿದ್ದೇನೆ.	नानु इंदु राजमंड्रिगे होगलु इच्छिसिद्देने । आज मैं राजमन्ड्री जाना चाहता हूँ ।
ಹೇಗೆ ಹೋಗುವೆ? ರೈಲು ಅಥವಾ ಬಸ್‌ನಲ್ಲಿ ?	हेगे होगुवे ? रैलु अथवा बसनल्लि ? कैसा जाना चाहते हैं ? रेल से या बस से ?
ರೈಲಿನಲ್ಲಾದರೆ 9 ಗಂಟೆಯಲ್ಲಿ ಆರಾಮವಾಗಿ ಹೋಗಬಹುದು.	रैलिनल्लादरे ९ गंटेयल्लि आरामवागि होगबहुदु । रेल द्वारा तो नौ घंटे में आराम से जा सकते है ।
ನೀವು ರಿಸರ್ವೇಷನ್ ಮಾಡಿಸಿದ್ದೀರಾ ?	नीवु रिसर्वेषन् माडिसिद्दीरा । आप आरक्षण करा लिये हैं क्या ?
ಹೌದು. ಆಗಿದೆ.	हौदु । आगिदे । हाँ ! हो गया ।
ಕಿಟಕಿ ಪಕ್ಕದ ಸೀಟು ಸಿಕ್ಕಿದೆ.	किटकि पक्कद सीटु सिक्किदे । खिड़की के पास सीट मिली है ।
ನೀವು ನಿಮ್ಮ ಸೀಟ್‌ನಲ್ಲಿ ಕುಳಿತಿದ್ದೀರೋ, ಬೇರೆಯವರ ಸೀಟ್‌ನಲ್ಲಿ ಕುಳಿತಿದ್ದೀರೋ, ಸರಿಯಾಗಿ ನೋಡಿ.	नीवु निम्म सीट्नल्लि कुळितिद्दीरो, बेरेयवर सिटनल्लि कुळितिद्दीरो, सरियागि नोडि । आप आपके सीट में बैठे या दूसरों के सीट पर बैठे हैं देख लिजिए ।

ನಾನು ಎಲ್ಲವನ್ನೂ ನೋಡಿಯೇ ಕುಳಿತಿದ್ದೇನೆ.	नानु एल्लवन्नू नोडिये कुळितिद्दे ने । मैं सब देखकर बैठा हूँ ।
ಆ ಕಿಟಕಿಯನ್ನು ಮುಚ್ಚಿ. ಇಲ್ಲವಾದರೆ ಕಸ ಒಳಗೆ ಬರುತ್ತದೆ.	आ किटकियन्नु मुच्चि । इल्लवादरे कस ओळगे बरुत्तदे । वह खिडकी बंद कर लो नहीं तो कचरा अंदर आ जायेगा है ।
ಅಡುಗೆ ವ್ಯಾಗನ್ ಎಲ್ಲಿದೆ ?	अडुगे व्यागन् एल्लिदे ? खाने का डिब्बा किस तरफ है?
ಆ ಕಡೆ ಇದೆ.	आ कडे इदे । वह उस तरफ है ।
ನಾನು ನಾಳೆ ರಾತ್ರಿಯ ಗಾಡಿಯಲ್ಲಿ ಮುಂಬೈಗೆ ಹೋಗುತ್ತೇನೆ.	नानु नाळे रात्रीय गाडियल्लि मुंबैगे होगुत्तेने । मैं कल रात की गाड़ी से मुंबई जाऊँगा ।
ಮುಂಬಯಿಗೆ ಇರುವುದು ಒಂದೇ ಗಾಡಿ ಅಲ್ಲವೇ?	मुंबयिगे इरुवुदु ओंदे गाडि अल्लवे ? मुंबई को एक ही गाड़ी जाती है क्या ?
ಹೌದು. ಒಂದು ಗಾಡಿ ಮಾತ್ರವಿದೆ.	हौदु । ओंदु गाडि मात्रविदे । एक ही गाड़ी जाती है ।
ಹಾಗಾದರೆ ಪರ್ವಾಗಿಲ್ಲ.	हागादरे पर्वागिल्ल । है तो कोई बात नहीं ।
ಇಲ್ಲವಾದರೆ ಮಧ್ಯದಲ್ಲಿ ಗಾಡಿ ಬದಲಿಸಬೇಕಾಗುತ್ತದೆ.	ल्लिवादरे मध्यदल्लि गाडि बदलिसबेकागुत्तदे । नहीं तो बीच में गाड़ी बदलना पड़ेगा ।
ನಾನು ನಿಮ್ಮ ಜತೆ ನಿಲ್ದಾಣಕ್ಕೆ ಬರುತ್ತೇನೆ.	नानु निम्म जते निल्दाणक्के बरुत्तेन् । मैं आपके साथ स्टेशन को जाऊँगा ।
ಹಾಗಿದ್ದರೆ, ನೀನು ಬೇಗ ಸಿದ್ಧವಾಗು.	हागिद्दरे, नीनु बेग सिद्धनागु । ऐसा है तो तुम जल्दी तैयार हो जाना ।
ಆ ಜನರಿಗೆ ಗಾಡಿ ಹಿಡಿಯಲು ಆಗಲಿಲ್ಲ.	आ जनरिगे गाडि हिडियलु आगलिल्ल । वे लोग गाड़ी नहीं पकड़ सके ।

ಇಂದು ಗಾಡಿ ಬಹಳ ತಡವಾಗಿ ಬಂದಿದೆ. — इंदु गाडि बहळ तडवागि बंदिदे ।
आज गाड़ी बहुत देर से आ रही है ।

ಊಟ-ತಿಂಡಿಗಾಗಿ ಗಾಡಿಯಿಂದ ಇಳಿಯಬೇಕಾಗಿಲ್ಲ. — ऊट-तिंडिगागि गाडियिंद इळियबेकागिल्ल ।
खाने के लिए गाड़ी से उतरने की जरूरत नहीं है ।

ಊಟ ಗಾಡಿಯಲ್ಲೇ ಸಿಗುತ್ತದೆ. — ऊट गाडियल्ले सिगुत्तदे ।
खाना गाड़ी में ही मिलता है ।

ಊಟ–ತಿಂಡಿ ಚೆನ್ನಾಗಿರುವುದು ಸಿಕ್ಕಲ್ಲಿ ನಾನು ಎಷ್ಟು ದೂರದ ಪ್ರಯಾಣವಾದರೂ ಆರಾಮವಾಗಿ ಹೋಗುತ್ತೇನೆ. — ऊट-तिंडि चेन्नागिरुवुदु सिक्कल्लि नानु एष्टु दूरद प्रयाणवादरू आरामवागि होगुत्तेने ।
खाना अच्छा मिले तो कितनी भी दूर हो कोई बात नहीं मैं आसानी से सफर कर सकता हूँ ।

20. ಆಟಗಳು आटगळु (Sports)

ನೀವು ಯಾವ ಆಟ ಆಡುತ್ತೀರಿ? — नीवु याव आट आडुत्तिरि ?
आप कौन सा खेल खेलते है ?

ನಾನು ಚೆಸ್ ಆಡುತ್ತೇನೆ. — नानु चेस् आडुत्तेने ।
मैं शतरंज खेलता हूँ ।

ನಿಮಗೆ ಯಾವ ಆಟ ಇಷ್ಟ? — निमगे याव आट इष्ट ?
आपको कौन सा खेल पसंद है ?

ನಾನು ಗಾಳಿಪಟ ಹಾರಿಸಬಲ್ಲೆ. — नानु गाळिपट हारिसबल्ले ।
मैं पतंग उड़ा सकता हूँ ।

ಅವರೆಲ್ಲ ಯಾವ ಆಟದಲ್ಲಿ ಕುಶಲರು? — अवरेल्ल याव आटदल्लि कुशलरु ।
वे लोग किस खेल के कुशल खिलाडी हैं ?

ಅವರು **ಕಬಡ್ಡಿ** ಚೆನ್ನಾಗಿ ಆಡುತ್ತಾರೆ.	अवरु कबड्डि चेन्नागि आडुत्तारे । वे लोग कबड्डी अच्छा खेलते हैं ।
ಈಗ **ಕ್ರಿಕೆಟ್‌ಗೆ** ಹೆಚ್ಚು ಪ್ರೋತ್ಸಾಹ ಸಿಗುತ್ತಿದೆ.	ईग क्रिकेटगे हेच्चु प्रौत्साह सिगुत्तिदे । आजकल क्रिकेट को अधिक प्रोत्साहन मिल रहा है ।
ಈಗ ಮತ್ತು ಹಿಂದೆ ಮಾತ್ರವಲ್ಲ, ಯಾವಾಗಲೂ **ಕ್ರಿಕೆಟ್‌ಗೆ** ಪ್ರೋತ್ಸಾಹ ಸಿಗುತ್ತದೆ. ಇದು ನಿಮಗೆ ಗೊತ್ತಿಲ್ಲವೇ?	ईग मत्तु हिंदे मात्रवल्ल यावागलू क्रिकेटगे प्रौत्साह सिगुत्तदे । इदु निमगे गोत्तिल्लवे ? आज या कल नहीं, हमेशा उसको प्रोत्साहन मिलता है. आपको नहीं मालूम ?
ನೀವು ಹೇಳುತ್ತಿರುವುದು ಸತ್ಯ.	नीवु हेळुत्तिरुवुदु सत्य । आप जो बोल रहे हैं वह सच है ।
ಕ್ರಿಕೆಟ್ ಹೊರತುಪಡಿಸಿ ಬೇರೆ ಆಟ ಇಲ್ಲವೇನು ?	क्रिकेट होरतुपडिसि बेरे आट इल्लवेनु ? क्रिकेट के अलावा कोई दूसरा खेल नहीं है क्या ?
ನನಗೆ ನೆಗೆತ ಇಷ್ಟ.	ननगे नेगेत इष्ट । मुझे ऊँची कूद पसंद है ।
ನೀವು ಚೆನ್ನಾಗಿ **ಆಡಬಲ್ಲಿರಾ** ?	नीवु चेन्नागि आडबल्लिरा ? तुम उसमें अच्छा कर सकते हो ?
ಇಲ್ಲ, ಇಲ್ಲ, ನಾನು ಚೆನ್ನಾಗಿ ನೋಡುತ್ತೇನೆ.	इल्ल, इल्ल, नानु चेन्नागि नोडुत्तेने । नहीं ! नहीं ! मैं अच्छा देख सकता हूँ ।
ಆತ ಯಾರು ಗೊತ್ತೆ?	आत यारु गोत्ते ? वह कौन है आपको मालूम है ?
ಗೊತ್ತಿದೆ. ವೇಗದ ಓಟಗಾರ.	गोत्तिदे. वेगद आटगार । मालूम है । तेज धावक है ।
ನಿಮ್ಮ ಕಾಲೇಜಿನಲ್ಲಿ ಆಟವಾಡಲು **ಪೀರಿಯಡ್** ಇದೆಯೇ ?	निम्म कालेजिनल्लि आटवाडलु पीरियड् इदेये ? आपके कालेज में रोजाना खेलने के लिए पीरियड है क्या ?

ಇದೆ. ಪ್ರತಿದಿನ 4 ಗಂಟೆಗೆ ಮೈದಾನಕ್ಕೆ ಹೋಗುತ್ತೇವೆ.	इदे । प्रतिदिन ४ गंटेगे मैदानक्के होगुत्तेवे । जी हाँ ! हर रोज हम चार बजे मैदान में जाते हैं ।
ನೀವು ಅಲ್ಲಿ ಯಾವ ಯಾವ ಆಟ ಆಡುವಿರಿ?	नीवु अल्लि याव याव आट आडुविरि ? आप लोग उधर कौन-कौन से खेल खेलते हैं ?
ನೀವು ನಗುವುದಿಲ್ಲ ಎಂದರೆ ಹೇಳುತ್ತೇನೆ.	नीवु नगुवुदिल्ल एंदरे हेळुत्तेने । आप नहीं हँसोगे तो मैं बोलूं ।
ನಾನು ನಗುವುದಿಲ್ಲ, ಹೇಳಿ.	नानु नगुवुदिल्ल. हेळि मैं नहीं हँसूगा बोलो ।
ನಾವು ಅಲ್ಲಿ ಗೋಲಿಆಟಕೂಡ ಆಡುತ್ತೇವೆ.	नावु अल्लि गोलिआट कूड आडुत्तेवे । वहाँ हम कंचे भी खेलते हैं ।
ಅವನಿಗೆ ಈಜುವುದು ಇಷ್ಟ.	अवनिगे ईजुवुदु इष्ट । उसको तैरना पसंद है ।
ಆದರೆ, ನೀರು ಇಲ್ಲ.	आदरे, नीरु इल्ल । लेकिन पानी नहीं है ।
ಆಟದಲ್ಲಿಯಾರು ಗೆಲ್ಲುತ್ತಾರೆ, ಯಾರು ಸೋಲುತ್ತಾರೆ ಎಂಬುದು ಯಾರಿಗೂ ಗೊತ್ತಿರುವುದಿಲ್ಲ.	आटदल्लि यारु गेल्लुत्तारे, यारु सोलुत्तारे एंबुदु यारिगू गोत्तिरुवुदिल्ल । खेलों में कौन हारेगा, कौन जीतेगा किसी को भी मालूम नहीं है ।
ಒಂದಂತೂ ನಿಜ. ಕ್ರೀಡಾಳುಗಳ ಆರೋಗ್ಯ ಉತ್ತಮವಾಗಿರುತ್ತದೆ.	ओंदंतू निज. क्रिडाळुगळ आरोग्य उत्तमवागिरुत्तदे । एक चीज तो पक्की है कि खिलाडियों का स्वास्थ्य अच्छा रहता है ।

21. ಆರೋಗ್ಯ / आरोग्य / **स्वास्थ्य** (Health)

ನೀವು ಹೇಗಿದ್ದೀರಿ?	नीवु हेगिद्दिरि ?	आप कैसे हैं ?
ಸರಿಯಾಗಿಲ್ಲ.	सरियागिल्ल ।	ठीक नहीं हूँ ।
ಏನಾಯಿತು ?	एनायितु ?	क्या हुआ ?
ನನ್ನ ಹೊಟ್ಟೆನೋಯುತ್ತಿದೆ.	नन्न होट्टे नोयुत्तिदे ।	आखिर मुझे पेट में दर्द हो रहा है ।
ಏತಕ್ಕೆ ?	एतक्के ?	क्यों हो रहा है ?
ಏಕೆಂದು ಗೊತ್ತಿದ್ದರೆ ಇಷ್ಟೇಕೆ ಒದ್ದಾಡಬೇಕಿತ್ತು?	ऐकेंदु गोत्तिद्दरे इष्टेके ओद्दाडबेकित्तु ?	वह मालूम होता तो इतनी परेशानी क्यों होती ?
ಒಂದೆರಡು ಬಾರಿ ಆಗಿದ್ದರೆ ಪರವಾಗಿರಲಿಲ್ಲ.	ओंदेरडु बारि आगिद्दरे परवागिरलिल्ल ।	एक या दो बार है तो ठीक है ।
ಆಗಾಗ **ಬರುತ್ತಿದ್ದು,** ಹೊಟ್ಟೆಯಲ್ಲಿ ಕಿರಿಕಿರಿ ಮಾಮೂಲಿ ಆಗುತ್ತಿದೆ.	आगाग बरुत्तिद्दु, होट्टेयल्लि किरिकिरि मामूलि आगुत्तिदे ।	बार-बार आ रही तो पेट में कुछ गड़बड़ जैसा मालूम पड़ता है ।
ಇದಕ್ಕೆ ಮೊದಲು ನೀವು ಆರೋಗ್ಯವಾಗಿ ಇದ್ದಿರಿ.	इदक्के मोदलु नीवु आरोग्यवागि इद्दिरि ।	इसके पहले तो आप अच्छे थे ।
ನನಗೆ ವ್ಯಾಪಾರದಲ್ಲಿ ನಷ್ಟ ಉಂಟಾಯಿತು.	ननगे व्यापारदल्लि नष्ट उंटायितु ।	मुझे एक धंधे में (व्यापार में) नुकसान हुआ है ।
ಈ ಗಡಿಬಿಡಿಯಲ್ಲಿ ಕೆಲವು ದಿನ ಸರಿಯಾಗಿ ಊಟ ಮಾಡಲಿಲ್ಲ.	ई गडिबिडियल्लि केलवु दि सरियागि ऊट माडलिल्ल ।	उस घबराहट में समय कुछ नहीं खाया ।
ಯಾವ ಔಷಧ ತೆಗೆದುಕೊಂಡಿರಿ?	याव औषध तेगेदुकोंडिरि ?	कौन सी दवा ली है ?
ಅನೇಕ ಔಷಧ ತೆಗೆದುಕೊಂಡಿದ್ದೇನೆ.	अनेक औषध तेगेदुकोंडिद्दने ।	कई दवाइयाँ ली है ।

ನಿಮ್ಮ ಮಕ್ಕಳು ಹೇಗಿದ್ದಾರೆ?	निम्म मक्कळु हेगिद्दारे ? आपके बच्चे कैसे हैं ?
ಸಣ್ಣವನಿಗೆ ತಲೆನೋವು, ದೊಡ್ಡವನಿಗೆ ಕೆಮ್ಮು	सण्णवनिगे तलेनोवु, दोड्डवनिगे केम्मु छोटे बच्चे को सिर मे दर्द, बड़े बच्चे को खाँसी है
ಇದರ ಅರ್ಥ ಏನು ಎಂದು ಗೊತ್ತೆ?	इदर अर्थ एनु एंदु गोत्ते ? इसका मतलब क्या है मालूम ?
ನೀವು ಆರೋಗ್ಯ ನಿಯಮಗಳನ್ನು ಪಾಲಿಸುತ್ತಿಲ್ಲ.	नीवु आरोग्य नियमगळन्नु पालिसुत्तिल्ल । आप लोग स्वास्थ्य के नियमों का पालन नहीं कर रहे हैं।
ಏನು ಮಾಡಬೇಕು?	एनु माडबेकु ? क्या करें ?
ಪ್ರತಿದಿನ ಬೆಳಗ್ಗೆ ಒಂದೂವರೆ ಲೀಟರ್ ನೀರು ಕುಡಿಯಿರಿ.	प्रतिदिन बेळग्गे ओंदूवरे लीटर् नीरु कुडियिरि । हर दिन सुबह में एक डेढ़ लीटर पानी पीजिए ?
ಬೆಳಗ್ಗೆ ನೀರು ಕುಡಿದರೆ ನನ್ನ ತಲೆ ತಿರುಗುತ್ತದೆ.	बेळग्गे नीरु कुडिदरे नन्न तले तिरुगुत्तदे । सुबह में पानी पीयें तो मुझे चक्कर आते हैं ।
ನೀವು ಸಿಗರೇಟು ಸೇದುವಿರಾ?	नीवु सिगरेटु सेदुविरा ? आप सीगरेट पीते हैं क्या ?
ನೀವು ಯಾವುದಾದರೂ ಮಾತ್ರೆ ಕೊಡುವಿರಾ?	नीवु यावुदादरू मात्रे कोडुविरा ? तुम कुछ गोलियाँ देते हो क्या ?
ನಾನು ಕೊಡುವುದಿಲ್ಲ, ಅವರು ಕೊಡುತ್ತಾರೆ.	नानु कोडुवुदिल्ल, अवरु कोडुत्तारे । मैं तो नहीं देता हूँ मगर वे देते है ।
ಎಲ್ಲಕ್ಕಿಂತ ಆರೋಗ್ಯ ಮುಖ್ಯವಾದುದು. ಅದು ಅತ್ಯಂತ ಮಹತ್ವಪೂರ್ಣ.	एल्लक्किंत आरोग्य मुख्यवादुदु । स्वास्थ्य ही सब कुछ है। वह बात सबसे महत्वपूर्ण है ।

22. ವೈದ್ಯ / वैद्य / हकीम (Doctor)

ಇಲ್ಲಿ ಕುಳಿತುಕೊಳ್ಳಿ.	इल्लि कुळितुकोळ्ळि । यहाँ बैठिये ।
ಸಮಸ್ಯೆ ಏನು ?	समस्ये ऐनु ? समस्या क्या है ?
ಉಸಿರು ಎಳೆದುಕೊಳ್ಳುವಾಗ ನೋವಾಗುತ್ತದೆ.	उसिरु एळेदुकोळ्ळुवाग नोवागुत्तदे । श्वांस लेते समय दर्द हो रहा है ।
ಶ್ವಾಸ ಎಳೆದುಕೊಳ್ಳಿ.	श्वास एळेदुकोळ्ळि । श्वांस लीजिए ।
ಈ ಸಮಸ್ಯೆ ಯಾವಾಗಿನಿಂದ ಇದೆ ?	ई समस्ये यावागिनिंद इदे ? यह समस्या कब से है ?
ಏಳು ತಿಂಗಳಿನಿಂದ.	ऐळु तिंगळिनिंद । सात महीने से ।
ಮತ್ತೇನು ಸಮಸ್ಯೆ ಇದೆ?	मत्तेनु समस्ये इदे ? और क्या समस्या है आपको ?
ಹಸಿವು ಆಗುವುದಿಲ್ಲ.	हसिवु आगुवुदिल्ल । भूख नहीं लग रही है ।
ಯಾವ ಕೆಲಸ ಮಾಡಲೂ ಉತ್ಸಾಹವಿಲ್ಲ.	याव केलस माडलू उत्साहविल्ल । कुछ भी करने को मन नहीं करता है ।
ಒಂದು ಪ್ರಶ್ನೆ ಕೇಳಿದರೆ ನೂರು ಉತ್ತರ ಕೊಟ್ಟಿರುವೆ.	ओंदु प्रश्ने केळिदरे नूरु उत्तर कोट्टिरुवे । एक सवाल पूछा तो सौ जवाब दे दिया ।
ಏನು ಮಾಡಲಿ ಹೇಳಿ? ಸಮಸ್ಯೆಗಳೊಂದಿಗೆ ಹೋರಾಡುತ್ತಿದ್ದೇನೆ.	ऐनु माडलि हेळि ? समस्येगळोंदिगे होराडुतिद्दे्ने । क्या करें साब ? समस्याओं से तो मैं जूझ ही रहा हूँ ।
ಎಲ್ಲಕ್ಕಿಂತ ಮೊದಲಿನ ಹಾಗೂ ದೊಡ್ಡ ಔಷಧ ಯಾವುದು ಗೊತ್ತೇ? ನೀವು ಮಾತು ಕಡಿಮೆ ಮಾಡಬೇಕು.	एल्लकिंत मोदलिन हागू दोड्ड औषध यावुदु गोत्ते ? नीवु मातु कडिमे माडबेकु । सबसे पहला और सबसे बड़ी दवा क्या है मालूम, आप बातें कम करना ।

ಆಹಾರದ ಬಗ್ಗೆ ಜಾಗರೂಕತೆವಹಿಸಿ.	आहारद बग्गे जागरूकते वहिसि । **आहार के बारे में जागरूक रहिये ।**
ಕೆಲವು ದಿನಗಳವರೆಗೆಎರಡು ಹೊತ್ತು ಮಾತ್ರ ಊಟ ಮಾಡಿ.	केलवु दिनगळवरेगे एरडु होत्तु मात्र ऊट माडि । **थोड़े दिनों तक दो बार ही खाना खाईए ।**
ಹೆದರಬೇಡಿ.	हेदरबेडि । **घबराइए मत ।**
ಉಪವಾಸದ ಅವಶ್ಯಕತೆಇಲ್ಲ.	उपवासद अवश्यकते इल्ल । **उपवास की आवश्यकता नहीं है ।**
ನಾನು ಮಾತ್ರೆ ಕೊಡುತ್ತಿದ್ದೇನೆ.	नानु मात्रे कोडुतिद्देने । **मैं गोलियाँ दे रहा हूँ ।**
ಇವನ್ನು ಹೇಳಿದ ಸಮಯಕ್ಕೆ ಸರಿಯಾಗಿ ತೆಗೆದುಕೊಳ್ಳಿ.	इवन्नु हेळिद समयक्के सरियागि तेगेदुकोळ्ळि । **आप उनको समय पर मैं जैसा बोलूं वैसे लीजिए ।**
ನಿಮಗೆ ನೆಗಡಿ ಇಲ್ಲ ತಾನೇ ?	निमगे नेगडि इल्ल ताने ? **आपको जुकाम तो नहीं है ना?**
ಪ್ರತಿದಿನ ಬೆಳಗ್ಗೆವ್ಯಾಯಾಮ ಶುರುಮಾಡಿ.	प्रतिदि बेळग्गे व्यायाम शुरुमाडि । **हर दिन सुबह में व्यायाम भी शुरू किजिये ।**
ಧನ್ಯವಾದ, **ಡಾಕ್ಟರ್.**	धन्यवाद, डाक्टर । **धन्यवाद हकीम साब !**

23. ಮನರಂಜನೆ / मनोरंजने / मनोरंजन (Entertainment)

ಇಂದು ಮನೋರಂಜನೆಗಾಗಿಜನ ಹೆಚ್ಚು ಹಣ ಖರ್ಚು ಮಾಡುತ್ತಿದ್ದಾರೆ.	इंदु मनोरंजन्गागि जन हेच्चु हण खर्चु माडुत्तिद्दारे । **आजकल कई लोग मनोरंजन के लिए बहुत खर्च कर रहे है ।**
ಯಾಂತ್ರಿಕ ಜೀವನದಿಂದಎಲ್ಲರೂ ಹೆಚ್ಚು ಒತ್ತಡಕ್ಕೆ ಸಿಲುಕಿದ್ದಾರೆ.	यांत्रिक जीवनदिंद एल्लरू हेच्चु ओत्तडक्के सिलुकिद्दारे । **इस यांत्रिक जीवन में सब को ज्यादा तनाव हो रहा है ।**

ಎಲ್ಲರೂ ಸುಖವಾಗಿ ಜೀವಿಸಲು ಬಯಸುತ್ತಾರೆ.

एल्लरू सुखवागि जीविसलु बयसुत्तारे ।
हर एक आदमी सुख से जीना चाहता है ।

ಆದರೆ ಆಲೋಚನೆಮತ್ತು ಸುಖದ ನಡುವೆ ಸಂಬಂಧವಿಲ್ಲ.

आदरे आलोचने मत्तु सुखद नडुवे संबंधविल्ल ।
मगर सोचने और सुख की को कोई रिश्तेदारी नहीं रहती है ।

ಇದಕ್ಕಾಗಿ ಮನರಂಜನೆ ಹಿಂದೆ ಧಾವಿಸುತ್ತಾರೆ.

इदक्कागि मनरंजने हिंदे धाविसुत्तारे ।
इसलिये मनोरंजन के पीछे भागते है ।

ಕೆಲವರಿಗೆ ಸಂಗೀತ ಇಷ್ಟವಾಗುತ್ತದೆ.

केलवरिगे संगीत इष्टवागुत्तदे ।
कुछ लोगों को संगीत पसंद है ।

ಇನ್ನು ಕೆಲವರಿಗೆ ಸಿನೆಮಾ ಇಷ್ಟವಾಗುತ್ತದೆ.

इन्नु केलवरिगे सिनेमा इष्टवागुत्तदे ।
और कुछ लोगों को सिनेमा पसंद है ।

ಇದೆಲ್ಲ ಏತಕ್ಕೆ ?

इदेल्ल ऐतक्के ? ये सब किसलिए ?

ಮಾನಸಿಕ ಶಾಂತಿಗಾಗಿ.

मानसिक शांतिगागि । मानसिक शान्ती के लिए ।

ಮನಸ್ಸಿನಲ್ಲಿ ಎಷ್ಟು ಚಿಂತೆ ಮತ್ತು ದುಗುಡ ಇರುತ್ತದೋ ಅಷ್ಟೇ ಪ್ರಮಾಣದಲ್ಲಿ ಮನರಂಜನೆ ಕಡೆಗೆ ಹೋಗುತ್ತಾರೆ.

मनस्सिनल्लि एष्टु चिंते मत्तु दुगुड इरुत्तदो
अष्टे प्रमाणदल्लि मनरंजने कडेगे होगुत्तारे ।
मन में चिन्ता और तनाव जितना रहता है उतना ही वह मनोरंजन की ओर खींचता है ।

ಎಷ್ಟು ಹೊತ್ತು ಮನರಂಜನೆಯಲ್ಲಿ ಮುಳುಗಿರುತ್ತೇವೋ ಅಷ್ಟರವರೆಗೆ ಮನಸ್ಸು ಪ್ರಸನ್ನವಾಗಿರುತ್ತದೆ.

एष्टु होत्तु मनरंजनेयल्लि मुळुगिरुत्तेवो
अष्टरवरेगे मनस्सु प्रसन्नवागिरुत्तदे ।
क्योंकि मालूम है जितना देर मन मनोरंजन में लगा होता है उतनी देर वह प्रसन्न रहता है

ಅಲ್ಲಿ ನೋಡಿ, ಮಕ್ಕಳು ಏನು ಮಾಡುತ್ತಿದ್ದಾರೆ?

अल्लि नोडि, मक्कळु ऐनु माडुत्तिद्दारे ?
उधर देखो बच्चे क्या कर रहे हैं ?

ಆ ಮಕ್ಕಳು ಉಯ್ಯಾಲೆಯಲ್ಲಿ ಆಟ ಆಡುತ್ತಿದ್ದಾರೆ.

आ मक्कळु उय्यालेयल्लि आट आडुत्तिद्दारे ।
बच्चें झूले पर खेल रहे हैं ।

ಆ ಜನರನ್ನು ನೋಡಿ.

आ जनरन्नु नोडि । उन लोगों को देखो ।

ಅವರು ಬಹಳ ಖುಷಿಯಾಗಿದ್ದಾರೆ.

अवरु बहळ खुषियागिद्दारे ।
वे लोग बहुत खुश है

ಅದು ನನಗೂ ಗೊತ್ತಿದೆ.

अदु ननगू गोत्तिदे । यह तो मुझे भी मालूम है ।

ಕಾರಣ ಏನು ? ನನಗೆ ಹೇಳು.

कारण ऐनु ? ननगे हेळु ।
कारण क्या है ? यह बताओ मुझे ।

ಅವರ ಬಳಿ ಹಣವಿದೆ. ಇದರಿಂದ ಹೃದಯದಲ್ಲಿ ಖುಷಿ ತುಂಬಿದೆ.

अवर बळि हणविदे । इदरिंद अवन हृदयदल्लि खषि तुंबिदे ।
उनके पास ज्यादा धन है । इसलिए उनके दिल में खुशी रहती है ।

ಆ ರೀತಿ ಯೋಚನೆ ಮಾಡಬೇಡ.

आरीति योचने माडबेड । वैसा मत सोचो ।

ಮನಸ್ಸಿಗೆ ಸ್ವಲ್ಪ ವಿಶ್ರಾಂತಿ ನೀಡು.

मनस्सिगे स्वल्प विश्रांति नीडु ।
मन को थोड़ा आराम दो ।

ಇದಕ್ಕಾಗಿ ಪುರುಷ ಮತ್ತು ಸ್ತ್ರೀಯರು ಕ್ರೀಡೆ ಇಲ್ಲವೆ ಸಂಗೀತದಲ್ಲಿಮನಸ್ಸು ಇಡಬೇಕು.

इदक्कागि पुरुष मत्तु स्त्रियरु क्रिडे इल्लवे संगीतदल्लि मनस्सु इडबेकु ।
इसलिए प्रत्येक आदमी और औरत को खेल या संगीत में मन लगाना पडता है

ನಿನಗೆ ಸಂತಸಕರಜೀವನ ಬೇಕಿದ್ದರೆ ಇಂದಿನಿಂದಲೇನಟನೆ, ನೃತ್ಯ, ಕ್ರೀಡೆ ಇಲ್ಲವೇ ಸಂಗೀತ ಕಲಿಕೆಗೆಸಿದ್ಧತೆ ಮಾಡಿಕೋ.

निनगे संतसकर जीवन बेकिद्दरे इंदिनिंदले नटने, नृत्य, क्रिडे इल्लवे संगीत कलिकेगे सिद्धते माडिको ।
तुम सुखदायक जीवन चाहते हो तो आज से नटन, नृत्य, खेल या संगीत सीखने के लिए तैयार हो जावो ।

24. ಬೇಕರಿ **बेकरी** (Bakery)

ನಾನು ಇವತ್ತು ಒಂದು ಒಳ್ಳೆಯ ಬೇಕರಿಗೆ ಹೋಗಬೇಕು.	नानु इवत्तु ओंदु ओळ्ळेय बेकरिगे होगबेकु । हमें आज एक अच्छे बेकरी को जाना है
ಏನಕ್ಕೆ ? ಏನಾದರೂ ವಿಶೇಷವಿದೆಯೇ?	ऐनक्के ? ऐनादरू विशेषविदेये ? किसलिए ? कुछ विशेष है क्या ?
ಹೌದು. ನನ್ನ ಮಗನ **ಹುಟ್ಟುಹಬ್ಬ** ಇದೆ.	हौदु. नन्न मगन हुट्टुहब्ब इदे । जी हाँ ! हमारा बेटे का जन्म दिन है ।
ಆ ಗಲ್ಲಿಯಲ್ಲಿ ಒಂದು ಬೇಕರಿ ಇದೆ.	आ गल्लियल्लि ओंदु बेकरि इदे । उसी गली में एक बेकरी है ।
ಅಲ್ಲಿ ತಾಜಾ ತಿನಿಸು ಮಾರಲಾಗುತ್ತದೆ.	अल्लि ताजा तिनिसु मारलागुत्तदे । वह नानबाई ताजा रोटियाँ बेचता है ।
ಸರಿ. ಅಲ್ಲಿಗೆ ಹೋಗೋಣ.	सरि. अल्लिगे होगोण । ठीक है । उसके पास जायेंगे ।
ಹುಟ್ಟಿದ ಹಬ್ಬದ **ಕೇಕ್ ಆರ್ಡರ್** ತೆಗೆದುಕೊಳ್ಳಲು ಸಾಧ್ಯವೇ ?	हुट्टिद हब्बद केक् आर्डर् तेगेदुकोळ्ळलु साध्यवे । आप एक बर्थ डे केक का आर्डर ले सकते हैं क्या ?
ಖಂಡಿತ ತೆಗೆದುಕೊಳ್ಳುತ್ತೇನೆ.	खंडित तेगेदुकोळ्ळुत्तेने । बिलकुल ले सकता हूँ साब !
ಯಾವ ರೀತಿಯ **ಕೇಕ್** ಬೇಕು ?	याव रीतिय केक् बेकु ? किस प्रकार का केक होना साब ?
ನಿಮ್ಮ ಬಳಿ ಎಷ್ಟು ವಿಧದ **ಕೇಕ್** ದೊರೆಯುತ್ತದೆ?	निम्म बळि एष्टु विधद केक् दोरेयुत्तदे ? आप के पास कितने प्रकार के केक मिलते है ?

ಸಾದಾ **ಕೇಕ್, ಬಟರ್ ಕೇಕ್, ಸ್ಪೆಷಲ್ ಕೇಕ್,** ಮೊಟ್ಟೆ **ಕೇಕ್,** ಮೊಟ್ಟೆ ಹಾಕದ **ಕೇಕ್,** ಎಲ್ಲ ತರಹ **ಕೇಕ್** ಸಿಗುತ್ತದೆ.	सादा केक्, बटर् केक्, स्पेषल् केक्, मोट्टे केक्, मोट्टे हाकद केक्, एल्ल तरह केक् सिगुत्तदे । **सादा केक, बटर केक, स्पेशल केक, अंडा केक, बिना अंडा केक, सभी तरह के केक मिलते हैं हमारे पास ।**
ಕೇಕ್ಗೆ ಮುಂಗಡ ಪಾವತಿಸಿ.	केक्गे मुंगड पावतिसि । **केक के लिए एडवांस दीजिए ।**
ಕೇಕ್ ಮೇಲೆ ಏನು **ಬರೆಯಬೇಕು** ಎಂದು ತಿಳಿಸಿಬಿಡಿ.	केक् मेले एेनु बरेयबेकु एंदु तिळिसिबिडि । **केक के उपर क्या लिखना है भी बताइये ।**
ಒಂದು ಬಾಟಲಿ **ಜಾಮ್,** 12 ಮೊಟ್ಟೆ ಕೊಡಿ.	ओंदु बाटलि जाम् १२ मोट्टे कोडि । **मुझे एक जैम का बॉटल और एक दजन अंडे दीजिए।**
ನೆನ್ನೆ ನೀವು ನನಗೆ ತಾಜಾ ತಿನಿಸು ನೀಡಿರಲಿಲ್ಲ.	नेन्ने नीवु ननग् ताजा तिनिसु नीडिरलिल्ल । **आपने मुझे कल ताजा वस्तुयें नहीं दी थी ।**
ಇದನ್ನು ನಾನು ಒಪ್ಪುವುದಿಲ್ಲ.	इदन्नु नानु ओप्पुवुदिल्ल । **यह बात मैं नहीं मानूंगा ।**
ನಾನು ನಿಜ ಹೇಳುತ್ತಿದ್ದೇನೆ.	नानु निज हेळुत्तिद्देने । **मैं सच बोल रहा हूँ ।**
ನಾವು ಎಂದೂ ಕೆಟ್ಟು ಹೋದ ಪದಾರ್ಥ ಅಂಗಡಿಯಲ್ಲಿ ಇಟ್ಟುಕೊಳ್ಳುವುದಿಲ್ಲ.	नावु एंदू केट्टु होद पदार्थ अंगडियल्लि इट्टुकोळ्ळवुदिल्ल । **हम कभी भी खराब चीजें दुकान में नहीं रखते है ।**
ನಾನು ಆ ವಸ್ತುಗಳನ್ನು ತಂದು ತೋರಿಸಲೇ?	नानु आ वस्तुगळन्नु तंदु तोरिसले । **मै उसे लाकर दिखाउं क्या ?**
ಸಿಟ್ಟಾಗಬೇಡಿ **ಸಾರ್.**	सिट्टागबेडि सार् । **नाराज मत हो साब।**
ಎಷ್ಟೇ ಚೆನ್ನಾಗಿರುವ ವಸ್ತುಗಳನ್ನು ಇಟ್ಟುಕೊಂಡರೂ, ಹಾಳಾಗಿ ಹೋಗುತ್ತವೆ.	एष्टे चेन्नागिरुव वस्तुगळन्नु इट्टुकोंडरू हाळागि होगुत्तवे । **कितनी भी अच्छी चीज रखो फिर भी खराब हो जाती है साब ।**

ಅದು ಸರಿ.	अदु सरि । ठीक है ।
ನನಗೆ ಒಂದು **ಐಸ್‌ಕ್ರೀಮ್** ಬೇಕು.	ननगे ओंदु ऍस्क्रिंबेकु । मुझे एक ऐस क्रीम दो ।
ಅವನಿಗೆ ಎರಡು ಪೇಸ್ಟ್ರಿಯನ್ನು **ಡಬ್ಬದಲ್ಲಿ** ಇಟ್ಟು ಕಳುಹಿಸು.	अवनिगे एरडु पेस्ट्रीयन्नु डब्बदल्लि इट्टु कळुहिसु । उसको दो पेस्ट्रीयाँ एक डिब्बे में रखकर भेज दो

25. ದುರಸ್ತಿ / दुरस्ति / **मरम्मत** (Repair)

ಸೋದರ, ನಮ್ಮ **ಕಂಪ್ಯೂಟರ್** ಕೆಲಸ ಮಾಡುತ್ತಿಲ್ಲ.	सोदरा, नम्म कंप्यूटर् केलस माडुत्तिल्ल । भाई साब ! हमारा कंप्यूटर काम नहीं कर रहा है ।
ನಿಮ್ಮ **ಕಂಪ್ಯೂಟರ್‌ನಲ್ಲಿ** ಏನು ಕೆಟ್ಟಿದೆ?	निम्म कंप्यूटर्नल्लि ऐनु केट्टिदे ? आपके कंप्यूटर में क्या खराबी है ?
ಅದು ನಮಗೆ ಗೊತ್ತಿಲ್ಲ	अदु नमगे गोत्तिल्ल हमें मालूम नहीं है ।
ಕಂಪ್ಯೂಟರ್ ಎಲ್ಲಿದೆ ?	कंप्यूटर एल्लिदे ? कंप्यूटर कहाँ है ?
ವರಾಂಡದಲ್ಲಿದೆ.	वरांडदल्लिदे । उस हॉल में है ?
ಅದು ಎಲ್ಲಿಯವರೆಗೆ ಸರಿಯಾಗಿತ್ತು?	अदु एल्लियवरेगे सरियागित्तु ? यह कब तक ठीक काम किया ?
ನೆನ್ನೆ ರಾತ್ರಿಯವರೆಗೆ ಸರಿಯಾಗಿತ್ತು	निन्ने रात्रियवरेगे सरियागित्तु कल रात तक ठीक काम किया
ಯಾರಾದರೂ ಏನಾದರೂ ಮಾಡಿದರೇ?	यारादरू ऐनादरू माडिदरे ? किसी ने कुछ किया था क्या ?
ಯಾರೂ ಏನೂ ಮಾಡದೆ ಅದು ತನ್ನಿಂತಾನೇ ನಿಂತು ಹೋಯಿತೇ?	यारू ऐनू माडदे अदु तन्नितानेे निंतु होयिते ? किसी ने कुछ भी नहीं किया तो अपने आप रूक गया क्या?

ನಾನೂ ಅದನ್ನೇ ಹೇಳುತ್ತಿದ್ದೇನೆ.	नानू अदन्ने हेळुत्तिद्देने । वह ही बोल रहा हूँ ?
ನಾನು ಅದನ್ನು ಸರಿಪಡಿಸಲು ಪ್ರಯತ್ನಿಸಿದೆ.	नानु अदन्नु सरिपडिसलु प्रयत्निसिदे । मैंने इसको ठीक करने की कोशिश की ।
ಆದರೆ, ನನ್ನ ಪೂರ್ತಿ ಕೆಲಸ ಹಾಳಾಗಿ ಹೋಯಿತು.	आदरे नन्न पूत्रि केलस हाळागि होयितु । लेकिन मेरी पूरी मेहनत बेकार हो गयी ।
ಇದನ್ನು ಸರಿಪಡಿಸಲು ಎಷ್ಟು ಖರ್ಚಾಗುತ್ತದೆ?	इदन्नु सरिपडिसलु एष्टु खर्चागुत्तदे ? इसे ठीक करने में कितना खर्चा आयेगा ?
ಅದನ್ನು ಈಗಲೇ ಹೇಳಲು ಸಾಧ್ಯವಿಲ್ಲ.	अदन्नु ईगले हेळलु साध्यविल्ल । मैं अभी नहीं बोल सकता हूँ
ಈಗಲೇ **ಕಂಪ್ಯೂಟರ್‌ನ್ನು** ನನ್ನ ಅಂಗಡಿಗೆ ತೆಗೆದುಕೊಂಡು ಹೋಗುತ್ತೇನೆ.	ईगले कंप्यूटर्न्नु नन्न अंगडिगे तेगेदुकोंडु होगुत्तेने । अब तो मैं इसको अपनी दुकान में ले जाता हूँ
ಸಂಪೂರ್ಣವಾಗಿ ಪರಿಶೀಲಿಸಿದ **ಬಳಿಕ** ಏನಾಗಿದೆ ಎಂದು ಹೇಳುತ್ತೇನೆ.	संपूर्णवागि परिशीलिसिद बळिक ऐनागिदे एंदु हेळुत्तेने । पूरी तरह देखने के बाद इसकी खराबी के बारे में बताता हूँ ।
ನಿಮ್ಮ **ಬಳಿ** ಸುತ್ತಿಗೆ ಇದೆಯಾ?	निम्म बळि सुत्तिगे इदेया ? आपके पास हाथौड़ा हैं ?
ಇದೆ. ಏಕೆ ?	इदे । ऐके ? है ! मगर क्यों ?
ಮನೆಯಲ್ಲಿ ಸ್ವಲ್ಪ ಕೆಲಸ ಮಾಡುವುದಿದೆ.	मनेयल्लि स्वल्प केलस माडुवुदिदे । मुझे घर में थोड़ी मरम्मत करनी है
ಮನೆ ಕಿಟಕಿಯ ಗಾಜು ಒಡೆದುಹೋಗಿದೆ.	मने किटकिय गाजु ओडेदुहोगिदे । मेरे खिड़की की कीलें टूट गयी है ।

ನಿಮ್ಮ ಕೆಲಸ ಆದ ಬಳಿಕ ನಮ್ಮ ಕೆಲಸ ಮಾಡಿಕೊಡುವಿರಾ?

निम्म केलस आद बळिक नम्म केलस माडिकोडुविरा ?

अपना काम होने के बाद हमारा काम करोगे क्या ?

ಓಹೋ. ಖಂಡಿತ.

ओहो । खंडित ।   ओ ! जरूर !

ಮನೆಯ ಸಣ್ಣಪುಟ್ಟ ದುರಸ್ತಿ ಕೆಲಸ ಮಾಡುವ ಇಚ್ಛೆ ಇದೆ.

मनेय सण्णपुट्ट दुरस्ति केलस माडुव इच्छे इदे ।

घर में ऐसी छोटी मोटी चीजों की मरम्मत कराने की इच्छा है ।

26. ಕಂಪ್ಯೂಟರ್ ಖರೀದಿ / कंप्यूटर खरीदि / कंप्यूटर की खरीददारी (Computer Purchase)

ನನಗೆ ಒಂದು ಕಂಪ್ಯೂಟರ್ ಬೇಕಿತ್ತು.

ननगे ओंदु कंप्यूटर बेकित्तु ।

मुझे एक कंप्यूटर चाहिए ।

ಯಾವ ಕಂಪನಿಯದು ಬೇಕು ?

याव कंपनियदु बेकु ?

किस कंपनी का चाहिए ?

ನಿಮ್ಮ ಬಳಿ ಯಾವ ಕಂಪನಿಯದು ಇದೆ ?

निम्म बळि याव कंपनियदु इदे ?

आपके पास किस कंपनी का है ?

ನಮ್ಮ ಬಳಿ ಎಲ್ಲ ಕಂಪನಿಯವೂ ಇವೆ

नम्म बळि एल्ल कंपनियवू इवे

हमारे पास कई कंपनी के हैं

ಯಾವ ಕಂಪನಿಯದು ತುಂಬಾ ಚೆನ್ನಾಗಿದೆ?

याव कंपनियदु तुंबा चेन्नागिदे ?

कौन सी कंपनी सबसे अच्छी है ?

ಸಾರ್ ! ನಾನು ವ್ಯಾಪಾರಿ.

सार् । नानु व्यापारि । साब ! मैं बेचने वाला हूँ

ನನ್ನ ಪ್ರಕಾರ ಎಲ್ಲವೂ ಚೆನ್ನಾಗಿದೆ.

नन्न प्रकार एल्लवू चेन्नागिदे ।

मुझे सब अच्छे लगते हैं ।

ಯಾವ ಕಂಪನಿಯದು ಹೆಚ್ಚು ಮಾರಾಟ ಆಗುತ್ತದೆ.	यात्र कंपनियदु हेच्चु माराट आगुत्तदे ।	कौनसी कंपनी का कम्प्यूटर ज्यादा बेच रहे हैं ?
ನಿಜ ಹೇಳಬೇಕೆಂದರೆ,ನಾವೇ ಮಾಡಿ ಮಾರುತ್ತೇವೆ.	निज हेळबेकेंदरे, नावे नोडि मारुत्तेवे ।	सच बोले तो हम बनाकर बेचते हैं
ಅಂದರೆ?	अंदरे ?	मतलब ?
ಬೇರೆಬೇರೆಕಂಪನಿಗಳಬಿಡಿಭಾಗಗಳನ್ನು ಜೋಡಿಸಿ, ತಯಾರಿಸಿಕೊಡುತ್ತೇವೆ.	बेरे बेरे कंपनिगळ बडिभागगळन्नु जोडिसि, तयारिसिकोडुत्तेवे ।	अलग अलग कंपनी की चीजें लगाकर एक सेट बनाते है साब !
ನನಗೆ ನೀವು ಹೇಳಿದ್ದು ಅರ್ಥವಾಗಲಿಲ್ಲ.	ननगे नीवु हेळिद्दु आर्थवागलिल्ल ।	मुझे समझ में नहीं आया है
ಹೇಗೆ ಹೇಳಿದರೆ ಅರ್ಥವಾಗುತ್ತದೆ?	हेगे हेळिदरे अर्थवागुत्तदे ?	कैसे बतायें तो आपकी समझ में आएगा रूथ
ನೋಡಿ ಸಾರ್ !	नोडि सार् ।	देखिए साब !
ಉದಾಹರಣೆಗೆ, **ಮಾನಿಟರ್ 'ಎಕ್ಸ್' ಕಂಪನಿಯದು, ಕೀಬೋರ್ಡ್** 'ವೈ' ಕಂಪನಿಯದು. **ಯುಪಿಎಸ್ 'ಜಡ್'** ಹಾಗೂ **ಮೌಸ್** 'ಎ' ಕಂಪನಿಯದು.	उदाहरणेगे, मानिटर् 'एक्स्' कंपनियदु कीबोर्ड 'वै' कंपनियदु, युपिएस् 'जड्' हागू मौस् 'ए' कंपनियदु ।	जैसे ! मानीटर 'एक्स' कंपनी का है तो कीबोर्ड 'वाई' कंपनी का, युपीएस 'जड' कंपनी का है तो माउस 'ए' कंपनी का
ಸರಿ **ಸಾರ್** !	सरि सार् ।	ठीक है साब !
ನನಗಾಗಿ ಒಂದು ಒಳ್ಳೆಯ **ಸೆಟ್** ಮಾಡಿಕೊಡಿ.	ननगागि एंदु ओळ्ळेय सेट् माडिकोडि ।	मेरे लिए एक अच्छा सेट बनाइये।
ಇಂಥ ಒಂದು **ಸೆಟ್‌ಗೆ** ಎಷ್ಟು ಖರ್ಚಾಗುತ್ತದೆ?	इंथ ओंदु सेट्गे एष्टु खर्चागुत्तदे ?	वैसा करके तैयार करने में कितना खर्च हो जाएगा?

ಅಂದಾಜು 23,000 ರೂ. ಆಗಲಿದೆ.	अंदाजु २३,००० रू. आगलिदे । कम से कम बत्तीस हजार रूपये ।
ಅದನ್ನು ನೀವು ಚಾಲನೆ ಮಾಡಿ ತೋರಿಸುತ್ತೀರಾ?	अदन्नु नीवु चालने माडि तोरिसुत्तीरा ? आप उसे चालू करके दिखाते हो क्या ?
ಕಂತುಗಳಲ್ಲಿ ಖರೀದಿಸುವ ವ್ಯವಸ್ಥೆ ಇದೆಯೇ ?	कंतुगळल्लि खरीदिसुव व्यवस्थे इदेये ? किस्तों पर खरीदने की व्यवस्था है क्या ?
ಶೇ. 40 ರಷ್ಟು ನಗದು ಪಾವತಿಸಬೇಕು. ಉಳಿದ ಮೊತ್ತವನ್ನು ಶೇ.6 ರಷ್ಟು ಬಡ್ಡಿ ಜತೆ ಕಂತುಗಳಲ್ಲಿ ಕೊಡಬಹುದು.	शे. ४०रष्टु नगदु पावतिसबेकु । उळिद मोत्तवन्नु शे.६ रष्टु बड्डि जते कंतुगळल्लि कोडबहुदु चालीस प्रतिशत नकद देना और जो बच गये उसे छः प्रतिशत बराबर की माहवारी किश्तों में देना पड़ता है ।
ಈ ಸೆಟ್ ಯಾವಾಗ ಕೊಡುತ್ತೀರಾ ?	ई सेट् यावाग कोडुत्तीरा ? यह सेट कब तक तैयार मिलेगा ?
ನಾಳೆ ಸಂಜೆ ಸೆಟ್ ನಿಮ್ಮ ಮನೆಯಲ್ಲಿ ಇರಲಿದೆ.	नाळे संजे सेट् निम्म मनेयल्लि इरलिदे । कल शाम तक सेट आपके घर में रहेगा ।

27. ಔಷಧ ಅಂಗಡಿ / औषध अंगडि / दवाइयों की दुकान (Medical Shop)

ಈ ಚೀಟಿಯಲ್ಲಿ ಬರೆದ ಔಷಧಗಳನ್ನು ಕೊಡಿ.	ई चीटियल्लि बरेद औषधगळन्नु कोडि । इस पुर्जे में लिखी हुई दवाइयाँ दीजिए ।
ನಮ್ಮ ಬಳಿ 'ಎಕ್ಸ್' ಮಾತ್ರೆ ಇಲ್ಲ; 'ವೈ' ಯನ್ನು ಕೊಡಲೇ?	नम्म बळि 'एक्स' मात्रे इल्ल. 'वै'यन्नु कोडले ? हमारे पास 'एक्स' गोली नहीं है । 'वाइ' देना है क्या ?
ಡಾಕ್ಟರ್ ಏನು ಬರೆದಿದ್ದಾರೋ ಅದೇ ಬೇಕು.	डाक्टर ऐनु बरेदिद्दारो अदे बेकु । डॉक्टर जो लिखा वही मुझे चाहिये ।
ನನ್ನನ್ನು ಕ್ಷಮಿಸಿ.	नन्नन्नु क्षमिसि । कृपया मुझे माफ कर दीजिए ।

ನನ್ನ ಬಳಿ ದಾಸ್ತಾನು ಇಲ್ಲ. ಖರ್ಚಾಗಿದೆ.	नन्न बळि दास्तानु इल्ल । खर्चागिदे । हमारे पास माल खत्म हो गया है ।
ಯಾವಾಗ **ಬರುತ್ತದೆ ?**	यावाग बरुत्तदे ? कब आयेगा ?
ವಾರದೊಳಗೆಹೊಸ ಮಾಲು **ಬರುವ** ಸಾಧ್ಯತೆ ಇದೆಯೇ?	वारदोळगे होस मालु बरुव साध्यते इदेये ? परसों तक नया माल प्राप्त होने की आशा है ?
ನಮಗೆ ನೋವು ನಿವಾರಕ ಔಷಧ ಬೇಕು.	नमगे नोवु निवार औषध बेकु । हमको एक दर्दनाशक दवा चाहिए ?
ಎಷ್ಟು ವರ್ಷದವರಿಗೆ?	एष्टु वर्षदवरिगे ? कितना उम्र वाले के लिये ?
ದೊಡ್ಡ ವಯಸ್ಸಿನವರಿಗೆ.	दोड्ड वयस्सिनवरिगे । बड़ी उम्र के लिये ।
ವೈದ್ಯರ ಚೀಟಿ ಇಲ್ಲದೆ ನಾವು ಯಾರಿಗೂ ಔಷಧ ಕೊಡುವುದಿಲ್ಲ.	वैद्यर चीटि इल्लदे नावु यारिगू औषध कोडुवुदिल्ल । हकीम का पुर्जा नहीं होने पर हम दवाइयाँ नहीं बेचते है
ಈಗ ಕೊಡಿ. ಮತ್ತೊಮ್ಮೆ ಕೊಡಬೇಡಿ.	ईग कोडि । मत्तोम्मे कोडबेडि । इस बार दीजिए । अगली बार नहीं देना ?
ಕೊಡಬಹುದು. ಆದರೆ, ಏನಾದರೂ ಸಮಸ್ಯೆ ಆದಲ್ಲಿ ಯಾರು ಜವಾಬ್ದಾರಿ?	कोडबहुदु । आदरे, ऐनादरू समस्ये आदल्लि यारु जवाब्दारि ? देने में कुछ नहीं है. मगर कुछ समस्या उत्पन्न हुई तो कौन जिम्मेदार होगा ?
ನೀವು ಕೇಳಬೇಡಿ. ನಾನು ಕೊಡುವುದಿಲ್ಲ.	निवु केळबेडि । नानु कोडुवुदिल्ल । आप मत पूछो, हमे नहीं बेचना ।
ಸರ್, ನನಗೆ ಒಂದು **ಆಯಿಂಟ್‌ಮೆಂಟ್** ಕೊಡಿ.	सर्, ननगे ओंदु आयिंट्मेंट् कोडि । साब ! मुझे एक मलहम दीजिए ।
ಈ **ಆಯಿಂಟ್‌ಮೆಂಟ್** ಚರ್ಮದ ಮೇಲೆ ಹಚ್ಚಲು **ಬಳಸಬೇಕು.**	ई आयिंट्मेंट् चर्मद मेले हच्चलु बळसबेकु । यह मलहम सिर्फ ऊपरी इस्तेमाल के लिए है ।

ಅದು ನನಗೆ ಗೊತ್ತು.	अदु ननगे गोत्तु । वह मुझे मालूम है
ನಾನು ಕಳೆದ ತಿಂಗಳು **ಟಾನಿಕ್** ಒಂದನ್ನು ಖರೀದಿಸಿದ್ದೆ.	नानु कळेद तिंगळु टानिक् ओंदन्नु खरीदिसिद्दे । मैंने पिछले महीने में एक टानिक खरीदा है ।
ಅದೇ **ಟಾನಿಕ್** ಮತ್ತೆ ಕೊಡಿ.	अदे टानिक् मत्ते कोडि । वही टानिक और एक दीजिये ।
ಕೊಡುತ್ತೇನೆ. ಆದರೆ, ಅದರ ಮೇಲೆ ಬೆಲೆ ನಮೂದಿಸಿಲ್ಲ.	कोडुत्तेने । आदरे अदर मेले बेले नमूदिसिल्ल । देता हूँ । लेकिन दाम वह नहीं है ।
ಕೊಡಿ. ಏನು ಮಾಡುತ್ತೇವೆ ನಾವು.	कोडि । ऐनु माडुत्तेवे नावु । दीजिये, क्या करते हैं हम ।
ಹಾಗೆ ಸಿಟ್ಟಾಗಬೇಡಿ**ಸರ್.**	हागे सिट्टागबेडि सर् । वैसे नाराज मत होना साब ।
ಸಿಟ್ಟಾಗದೆ ಮತ್ತೇನು ಮಾಡಬೇಕು? ಖುಷಿಯಿಂದ ನರ್ತಿಸಲೇ?	सिट्टागदे मत्तेनु माडबेकु ? खषियिंद नत्रीसले ? नाराज नहीं हों तो क्या ? खुशी से नाचूँ ?

28. ಸಿಟಿ ಬಸ್ ಸ್ಟಾಪ್ / सिटि बस् स्टाप् (City Bus Stop)

ಮೌಲಾಲಿಗೆಹೋಗುವ **ಬಸ್** ಎಲ್ಲಿ ಸಿಗುತ್ತದೆ ?	मौलालिगे होगुव बस् एल्लि सिगुत्तदे ? मौलाली जानेवाली बस कहाँ मिलती है ?
ಇಲ್ಲಿಂದ ನೇರವಾಗಿ ಹೋಗಿ ಎಡಗಡೆ ನೋಡಿ.	इल्लिंद नेरवागि होगि एडगडे नोडि । इधर सीधा जाकर के बाई तरफ देखिये ।
ಇದು ಮೌಲಾಲಿಗೆಹೋಗುವ **ಬಸ್‌ಸ್ಟಾಪ್‌ತಾನೇ?**	इदु मौलालिगे होगुव बस्स्टाप् ताने ? यह मौलाली जानेवाला बस स्टाप हैं क्या ?
ಹೌದು. ಇದೇ.	हौदु । इदे । हाँ ! यही है ।
ಬಸ್ ಯಾವಾಗ ಬರುತ್ತದೆ ?	बस् यावाग बरुत्तदे । बस कब आयेगी ?

ಹತ್ತು ನಿಮಿಷದಲ್ಲಿ **ಬರಬೇಕು.**	हत्तु निमिषदल्लि बरबेकु । लगभग दस मिनट में आना चाहिए ।
ಇಲ್ಲಿಂದ ಮೌಲಾಲಿಗೆ ಹೋಗಲು ಎಷ್ಟು ಸಮಯ ಬೇಕು ?	इल्लिंद मौलालिगे होगलु ऐष्टु समयबेकु ? यहाँ से मौलाली पहुँचने में कितना समय लगता है ?
ಮೂವತ್ತು ನಿಮಿಷ ಬೇಕಾಗುತ್ತದೆ.	मूवत्तु निमिष बेकागुत्तदे । तीस मिनट लगता है ।
ಬಸ್ ಸಮಯಕ್ಕೆ ಸರಿಯಾಗಿ **ಬರುತ್ತವಾ?**	बस् समयक्के सरियागि बरुत्तवा ? बस समय पर आती हैं या नहीं ?
ಸರಿಯಾಗಿ **ಬರುತ್ತವೆ.**	सरियागि बरुत्तवे । हाँ, आयेंगे
ಬಸ್ ಸಮಯಕ್ಕೆ ಸರಿಯಾಗಿ **ಬಂದರೆ** ಜನದಟ್ಟಣೆ ಇರುವುದಿಲ್ಲ	बस समयक्के सरियागि बंदरे जनदट्टणे इरुवुदिल्ल । बस समय पर आये तो भीड़ नहीं रहती है ।
ಬಸ್‌ನಲ್ಲಿ ಹೆಚ್ಚು ದಟ್ಟಣೆ ಇರುತ್ತದಾ ?	बस्नल्लि हेच्चु दट्टणे इरुत्तदा ? बसों में भीड़ अधिक रहती है क्या ?
ಹಾಗೇನೂ ಇಲ್ಲ. ಆದರೆ **ಬರುವುದು** ತಡವಾದರೆ ಏನಾಗುತ್ತದೆ ?	हागेनू इल्ल । आदरे बरुवुदु तडवादरे ऐनागुत्तदे ? वैसा नहीं है ! लेकिन देर हुई तो क्या होगा ?
ಇಲ್ಲಿ ಜನ **ಬರುತ್ತಲೇ** ಇರುತ್ತಾರಾ ?	इल्लि जन बरुत्तले इरुत्तारा ? लोग जमा होते रहते हैं या नहीं ?
ಹೆಚ್ಚು ಜನರಿದ್ದರೆ ನನಗೆ ಹೆದರಿಕೆ ಆಗುತ್ತದೆ.	हेच्चु जनरिद्दरे ननगे हेदरिके आगुत्तदे । ज्यादा भीड में मुझे डर लगता है ।
ಭಯಪಡಬೇಡ!	भयपडबेड । डरना मत ।

ನಗರಗಳಲ್ಲಿಜನಸಂದಣಿಇರುವುದು ಸಾಮಾನ್ಯ.	नगरगळल्लि जनसंदणि इरुवुदु सामान्य । इस शहर में भीड़ होना आम बात है ।
ನಾನು ಸಣ್ಣವನಿರುವಾಗಇಲ್ಲಿ **ಡಬ್ಬಲ್‌ಡೆಕ್ಕರ್ ಬಸ್** ಸಂಚರಿಸುತ್ತಿತ್ತು.	नानु सण्णवनिरुवाग इल्लि डब्बल्डेक्कर् बस् संचरिसुत्तित्तु । मेरे बचपन के दिनों में इस शहर में डबल डेकर बसें चलती थी ।
ಆ ಜಮಾನ ಈಗ **ಬದಲಾಗಿದೆ.**	आ जमान ईग बजलागिदे । वह जमाना बदल गया है ।
ಈಗ ನೋಡಲು ಕೂಡಾ ಅಂಥ ಒಂದು **ಬಸ್** ಸಿಗುವುದಿಲ್ಲ.	ईग नोडलु कूडा अंथ ओंदु बस् सिगुवुदिल्ल । अब तो देखने के लिए भी एक बस नहीं मिलती ।
ಬರುತ್ತಿರುವ ಬಸ್ ಎಲ್ಲಿಗೆ ಹೋಗುತ್ತದೆ?	बरुत्तिरुव बस् एल्लिगे होगुत्तदे ? वह आनेवाली बस किधर जाती है ?
ಅದು **ಟ್ಯಾಂಕ್ ಬಂಡ್** ಕಡೆಗೆ ಹೋಗುತ್ತದೆ.	अदु ट्यंक् बंड् कडेगे होगुत्तदे । वह तो टान्क बंड की ओर जाती है
ಆ **ಬಸ್** ಹತ್ತಿದರೆ, ಮಧ್ಯದಲ್ಲಿ ಇಳಿದು **ಕೊಳ್ಳಬಹುದೇ ?**	आ बस् हत्तिदरे मध्यदल्लि इळिदु कोळ्ळबहुदे ? इसमें चढ़े तो बीच में उतरने को मौका मिलता है क्या ?
ಇಲ್ಲ.	इल्ल । नहीं ।
ಏಕೆ ?	ऐके ? क्यों ?
ಅದು ಮೆಟ್ರೋ **ಲೈನರ್**	अदु मेट्रो लैनर् । वह मेट्रो लैनर है ।
ಅದು ಎಲ್ಲಿಯೂ ನಿಲ್ಲುವುದಿಲ್ಲ.	अदु एल्लियू निल्लुवुदिल्ल । वह कहीं भी नहीं रूकती है ।

29. ಸಿಟಿ ಬಸ್‌ನಲ್ಲಿ / सिटि बसनल्लि / सिटी बस में (In the City Bus)

ನಿಲ್ಲಿಸು, ಇಲ್ಲೇ ಬಸ್ ನಿಲ್ಲಿಸು.	निल्लिसु, इल्ले बस् निल्लिसु । रोको भाई, रोको, रोको ।
ಬಸ್‌ಸ್ಟಾಪ್ ಇದ್ದಲ್ಲಿ ಬಸ್ ನಿಲ್ಲುತ್ತದೆ.	बस् स्टाप् इद्दल्लि बस् निल्लुत्तदे । बस स्टाप वहाँ है तो बस यहां रोकी ।
ಹತ್ತಿ, ಬಸ್ ಹತ್ತಿ!	हत्ति । बस् हत्ति । चढ़ो भाई ! चढ़ो चढ़ो ।
ಒಳಗೆ ಬನ್ನಿ.	ओळगे बन्नि । अंदर जाओ ।
ಒಳಗೆ ಜಾಗ ಇಲ್ಲ.	ओळगे जाग इल्ल । अंदर जगह नहीं है ।
ಜಾಗ ಇಲ್ಲ ಎಂದು ಇಲ್ಲೇ ನಿಲ್ಲಬೇಡಿ.	जाग इल्ल एंदु इल्ले ल्लिबेडि । बोल कर रूको जगह नहीं इधर नहीं ।
ಜಾಗ ಇಲ್ಲದಿದ್ದರೆ ಏನು ಮಾಡುವುದು?	जाग इल्लदिद्दरे ऐनु माडुवुदु ? जगह नहीं रहे तो क्या करूँ ?
ಜಾಗ ಮಾಡಿಕೊಂಡು ಒಳಗೆ ಬನ್ನಿ.	जाग माडिकोंडु वोळगे बन्नि । जगह बनाकर जाओ अंदर जाओ ।
ನನಗೆ ಹಾಗೆ ಮಾಡಲು ಆಗುವುದಿಲ್ಲ.	ननगे हागे माडलु आगुवुदिल्ल । वैसा मैं नहीं कर सकता हूँ ।
ಹಾಗಿದ್ದರೆ ಇಳಿದು ಬಿಡಿ.	हागिद्दरे इळिदु बिडि । वैसा है तो हट जाओ ।
ಹೋಗಿ, ಹೋಗಿ	होगी, होगी । हट जाओ ! हटो !
ಎಲ್ಲಿ ಹೋಗುವುದು?	एल्लि होगुवुदु ? कहाँ हटें भाई ?
ನೀವು ಸ್ವಲ್ಪ ಒಳಗೆ ಹೋದರೆ, ನಾನೂ ಬರಬಹುದು.	नीवु स्वल्प ओळगे होदरे, नानु बरबहुदु । आप थोड़ा हटे तो मैं अंदर जा सकता हूँ ।
ಇಲ್ಲಿ ನೋಡಿ.	इल्लि नोडि । देखो इधर ।

ಸ್ವಲ್ಪ ಜಾಗವಿದ್ದರೆ ಒಳಗೆ ಹೋಗಿ. स्वल्प जागविद्दरे ओळगे होगि ।
थोड़ी भी जगह है तो अंदर जाओ ।

ಸ್ವಲ್ಪವೂ ಗಾಳಿ ಬರುತ್ತಿಲ್ಲ. स्वल्पवू गाळि बरुत्तिल्ल ।
हवा नहीं आ रही है ।

ಮುಂದೆ ಹೋಗಿ! ಮುಂದೆ ಹೋಗಿ! मुंदे होगि । मुंदे होगि ।
आगे चलो ! आगे चलो !

ಹಿಂದೆ ಸೀಟುಗಳಿವೆ. हिंदे सीटुगळिवे । पीछे सीट्स है ।

ಮಹಿಳೆಯರ ಸೀಟುಗಳಲ್ಲಿ ಪುರುಷರು ಕುಳಿತುಕೊಳ್ಳಬಾರದು महिळेयर सीटुगळल्लि पुरुषरु कुळितुकोळ्ळबारदु ।
औरतों के सीटों पर पुरूष नहीं बैठ सकते ।

ಏಳಿ. ऐळि । उठो !

ಮಹಿಳೆಯರಿಗೆ ಗೌರವ ಕೊಡಿ. महिळेयरिगे गौरव कोडि ।
औरतों को इज्जत दो ।

ಸೋದರ, ಸೆಕ್ರೆಟರಿಯಟ್ ಬಂದರೆ ಹೇಳಿ सोदरा, सेक्रेटरियट् बंदरे हेळि ।
भाई साब ! सेक्रेटरीयट आये तो मुझे बताना ।

ಇನ್ನೂ ಬರಬೇಕಿದೆ. इन्नू बरबेकिदे । वही आनेवाला है ।

ನಿಮ್ಮ ಸ್ಟಾಪ್ ಬಂದಿದೆ. ಇಳಿಯಿರಿ. निम्म स्टाप् बंदिदे । इळियिरि ।
आपका स्टाप आ गया है । उतरिये ।

30. ಮರ–ಗಿಡ / मर-गिड / पेड़ और पौधे (Trees and Plants)

ಈ ಗಲ್ಲಿಯಲ್ಲಿ ಒಂದೇ ಒಂದು ಮರ ಇಲ್ಲ. ई गल्लियल्लि ओंदे ओंदु मर इल्ल ।
इस गली में एक भी पेड़ नहीं है ।

ಗಲ್ಲಿ ಮಾತ್ರವೇಕೆ? ಇಡೀ ರಸ್ತೆಯಲ್ಲೂ ಇಲ್ಲ. गल्लि मात्रवेके । इडी रस्तेयल्लू इल्ल ।
गली में क्या ? सड़क पर भी नहीं है ।

ಏಕೆ ?	ऐके ? क्यो है ?
ಮನುಷ್ಯರ ಆಸೆ ಹೆಚ್ಚಿದ್ದರಿಂದಈ ರೀತಿ ಆಗುತ್ತಿದೆ.	मनुष्यर आसे हेच्चिद्दरिंद ई रीति आगुत्तिदे । इन्सान की आशा बढ़ जाने के कारण ऐसा हो रहा है ।
ನಾವು ಮರಗಳನ್ನು ಬೆಳೆಸಬೇಕು.	नावु मरगळन्नु बेळेसबेकु । हमें पेड़ को लगाना चाहिए ।
ಮರಗಳಿಂದನಮಗೆ ಒಳ್ಳೆಯ ಗಾಳಿ ಸಿಗುತ್ತದೆ.	मरगळिंद नमगे ओळ्ळेय गाळि सिगुत्तदे । पेडों से हमे अच्छी हवा मिलती है ।
ಬೇಸಗೆಯಲ್ಲಿಮರದ ನೆರಳಲ್ಲಿಕುಳಿತರೆ ಮನಸ್ಸು ಪ್ರಸನ್ನವಾಗುತ್ತದೆ.	बेसगेयल्लि मरद नेरळल्लि कुळितरे मनस्सु प्रसन्नवागुत्तदे । गर्मी के मौसम में पेड़ की छाया में बैठे तो मन प्रसन्न होता है ।
ಮರಗಳನ್ನು ಬೆಳೆಸುವುದು ಒಂದು ಒಳ್ಳೆಯ ಕೆಲಸ.	मरगळन्नु बेळेसुवुदु ओंदु ओळ्ळेय केलस । पौधे लगाना एक अच्छी आदत है ।
ಮರ ರಾತ್ರೋ ರಾತ್ರಿ ಬೆಳೆಯುವುದಿಲ್ಲ.	मर रात्रो रात्रि बेळेयुवुदिल्ल । पेड़ रात ही रात में नहीं बढ़ जाते हैं ।
ಅವು ನಿಧಾನವಾಗಿ ಬೆಳೆಯುತ್ತವೆ.	अवु निधानवागि बेळेयुत्तवे । वे धीरे-धीरे बढ़ते हैं ।
ಮರ ಬೆಳೆಸುವುದು ಮತ್ತು ಅವುಗಳ ಸಂರಕ್ಷಣೆನಮ್ಮ ಜವಾಬ್ದಾರಿ.	मर बेळेसुवुदु मत्तु अवुगळ संरक्षणे नम्म जवाब्दारि । पेड़ लगाना और उसकी रखवाली करना हमारी जिम्मेदारी है ।
ಮರಗಳನ್ನು ಚೆನ್ನಾಗಿ ಸಂರಕ್ಷಿಸಬೇಕು.	मरगळन्नु चेन्नागि संरक्षिसबेकु । पेड़ पौधों की रखवाली करनी चाहिए ।

ಗಿಡ–ಮರಗಳಲ್ಲಿಎಲೆ ಇರುತ್ತದೆ.	गिड-मरगळल्लि एले इरुत्तदे । पेड़ पौधों में पत्ते रहते हैं ।
ಎಲೆಗಳಿಂದನಮಗೆ **ಶುದ್ಧ** ಗಾಳಿ ದೊರೆಯುತ್ತದೆ.	एलेगळिंद नमगे शुद्धगाळि दोरेयुत्तदे । पत्तों से हमें शुद्ध हवा प्राप्त होती है ।
ಶುದ್ಧಗಾಳಿಯಿಂದ ನಮ್ಮ ಶ್ವಾಸ ಹಾಗೂ ಆರೋಗ್ಯ ಚೆನ್ನಾಗಿರುತ್ತದೆ.	शुद्ध गाळियिंद नम्म श्वास हागू आरोग्य चेन्नागिरुत्तदे । हवा से हमारा श्वास और स्वास्थ्य अच्छा रहता है ।
ಮರಗಳನ್ನು ಹತ್ತುವುದು ಕೂಡಾ ಶರೀರಕ್ಕೆ ಒಳ್ಳೆಯದು.	मकदशन्नु गच्तुलुजु तूढ़ा शरीरक्के ओळ्ळेयदु । पेड़ों पर चढ़ना भी शरीर के लिये अच्छा है ।
ಕೆಲ ಮರಗಳು, ಸಸಿಗಳು ಸದಾ ಹಸಿರಾಗಿರುತ್ತವೆ.	केल मरगळु, ससिगळु सदा हसिरागिरुत्तवे । कुछ पेड़ और पौधे हमेशा हरे ही रहते है ।
ಕೆಲವು ಮರಗಳು ಸೌದೆ ನೀಡುತ್ತವೆ.	केलवु मरगळु सौदे नीडुत्तवे । कुछ पेड़ हमें लकड़ी देते है ।
ನಾವು ನಮ್ಮ ಹಿತ್ತಲುಗಳಲ್ಲಿ ಗಿಡ- ಮರ ಬೆಳೆಸಬೇಕು.	नावु नम्म हित्तलुगळल्लि गि-मर बेळेसबेकु । हमें भी अपने बगीचे में पेड़ और पौधे लगाना चाहिए ।
ಗಿಡ- ಮರ ಜೀವನಾಧಾರವಾಗಿವೆ.	गिड-मर जीवनाधारवागिवे। वे जिन्दगी खडा भी करते है ।
ಕೆಲ ಮರಗಳು ಬೆಳೆದು ವೃಕ್ಷವಾಗುತ್ತವೆ.	केल मरगळु बेळेदु वृक्षवागुत्तवे । कुछ पेड़ बड़े वृक्ष बनते हैं ।
ಕೆಲ ವೃಕ್ಷಗಳು ವಿಶಾಲವಾಗಿರುತ್ತವೆ.	केल वृक्षगळु विशालवागिरुत्तवे । कुछ वृक्ष फैलते हैं ।

31. ಉತ್ತೇಜನ / उत्तेजन / **प्रोत्साहन** (Encouragement)

ಹಲೋ, **ಡೇವಿಡ್**, ಹೇಗಿದ್ದೀರಿ?	हलो, डेविड्, हेगिद्दीरि ? हाय ! डेविड कैसे हो ?
ಚೆನ್ನಾಗಿದ್ದೇನೆ.	चेन्नागिद्देने । ठीक हूँ ।
ನಿಮ್ಮ ವಹಿವಾಟು ಹೇಗೆ ನಡೆಯುತ್ತಿದೆ ?	निम्म वहिवाटु हेगे नडेयुत्तदे ? तुम्हारा धंधा कैसा चल रहा है ?
ಚೆನ್ನಾಗಿಲ್ಲ.	चेन्नागिल्ल । अच्छा नहीं है ।
ಏನಾಯಿತು ?	ऐनायितु ? क्या हुआ ?
ಹಿಂದೆ ಇಲ್ಲಿ ನನ್ನ ಅಂಗಡಿ ಮಾತ್ರ ಇತ್ತು.	हिंदे इल्लि नन्न अंगडि मात्र इत्तु । उन दिनों यहाँ सिर्फ मेरी दुकान ही थी ।
ಆಗ ವ್ಯಾಪಾರ ಚೆನ್ನಾಗಿತ್ತು.	आग व्यापार चेन्नागित्तु । वह अच्छा चलता था ।
ಇದನ್ನು ನೋಡಿ ಮೂವರು ಅಂಗಡಿ ಆರಂಭಿಸಿದರು.	इदन्नु नोडि मूवरु अंगडि आरंभिसिदरु । मेरा धंधा देख कर दो तीन लोगों ने दुकान शुरू कर दिया ।
ಇದರಿಂದ ನನ್ನ ವ್ಯಾಪಾರ ಕುಸಿಯಿತು.	इदरिंद नन्न व्यापार कुसियितु । इसलिए मेरा धंधा चौपट हो गया ।
ಚಿಂತಿಸದಿರಿ.	चिंतिसदिरि । चिन्ता मत करो ।
ಭಗವಂತನ ಮೇಲೆ ವಿಶ್ವಾಸವಿರಿಸಿ, ಪ್ರಯತ್ನ ಮುಂದುವರಿಸಿ.	भगवंतन मेले विश्वासविरिसि, प्रयत्न मुंदुवरिसि । भगवान पर विश्वास रखकर कोशिश करते जाओ ।
ನೀವು ಚೆನ್ನಾಗಿ ವ್ಯಾಪಾರ ಮಾಡುತ್ತೀರಿ.	नीवु चेन्नागि व्यापार माडुत्तीरि । तुम अच्छा धंधा करते हो ।

ನಾವು ನಿಮ್ಮ ಜತೆ ಇದ್ದೇವೆ.	नावु निम्म जते इद्देवे । हम आपके साथ हैं ।
ನಮ್ಮ ಬೆಂಬಲ ನಿಮಗೆ ಸದಾ ಇರುತ್ತದೆ.	नम्म बेंबल नमगे सदा इरुत्तदे । हमारा समर्थन हमेशा आपके साथ है ।
ನೀವು ಶೀಘ್ರವೇ ಸಫಲರಾಗುವಿರಿ.	नीवु शीघ्रवे सफलरागुविरि । आप जरूर सफल होंगे ।
ನೀವು ಹೆದರದಿರಿ.	नीवु हेदरदिरि । आप मत डरना ।
ವ್ಯಾಪಾರದಲ್ಲಿ ಸಮಸ್ಯೆ ಎಲ್ಲರಿಗೂ ಬರುತ್ತದೆ.	व्यापारदल्लि समस्ये एल्लरिगू बरुत्तदे । व्यापार में सबको समस्याएँ आती है ।
ಅದು ಸಹಜ.	अदु सहज । वह तो सहज है ।
ನೀವು ಧೈರ್ಯದಿಂದ ಮುನ್ನಡೆಯಿರಿ.	नीवु धैर्यदिंद मुन्नडेयिरि । आप हिम्मत से आगे बढ़िये ।
ವ್ಯಾಪಾರಕ್ಕೆ ಸಾಲ ಬೇಕಾದರೆ, ನನಗೆ ಹೇಳಿ.	व्यापारक्के साल बेकादरे, ननगे हेळि । व्यापार के लिए ऋण चाहिए तो हमें बतायें ।
ಏನನ್ನಾದರೂ ಬಿಡಿ, ಪರವಾಗಿಲ್ಲ. ಆದರೆ, ಧೈರ್ಯ ಬಿಡಬೇಡಿ.	ऐनन्नादरू बिडि, परवागिल्ल. आदरे धैर्य बिडबेडि । किसी को भी छोड़िये परवाह नहीं । लेकिन हिम्मत नहीं हारना ।
ಧೈರ್ಯವಿದ್ದರೆ ಹೋಗಿದ್ದು ಕೂಡ ವಾಪಸ್ ಬರುತ್ತದೆ.	धैर्यविद्दरे होगिद्दु कूड वापस् बरुत्तदे । हिम्मत है तो गया हुआ भी वापस लौट आयेगा ।
ನೀವು ಸರಿಯಾದ ದಾರಿಯಲ್ಲಿದ್ದೀರಿ.	नीवु सरियाद दारियल्लिद्दीरि । आप सही रास्ते पर हैं ।

32. ಸಂಭಾಷಣೆ / संभाषणे (Conversation)

ಸಂತೋಷದಸಮಯದಲ್ಲಿ ನಿಮ್ಮೆಲ್ಲರಿಗೂ ಸ್ವಾಗತ.	संतोषद समयदल्लि निम्मेल्लरिगू स्वागत ।	खुशी के मौके पर आप सब का स्वागत है ।
ನಿಮಗೆ ಹುಟ್ಟುಹಬ್ಬದ ಶುಭಾಶಯ	निमगे हुट्टुहब्बद शुभाशय ।	आपको जन्म दिन की शुभकामनायें ।
ನನ್ನ ಶುಭಾಶಯವನ್ನು ಸ್ವೀಕರಿಸಿ.	नन्न शुभाशयवन्नु स्वीकरिसि ।	मेरी बधाई स्वीकार करें ।
ಸರ್, ನಾನು ನಿಮ್ಮ ಸ್ನೇಹಿತರ ಪರವಾಗಿ ನಿಮ್ಮನ್ನು ಅಭಿನಂದಿಸುತ್ತಿದ್ದೇನೆ.	सर्, नानु निम्म स्नेहितर परवागि निम्मन्नु अभिनंदिसुत्तीद्देने ।	साब ! मैं अपने दोस्तों की तरफ से आपका अभिनंदन कर रहा हूँ ।
ನೀವು ಯಶಸ್ಸಿನ ಶಿಖರವನ್ನು ಏರುತ್ತೀರಿ ಎಂಬ ವಿಶ್ವಾಸ ನನಗಿದೆ.	नीवु यशस्सिन शीखरवन्नु ऐरुत्तिरि एंब विश्वास ननगिदे ।	मुझे विश्वास है कि आप उन्नति के शिखर पर पहुँचे ।
ನಿಮ್ಮನ್ನು ನೋಡಿ ಬಹಳ ಖುಷಿಯಾಗಿದೆ.	निम्मन्नु नोडि बहळ खुषियागिदे ।	आपको देखकर बहुत खुशी हुई है ।
ನಾನು ನಿಮ್ಮ ಬಳಿ ಒಂದು ಪ್ರಸ್ತಾವ ಇಡಲು ಇಚ್ಛಿಸುತ್ತೇನೆ	नानु निम्म बळि ओंदु प्रस्ताव इडलु इच्छिसुत्तेने ।	मैं आपके समक्ष एक प्रस्ताव रखना चाहता हूँ ।
ನನ್ನನ್ನು ಕ್ಷಮಿಸಿ.	नन्नन्नु क्षमिसि ।	मुझे माफ कर दीजिए ।
ನನ್ನ ಮನಸ್ಸು ಸರಿಯಾಗಿಲ್ಲ.	नन्न मनस्सु सरियागिल्ल ।	मेरा मन प्रसन्न नहीं है ।
ಪರವಾಗಿಲ್ಲ ಬಿಡಿ.	परवागिल्ल बिडि ।	हाँ ! परवाह नहीं ।
ಜಗತ್ತು ಒಂದು ದಿನದಲ್ಲಿ ಆಗಿ ಹೋಗುವುದಿಲ್ಲ.	जगत्तु ओंदु निददल्लि आगि होगुवुदिल्ल ।	जिन्दगी एक दिन से नहीं चलती है ।
ಮತ್ತೆ ಭೇಟಿಯಾಗೋಣ.	मत्ते भेटियागोण ।	फिर मिलेंगे ।

33. ಕುಟುಂಬ / कुटुंब / परिवार (House)

ನಾವೆಲ್ಲರೂ ಒಂದು	नावेल्लरू ओंदु । हम सब एक है ।
ಇದೇ ಪರಿವಾರದ ಬುನಾದಿ.	इदे परिवारद बुनादि । यही परिवार की नींव है ।
ಹಿಂದೆ ಅವಿಭಜಿತ **ಕುಟುಂಬ** ವ್ಯವಸ್ಥೆ ಇತ್ತು.	इंदे अविभजित कुटुंब व्यवस्थे इत्तु. पुराने समय में सम्मिलित पारिवारिक व्यवस्था रहती थी ।
ಅದು ಪ್ರೇಮ ಮತ್ತು ಅಪ್ಯಾಯಮಾನತೆ ಮೇಲೆ ಕಟ್ಟಲ್ಪಟ್ಟಿತ್ತು.	अदु प्रेम मत्तु अप्यायमानते मेले कट्टल्पट्टित्तु । वह प्यार और अनुसंग से तैयार किया गया है ।
ಏಕೆಂದರೆ ಅಲ್ಲಿ ನಾಲ್ಕೈದು ತಲೆಮಾರುಗಳ ಜನ ಒಟ್ಟಾಗಿ ಇರುತ್ತಿದ್ದರು.	ऐकेंदरे अल्लि नाल्कैदु तलेमारुगळ जन ओट्टागि इरुत्तिद्दरु । क्योंकी उसमें चार या पाँच पीढ़ी के लोग एक साथ रहते थे ।
ಈಗ **ಕುಟುಂಬ** ಎಂದರೆ ನಾನು, ನನ್ನ ಪತ್ನಿ ಮತ್ತು ಮಕ್ಕಳು ಮಾತ್ರ.	ईग कुटुंब एंदरे नानु, नन्न पत्नि मत्तु मक्कळु मात्र । इस नये जमाने में परिवार मतलब है मै, मेरी पत्नी और मेरे बच्चे ।
ಅದನ್ನು ಹೊರತುಪಡಿಸಿ, ಬೇರೆಯವರು ಇಲ್ಲ.	अदन्नु होरतुपडिसि, बेरेयवरु इल्ल । उसके बिना कुछ भी नहीं है ।
ನಿಮ್ಮ **ಕುಟುಂಬದಲ್ಲಿ** ಯಾರ್ಯಾರು ಇದ್ದಾರೆ ?	निम्म कुटुंबदल्लि yारारु इद्दारे ? आपके परिवार में कौन-कौन रहते हैं ?
ನಿಮ್ಮ **ಕುಟುಂಬದಲ್ಲಿ** ದೊಡ್ಡವರ ಸಂಖ್ಯೆ ಎಷ್ಟು ?	निम्म कुटुंबदल्लि दोड्डवर संख्ये एष्टु ? आपके परिवार में बड़े लोगों की संख्या कितनी है ?
ಅಲ್ಲಿ **ಒಬ್ಬರು** ಹಿರಿಯ ವಯಸ್ಕರು ಇದ್ದಾರೆ.	अल्लि ओब्बरु हिरिय वयस्करु इद्दारे । वहाँ एक बूढ़ा दिख रहा है ।

ಅವರು ನಮ್ಮ ಮುತ್ತಜ್ಜ. | अवरु नम्म मुत्तज्ज । वह हमारे दादाजी हैं ।

ಅವರು ಈಗ ಕೂಡಾ ಗಟ್ಟಿ ಹಲ್ಲು ಹೊಂದಿದ್ದಾರೆ. ಕಚ್ಚಿ ತಿನ್ನುತ್ತಾರೆ. | अवरु ईग कूडा गट्टि हल्लु होंदिद्दारे । कच्चि तिन्नुत्तारे । दादाजी अभी भी जाम दांत से काट कर खाते हैं ।

34. ಮನೆ / मने / घर (House)

ಮನೆ ಎಂಬುದರ ಅರ್ಥ ಏನು ?

मने एंबुदर अर्थ ऐनु ?

घर का मतलब क्या है ?

ಮನೆ ಎಂದರೆ ಒಂದು ಚಾವಣಿ, ನಾಲ್ಕು ಗೋಡೆ ಮತ್ತು ಬಾಗಿಲು ಇರುವ ವಾಸಿಸಲು ಯೋಗ್ಯವಾದ ಸ್ಥಳ.

मने एंदरे ओंदु चावणि नाल्कु गोडे मत्तु बागिलु इरुव वासिसलु योग्यवाद स्थळ ।

घर मतलब एक छत चार दीवार और दरवाजे के अन्दर से रहने योग्य निवास स्थल है ।

ಅದು ಏನು ಮಾಡುತ್ತದೆ?

अदु ऐनु माडुत्तदे ? वह क्या करते है ?

ಒಬ್ಬರು ಇನ್ನೊಬ್ಬರನ್ನು ಸೇರಿಸುತ್ತದೆ.

ओब्बरु न्निोब्बरन्नु सेरिसुत्तदे ।

घर एक दूसरे को मिलाती है।

ನಮ್ಮೆಲ್ಲರಿಗೂ ಅದು ಮೊದಲ ಪಾಠಶಾಲೆ.

नम्मेल्लरिगू अदु मोदल पाठशाले ।

हम सब की वही है पहली पाठशाला ।

ಇಟ್ಟಿಗೆ ಮತ್ತು ಕಲ್ಲಿನಿಂದ ಮಾಡಿದ ಕಟ್ಟಡಗಳೆಲ್ಲವೂ ಮನೆ ಆಗುವುದಿಲ್ಲ.

इट्टिगे मत्तु कल्लिनिंद माडिद कट्टडगळेल्लवू मने आगुवुदिल्ल ।

ईंट और पत्थरों से बनायी गयी हर इमारत निवास योग्य नहीं हो सकती है ।

ಇದು ನಿಮ್ಮ ಮನೆಯೇ ಅಥವಾ ಬೇರೆಯವರದ್ದೇ?

इदु निम्म मनेये अथवा बेरेयवरद्दे ?

यह आपका अपना घर है या किराये का ?

ನಮ್ಮ ಮತ್ತು ಬೇರೆಯವರ ಮನೆ ನಡುವೆ ಬಹಳ ವ್ಯತ್ಯಾಸವಿದೆ.

नम्म मत्तु बेरेयवर मने नडुवे बहळ व्यत्यासविदे ।

अपना घर और किराया के घर में बहुत फर्क होता है ।

ಇದರಿಂದ ಸರಕಾರ ಮುಫತ್ತಾಗಿ ಇಲ್ಲವೇ ಕಡಿಮೆ ದರದಲ್ಲಿ ಎಲ್ಲರಿಗೂ ಮನೆ ಕೊಡಲು ಪ್ರಯತ್ನಿಸುತ್ತಿದೆ.	इदरिंद सरकार मुफत्तागि इल्लवे कडिमे दरदल्लि एलरिगू मने कोडलु प्रयत्निसुत्तिदे । इसलिये हमारी सरकार सबको मुफ्त में या सस्ते में घर देने की कोशिश कर रही है ।
ಹೇಗೆ ನೋಡಿದರೂನಮ್ಮ ಮನೆಯೇ ಸರ್ವೋತ್ತಮ.	हेगे नोडिदरू नम्म मनेये सर्वोत्तम । कहीं जाने पर अपना घर ही सर्वोत्तम है ।
ನಾನು ಒಪ್ಪುತ್ತೇನೆ.	नानु ओप्पुत्तेने । मैं मानता हूँ ।

35. ಸಾಮರ್ಥ್ಯ / सामर्थ्य (Efficiency)

ನಾನು ನಿನಗೆ ಕೆಲಸವೊಂದನ್ನುಕೊಟ್ಟರೆ ಅದನ್ನು ಮಾಡುತ್ತೀಯಾ ?	नानु निगे केलसवोंदन्नु कोट्टरे अदन्नु माडुत्तीया ? मैं तुम्हें कुछ काम दूँ तो तुम कर सकते हो क्या ?
ಏನು ಕೆಲಸ ?	ऐनु केलस ? कौन सा काम है यह ?
ಯಾವುದಾದರೂ	यावुदादरू । कुछ भी ।
ಆ ರೀತಿ ಹೇಳಬೇಡ.	आरीति हेळबेड । ऐसा नहीं बोलो ।
ಬೇರೆ ಬೇರೆ ಕೆಲಸವನ್ನು ಬೇರೆಬೇರೆಯವರು ಚೆನ್ನಾಗಿ ಮಾಡುತ್ತಾರೆ.	बेरे बेरे केलसवन्नु बेरेबेरेयवरु चेन्नागि माडुत्तारे । अलग-अलग काम अलग-अलग आदमी अच्छा कर सकते हैं ।
ಅವನು **ಕಾರ್** ಚೆನ್ನಾಗಿ ಚಾಲನೆ **ಮಾಡಬಲ್ಲ.**	अवनु कार् चेन्नागि चालने माडबल्ल । वह कार अच्छा चला सकता है ।
ನಾನು ಚೆನ್ನಾಗಿ **ಸೈಕಲ್** ಸವಾರಿ **ಮಾಡಬಲ್ಲೆ,** ಆದರೆ, **ಕಾರ್** ಚಾಲನೆ ಮಾಡಲಾರೆ.	नानु चेन्नागि सैकल् सवारि माडबल्ले । आदरे, कार् चालने माडलारे । मैं साईकिल चला सकता हूँ । मगर कार नहीं चला सकता

ಆದರೆ ಆತ ಚೆನ್ನಾಗಿ ಮಾತನಾಡಲಾರ.	आदरे आत चेन्नागि मातनाडलार । **मगर वह अच्छी तरह बात नहीं कर सकता है ।**
ಆತ ಕನ್ನಡ, ಹಿಂದಿ ಮತ್ತು **ಇಂಗ್ಲಿಷ್‌ನಲ್ಲಿ** ನಿರರ್ಗಳವಾಗಿ**ಮಾತಾಡಬಲ್ಲ.**	आत कन्नड, हिंदि मत्तु इंगलिशनल्लि निरर्गळवागि माताडबल्ल । **यह कन्नड, हिन्दी और अंग्रेजी में धारा प्रवाह बात कर सकता है ।**
ಆದರೆ, ಆತನಿಗೆ **ಬರೆಯಲು ಬರುವುದಿಲ್ಲ.**	आदरे, आतनिगे बरेयलु बरुवुदिल्ल । **लेकिन किसी भी भाषा में नहीं लिख सकता है ।**
ಸಾಮರ್ಥ್ಯ ಎಲ್ಲರಲ್ಲೂ ಒಂದೇ ರೀತಿ ಇರುವುದಿಲ್ಲ.	सामथ्य एलरल्लू वोंदेरीति इरुवुदिल्ल । **वैसा सामर्थ्य सबको एक जैसा नहीं रहता है ।**

36. ಬಿನ್ನಹ / बिन्नह / **वीनती** (Request)

ನನಗೆ ಸ್ವಲ್ಪ ಸಹಾಯ ಮಾಡಲು ಸಾಧ್ಯವೇ?	ननगे स्वल्प सहाय माडलु साध्यवे ? **मुझे कुछ सहायता कर सकते हो क्या ?**
ಮಾಡುವ ಮನಸ್ಸಿದೆ. ಆದರೆ, ಮಾಡಲು ಸಾಧ್ಯವಿಲ್ಲ.	माडुव मनस्सिदे । आदरे, माडलु साध्यविल्ल । **करने का मन है, मगर नहीं कर सकता हूँ ।**
ಕೈಯಲ್ಲಿ ಮಾಡಲು ಸಾಧ್ಯವಿಲ್ಲದಿದ್ದರೆ, ಬಾಯಿಯಲ್ಲಾದರೂ ಹೇಳು.	कैयल्लि माडलु साध्यविल्लदिद्दरे बायियल्लादरू हेळु । **हाथ से नहीं कर सकते हो तो मुँह से करो ।**
ನಾನು ಈಗ ಯಾವ ರೀತಿಯೂ ಮಾಡಲಾರೆ.	नानु ईग याव रीतियू माडलारे । **मैं अब किसी भी तरह नहीं कर सकता हूँ ।**
ದಯವಿಟ್ಟು ಆ ವ್ಯಕ್ತಿಯನ್ನು ಕರೆಯಿರಿ.	दयविट्टु आ व्यक्तियन्नु करेयिरि । **कृपा करके उस आदमी को बुलाइए ।**

ಸೋದರ, ನನ್ನ **ಫೈಲ್** ತೆಗೆದುಕೊಂಡುಬಾ. सोदर, नन्न फैल् तेगेदुकोंडु बा ।
भाई साब, मेरी फाइल लाइए ।

ನೀವು ಅಲ್ಲಿಗೆ ಹೋಗಿ ಒಂದು **ಪಾರ್ಸಲ್** ತರಲು ಸಾಧ್ಯವೇ? नीवु अल्लिगे होगि ओंदु पार्सल् तरलु साध्यवे ?
आप वहाँ जा कर एक पार्सल ला सकते हैं क्या ?

ನೀವು ಒಂದು ಸತ್ಯ ವಿಷಯ ಹೇಳಲು ಸಾಧ್ಯವೇ? नीवु ओंदु सत्य विषय हेळलु साध्यवे ?
तुम मुझे एक सच बात सकते हो क्या ?

ನನಗೆ ಅಷ್ಟು ಧೈರ್ಯವಿಲ್ಲ. ನನ್ನನ್ನು ಬಿಟ್ಟುಬಿಡು. ननगे अष्टु धैर्यविल्ल. नन्नन्नु बिट्टुबिडु ।
उतनी हिम्मत मेरे पास नहीं है. मुझे छोड़िये ।

ದಯವಿಟ್ಟು ನನ್ನ ಮಾತು ಕೇಳಿ. दयविट्टु नन्न मातु केळि ।
कृपया मेरी बात सुनिए ।

ದಯವಿಟ್ಟು ನನ್ನನ್ನು ಹೋಗಲು ಬಿಡಿ. दयविट्टु नन्नन्नु होगलु बिडि ।
कृपा करके मुझे जाने दीजिए ।

37. ಸಲಹೆ / सलहे / सलाह (Advice)

ನನಗೆ ನಿಮ್ಮ ಸಲಹೆ ಬೇಕಿದೆ. ननगे निम्म सलहे बेकिदे ।
मुझे आपकी सलाह चाहिए ।

ಏನಾಯಿತು? ऐनायितु ? क्या हुआ ?

ಏನೂ ಆಗಿಲ್ಲ. ऐनू आगिल्ल । कुछ भी नहीं हुआ ।

ಏನೂ ಆಗುತ್ತಿಲ್ಲ. ಹೀಗಾಗಿ ನಾನು ನಿಮ್ಮ ಸಲಹೆ ಕೇಳುತ್ತಿದ್ದೇನೆ. ऐनू आगुत्तिल्ल । हीगागि नानु निम्म सलहे केळुत्तिद्देने ।
कुछ भी नहीं हो रहा है इसलिए मैं आपकी सलाह चाहता हूँ ।

ಸರಿ. सरि । ठीक है ।

ದುಡ್ಡು ಬೇಕೆಂದಿದ್ದರೆ, ಕೊಡಲಾರೆ. दुड्डु बेकेंदिद्दरे, कोडलारे ।
पैसा चाहिये तो नहीं दूँगा ।

ಆದರೆ, ಸಲಹೆ ಬೇಕಿದ್ದರೆ, ಖಂಡಿತ ಕೊಡುವೆ.	आदरे सलहे बेकिद्दरे, खंडित कोडुवे । लेकिन सलाह चाहिये तो जरूर दूँगा ।
ಅದು ನನಗೂ ಗೊತ್ತಿದೆ.	अदु ननगू गोत्तिदे । वह तो मुझे भी मालूम है ।
ಏನಾದರೂ ಬೇಕು ಎಂದಿದ್ದರೆ, ಅದಕ್ಕಾಗಿ ಪ್ರಯತ್ನಿಸಬೇಕು.	ऐनादरू बेकु एंदिद्दरे, अदक्कागि प्रयत्निसबेकु । कुछ भी चाहिए तो कोशिश करनी पडती है ।
ಒಳ್ಳೆಯ ಸಮಯ ಬರಲಿ ಎಂದು ಕಾಯಬೇಕಾಗುತ್ತದೆ.	ओळ्ळेय समय बरलि एंदु कायबेकागुत्तदे । अच्छा समय होने के लिए समय का इन्तजार भी जरूरी है ।
ಪರೀಕ್ಷೆಯಲ್ಲಿ ಪಾಸಾಗಲು ತಯಾರಿ ಅಗತ್ಯ.	परीक्षेयल्लि पासागलु तयारि अगत्य । परीक्षा में उत्तीर्ण होने के लिए मेहनत जरूरी है ।
ಒಳ್ಳೆಯ ಆರೋಗ್ಯಕ್ಕಾಗಿ ಯೋಗ ಮಾಡಬೇಕು.	ओळ्ळेय आरोग्यक्कागि योग माडबेकु । अच्छे स्वास्थ्य के लिए योगा करें ।

38. ಮನಶ್ಶಾಂತಿ / मनश्शांति / मन की प्रसन्नता (Peace of Mind)

ನನ್ನ ಮನಸ್ಸು ಚೆನ್ನಾಗಿಲ್ಲ.	नन्न मनस्सु चेन्नागिल्ल । मेरा मन अच्छा नहीं है ।
ನಾನು ಹೆದರುತ್ತಿದ್ದೇನೆ.	नानु हेदरुत्तिद्देने । मैं अभी घबरा रहा हूँ ।
ನಾನು ಒಳ್ಳೆಯ ಮನುಷ್ಯ.	नानु ओळ्ळेय मनुष्य । मैं अच्छा आदमी हूँ ।
ಆದರೆ, ನನ್ನ ಮನಸ್ಸು ಸರಿಯಾಗಿಲ್ಲ.	आदरे, नन्न मनस्सु सरियागिल्ल । मगर मेरा मन अच्छा नहीं है
ನೀನು ಏನು ಕೆಲಸ ಮಾಡುತ್ತಿರುವೆ ?	नीनु ऐनु केलस माडुत्तिरुवे ? तुम क्या काम करते हो ?
ಏನೂ ಮಾಡುತ್ತಿಲ್ಲ.	ऐनू माडुत्तिल्ल । कुछ भी नहीं करता हूँ ।
ಅದೇ ನಿನ್ನ ಸಮಸ್ಯೆ.	अदे निन्न समस्ये । तुम्हारी समस्या वहीं है ।

ಕೆಲಸದ ಮೇಲೆ ಗಮನ ಇರಿಸಿಕೊಂಡವರಿಗೆ ಗಾಬರಿಯಾಗುವ ಅವಕಾಶ ಇರುವುದಿಲ್ಲ.	केलसद मेले गमन इरिसिकोंडवरिगे गाबरियागुव अवकाश इरुवुदिल्ल । किसी एक काम के उपर ध्यान रखने से घबराने का मौका नहीं रहता है ।
ಮನಸ್ಸು ಪ್ರಸನ್ನವಾಗಿರಿಸಿಕೊಳ್ಳಲು ಸದಾ ನಗುತ್ತ ಇರಬೇಕು.	मनस्सु प्रसन्नवागिरिसिकोळ्ळलु सदा नगुत्ता इरबेकु । मन प्रसन्न रखने के लिये हमेशा हँसते रहना चाहिए ।
ಸಿಟ್ಟು ಮಾಡಿಕೊಳ್ಳಬೇಡಿ.	सिट्टु माडिकोळ्ळबेडि गुस्से में मत रहो।
ಯಾರ ಜತೆಯೂ ಜಗಳ ಮಾಡಬೇಡಿ.	यार जतेयू जगळ माडबेडि किसी से भी झगडा मत करना ।
ಮನಸ್ಸನ್ನು ಹೊರಗಿನವರಮುಂದೆ ಬಿಚ್ಚಿಡಬಾರದು.	मनस्सन्नु होरगिवर मुंदे बिच्चिडबारदु । मन किसी को नहीं दिखाई पड़ता है ।

39. ಹೊಗಳಿಕೆ / होगळिके / **प्रशंसा** (Praise)

ನೀವು ಒಳ್ಳೆಯದು ಮಾಡಿದಿರಿ.	नीवु ओळ्ळेयदु माडिदिरि । आपने अच्छा किया ।
ಅದು ಚೆನ್ನಾಗಿದೆ.	अदु चेन्नागिदे । वह अच्छा है ।
ಆ ದೃಶ್ಯವನ್ನು ನೋಡಿ ನನಗೆ ಖುಷಿಯಾಯಿತು.	आ दृश्यवन्नु नोडि ननगे खुषियायितु । वह दृश्य देख कर मैं खुश हुआ ।
ನೀನು ಸತ್ಯ ಹೇಳುವವನು.	नीनु सत्य हेळुववनु । तुम सच बोलने वाले हो ।
ನೀನು ಎಷ್ಟು ಒಳ್ಳೆಯ ಮನುಷ್ಯ.	नीनु एष्टु ओळ्ळेय मनुष्य । तुम कितने अच्छे आदमी हो ।
ಆ ಮಹಿಳೆ ಸುಂದರವಾಗಿದ್ದಾಳೆ.	आ महिळे सुंदरवागिद्दाळे । वह औरत सुन्दर है ।

ಇದು ನನಗೆ ತುಂಬ ಇಷ್ಟವಾಗಿದೆ. इदु ननगे तुंब इष्टवागिदे ।

मुझे यह बहुत पसंद है ।

ನೀವು ಈ ಕೆಲಸವನ್ನು ಇಷ್ಟು ಬೇಗ ಮಾಡಲು ಹೇಗೆ ಸಾಧ್ಯವಾಯಿತು? नीवु ई केलसवन्नु इष्टु बेग माडलु हेगे साध्यवायितु ?

आप यह काम इतनी जल्दी कैसे कर सकते हैं?

ನೀವು ಮಾಡಿದ ಸಹಾಯವನ್ನು ನಾನು ಜೀವನವಿಡೀ ಮರೆಯುವುದಿಲ್ಲ. नीवु माडिद सहायवन्नु नानु जीवनविडी मरेयुवुदिल्ल ।

आपने जो सेवा की उसे मैं जिंदगी भर याद करूँगा ।

ನಿಮ್ಮಂತೆ ಯಾರೂ ಮಾತನ್ನಾಡುವವರು ಇಲ್ಲ. निम्मंते यारू मातन्नाडुववरु इल्ल ।

आप जैसे कोई नहीं बात कर सकते हैं ।

ಭಗವಂತನ ಕೃಪೆಯಿಂದ ನೀವು ನನಗೆ ಸಿಕ್ಕಿದಿರಿ. भगवंतन कृपेयिंद नीवु ननगे सिक्किदिरि ।

भगवान की कृपा से आप मुझे मिल गये ।

ಒಳ್ಳೆಯ ರೀತಿ ಮಾತನ್ನಾಡಲು ಕೂಡಾ ಭಗವಂತನ ಕೃಪೆ ಬೇಕು. ओळ्ळेय रीति मातन्नाडलु कूडा भगवंतन कृपे बेकु ।

अच्छी तरह बात करने के लिये भी भगवान की कृपा चाहिए ।

40. ಸಿಟ್ಟು / सिट्टु / क्रोध (Anger)

ಈ ಕೆಲಸ ನೀನು ಏಕೆ ಮಾಡಿದೆ? ई केलस नीनु ऐके माडिदे ?

यह काम तुमने क्यों किया ?

ಅದನ್ನು ಕೇಳಲು ನೀನು ಯಾರು ? अदन्नु केळलु नीनु यारु ?

यह बोलने वाले तुम कौन हो ?

ನೇರವಾಗಿ ಮಾತನಾಡು. नेरवागि मातनाडु ।

सीधी बात करो ।

ಇನ್ನು ಹೇಗೆ ಮಾತನಾಡಬೇಕು? इन्नु हेगे मातनाडबेकु ?

और कैसे बात करना ?

ನಾನು ಹೇಗೆ ಮಾತನ್ನಾಡುತ್ತಿದ್ದೇನೆ? ನೀವು ಹೇಗೆ ಮಾತನ್ನಾಡುತ್ತಿರುವಿರಿ?	नानु हेगे मातन्नाडुत्तिद्देने ? नीवु हेगे मातन्नाडुत्तिरुविरि ? मैं कैसी बात कर रहा हूँ ? तुम कैसी बात कर रहे हो ?
ಇದೇನಾ ಮಾತನಾಡುವ ರೀತಿ ?	इदेना मातनाडुव रीति ? बात करने का यही तरीखा हैं क्या ?
ನನ್ನನ್ನು ನಿಂದಿಸುತ್ತಿದ್ದೀರಾ?	नन्नन्नु निंदिसुत्तिद्दीरा ? मेरी निंदा करते हो ?
ಈ ರೀತಿ ಮಾತನ್ನಾಡಬೇಡ.ಬುದ್ಧಿ ಇಲ್ಲವಾ ?	ईरीति मातन्नाडबेड. बुद्दि इल्लवा ? दिमाग नहीं है, ऐसा नहीं बोलना ?
ನನ್ನ ಸಮಯ ವ್ಯರ್ಥ ಮಾಡಬೇಡ.	नन्न समय व्यर्थ माडबेड । मेरा समय व्यर्थ बर्बाद मत करो ।
ಈ ಬಗ್ಗೆ ನೀವೇನು ಯೋಚಿಸುತ್ತಿರುವಿರಿ ಎಂದು ನನಗೆ ಗೊತ್ತಿಲ್ಲ.	ई बग्गे नीवेनु योचिसुत्तिरुविरि एंदु ननगे गोत्तिल्ल । इसके बारे में आप क्या सोच रहे हैं मुझे मालूम नहीं है ।
ನಿಧಾನವಾಗಿ ಗೊತ್ತಾಗುತ್ತದೆ.	निधानवागि गोत्तागुत्तदे । धीरे-धीरे समझ में आता है ।
ನಗೆ ಚಾಟಿಕೆ ಮಾತು ಬಿಟ್ಟುಬಿಡು.	नगे चाटिके मातु बिट्टुबिडु । हँसी मजाक की बात छोड़ो ।

41. ಕೃತಜ್ಞತೆ / कृतज्ञते / **कृतज्ञता** (Gratitude)

ನೀವು ನನಗೆ ಒಳ್ಳೆಯ ಸಹಾಯ ಮಾಡಿದಿರಿ.	नीवु ननगे ओळ्ळेय सहाय माडिदिरि । आपने मेरी अच्छी सहायता की ।
ಹೀಗೆ ಹೇಳುವುದು ನಿಮ್ಮ ಒಳ್ಳೆಯತನ.	हीगे हेळुवुदु निम्म ओळ्ळेतन । यह बोलना आपकी अच्छाई है ।

ನೀವು ದಯಾಳು.	नीवु दयाळु । तुम दयालू हो ।
ನೀವು ಆಗ ಸಹಾಯ ಮಾಡದಿದ್ದಲ್ಲಿ ಈಗ ನಾವೆಲ್ಲ ಹೀಗೆ ಇರುತ್ತಿರಲಿಲ್ಲ.	नीवु आग सहाय माडदिद्दल्लि ईग नावेल्ल हींगे इरुत्तिरलिल्ल उस समय आप वैसी सहायता नहीं करते तो हम अब ऐसा नहीं रहते थे ।
ನಾನು ನಿಮ್ಮನ್ನು ಎಂದೆಂದೂ ಮರೆಯುವುದಿಲ್ಲ.	नानु निम्मन्नु एंदेंदू मरेयुवुदिल्ल । मैं आपको नहीं भूल सकता ।
ನಾನು ನಿಮಗೆ ಎಷ್ಟು ಕೃತಜ್ಞ ಎಂಬುದನ್ನು ಹೇಳಲು ಸಾಧ್ಯವಿಲ್ಲ.	नानु निगे एष्टु कृतज्ञ एंबुदन्नु हेळलु साध्यविल्ल । मैं नहीं बता सकता हूँ कि मैं आपका कितना कृतज्ञ हूँ ।
ನಿಮ್ಮ ಆತಿಥ್ಯಕ್ಕೆ ಧನ್ಯವಾದ.	निम्म आतिथ्यक्के धन्यवाद । आपने जो आतिथ्य प्रदान किया इसके लिए धन्यवाद ।
ನೀವು ನಮ್ಮ ಮನೆಗೆ ಬಂದಿರುವುದು ದೊಡ್ಡ ವಿಷಯ.	नीवु नम्म मनेगे बंदिरुवुदु दोड्ड विषय। आप मेरे घर आये यह बड़ी बात है ।
ನೀವು ನೀಡಿದ ಸಲಹೆಯಿಂದಾಗಿ ನಾನು ನನ್ನ ಸಮಸ್ಯೆಗಳಿಂದ ಬಚಾವಾದೆ.	नीवु नीडिद सलहेयिंद नानु नन्न समस्येगळिंद बचावादे । आपके दिए गए सलाह के कारण मैं समस्याओं से बच गया हूँ ।
ನಿಮ್ಮ ಮಾತು ಕೇಳಿ ನನ್ನ ಮನಸ್ಸು ಪ್ರಸನ್ನವಾಯಿತು.	निम्म मातु केळि नन्न मनस्सु प्रसन्नवायितु । आपकी बातें सुन कर मेरा मन प्रसन्न हो रहा है ।
ನೀವು ಇಷ್ಟೊಂದು ಕೃತಜ್ಞತೆ ತೋರಿಸುತ್ತಿರುವುದೇಕೆ ಎಂದು ನನಗೆ ಅರ್ಥವಾಗುತ್ತಿಲ್ಲ.	नीवु इष्टोंदु कृतज्ञते तोरिसुत्तिरुवुदेके एंदु ननगे अर्थवागुत्तिल्ल । आपका इस प्रकार कृतज्ञ होना मुझे समझ में नहीं आ रहा है ।
ಅದು ನಿಮ್ಮ ದೊಡ್ಡಸ್ತಿಕೆ.	अदु निम्म दोड्डस्तिके । यह आपका बड़प्पन है ।

42. ಆಹ್ವಾನ /आह्वान / निमंत्रण (Invitation)

ನಾನೊಂದು ಪಾರ್ಟಿ ಕೊಡುತ್ತಿದ್ದೇನೆ.	नानोंदु पार्टि कोडुत्तिद्देने ।	मैं एक पार्टी दे रहा हूँ ।
ನೀವು ಖಂಡಿತವಾಗಿಯೂ ಬರಬೇಕು.	नीवु खंडितवागियू बरबेकु ।	आगे आपको जरूर आना है ।
ಪಾರ್ಟಿ ಎಲ್ಲಿ?	पार्टि एल्लि ?	कहाँ दे रहे है ?
ನಮ್ಮ ಮನೆಯಲ್ಲಿ.	नम्म मनेयल्लि ।	अपने घर में ।
ಅಲ್ಲಿ ಪಾರ್ಟಿ ಮಾಡುವಷ್ಟು ಸ್ಥಳ ಇದೆಯಾ ?	अल्लि पार्टि माडुवष्टु स्थळ इदेया ?	उधर जगह है क्या ?
ಒಳಗೆ ಬನ್ನಿ.	ओळगे बन्नि ।	अंदर आईए ।
ಫ್ಯಾನ್ ಕೆಳಗೆ ಕುಳಿತುಕೊಳ್ಳಿ.	फ्यान् केळगे कुळितुकोळ्ळि	वहाँ पंखे के नीचे बैठिए ।
ನಾವೆಲ್ಲರೂ ನಾಳೆ ನಾಟಕವೊಂದನ್ನು ನೋಡಲು ಹೋಗುತ್ತಿದ್ದೇವೆ.	नावेल्लरू नाळे नाटकवोंदन्नु नोडलु होगुत्तिद्देवे ।	हम सभी कल एक नाटक का प्रदर्शन देखने के लिये जा रहे हैं ।
ನೀವೂ ಹೋಗುತ್ತೀರಾ ?	नीवू होगुत्तीरा ?	आप भी जायेंगे क्या ?
ನಾವು ಮೇಳಕ್ಕೆ ಹೋಗುತ್ತಿದ್ದೇವೆ.	नावु मेळक्के होगुत्तिद्देवे ।	हम मेळा के लिए जाते है
ನಿಮಗೆ ನೃತ್ಯ ಇಷ್ಟವೇ ?	निमगे नृत्य इष्टवे ?	आपको नृत्य पसंद है क्या ?
ಹಾಗೇನೂ ಇಲ್ಲ. ಆದರೆ, ನಾಳೆ ನನಗೆ ಬೇರೊಂದು ಕೆಲಸ ಇದೆ.	हगेनू इल्ल । नाळे ननगे बेरोंदु केलस इदे ।	वैसा नहीं है. लेकिन मुझे कल एक और काम है ।

43. ಕ್ಷಮಾಪಣೆ / क्षमापणे / क्षमा मांगना (Sorry)

ನನ್ನನ್ನು ಕ್ಷಮಿಸಿ. — नन्नन्नु क्षमिसि । मुझे क्षमा करें ।

ನಾನಲ್ಲ, ನೀವು ನನ್ನನ್ನು ಕ್ಷಮಿಸಬೇಕು. — नानल्ल । नीवु नन्नन्नु क्षमिसबेकु ।
मैं नहीं, आप ही मुझे क्षमा करें ।

ಅದು ನನ್ನ ತಪ್ಪು. — अदु नन्न तप्पु । वह मेरी गलती है ।

ನಾನು ಆ ರೀತಿ ಮಾಡಬಾರದಿತ್ತು. — नानु आरीति माडबारदित्तु ।
मुझे वैसा नहीं करना था ।

ಆದರೆ, ನಾನು ಆ ರೀತಿ ಮಾಡಬೇಕಾಯಿತು. — आदरे, नानु आरीति माडबेकायितु ।
लेकिन मुझे वैसा करना पडा ।

ಸರಿ, ಅದನ್ನೆಲ್ಲ ಮರೆತುಬಿಡಿ. — सरि, अदन्नेल्ल मरेतुबिडि ।
ठीक है । यह सब भूल जाओ ।

ನಿಮಗೆ ತೊಂದರೆ ನೀಡಿದ್ದರೆ ನನ್ನನ್ನು ಕ್ಷಮಿಸಿಬಿಡಿ. — निमगे तोंदरे नीडिद्दरे नन्नन्नु क्षमिसिबिडि ।
आपको कोई तकलीफ दिया है तो मुझे क्षमा कीजिए ।

ಹಾಗೇನೂ ಇಲ್ಲ. ಆ ಬಗ್ಗೆ ಚಿಂತಿಸಬೇಡಿ. — हागेनू इल्ल । आ बग्गे चिंतिसबेडि ।
कोई बात नहीं. उसके बारे में मत सोचो ।

ನಾನು ಕ್ಷಮಿಸುತ್ತೇನೆ. — नानु क्षमिसुत्तेने । मैं सब कुछ क्षमा करता हूँ ।

44. ಪ್ರಕೃತಿ / प्रकृति / प्रकृति (Nature)

ಇಲ್ಲಿ ಗಾಳಿ ತಿಳಿಯಾಗಿ ಬೀಸುತ್ತಿದೆ. — इल्लि गाळि तिळियागि बीसुत्तिदे ।
यह मंद वायु है ।

ಆಕಾಶ ನೀಲಿ ಬಣ್ಣದ್ದಾಗಿದೆ. — आकाश नीलि बण्णद्दागिदे ।
आकाश नीले रंग का है ।

ಆಕಾಶವು ಮೋಡದಿಂದ ತುಂಬಿದೆ. — आकाशवु मोडदिंद तुंबिदे ।
आकाश बादलों से भरा है ।

ಎಲೆ ಗಾಳಿಯಲ್ಲಿ ಹಾರಾಡುತ್ತಿದೆ.	एले गाळियल्लि हाराडुत्तिदे । पत्ते हवा में उड़ रहे हैं ।
ಮೋಡಗಳು ಸೂರ್ಯನನ್ನು ಮುಚ್ಚಿವೆ	मोडगळु सूर्यनन्नु मुच्चिवे । मेघों ने सूरज को ढक दिया है ।
ಭೂಮಿ ಮಳೆಯಿಂದ ತೊಯ್ದು ಹೋಗಿದೆ.	भूमि मळेयिंद तोय्दु होगिदे । सारी जमीन बारिश से भींग गयी है ।
ಇವತ್ತು ಬಿಸಿಲು ಜೋರಾಗಿದೆ.	इवत्तु बिसिलु जोरागिदे । आज बहुत गर्मी है ।
ನೆನ್ನೆ ರಾತ್ರಿಯಿಡೀ ಮಳೆ ಬರುತ್ತಿತ್ತು.	नेन्ने रात्रियिडी मळे बरुत्तित्तु । कल पूरी रात बारिश गिरती रही ।
ಮೊನ್ನೆ ಮುಸಲಧಾರೆ ಮಳೆ ಸುರಿಯುತ್ತಿತ್ತು.	मोन्ने मुसलधारे मळे सुरियुत्तित्तु । परसों तो मुसलधार बारिश हो रही थी ।
ಆದರೆ, ಇಂದು ಬಿಸಿಲು ಜೋರಾಗಿದೆ.	आदरे इंदु बिसिलु जोरागिदे । लेकिन आज तो तेज धूप है ।
ಇದರಿಂದ ಬೆವರು ಸುರಿಯುತ್ತಿದೆ.	इदरिंद बेवरु सुरियुत्तिदे । इसलिए पसीना ज्यादा आ रहा है ।
ನಾನು ಮಳೆ ಸುರಿಯುವುದನ್ನು ಕೇಳಲು ಆಶಿಸುತ್ತಿದ್ದೇನೆ.	नानु मळे सुरियुवुदन्नु केळलु आशिसुत्तिद्देने । मैं मेंढक का टर्र-टर्र सुनना चाहता हूँ ।
ಈ ವರ್ಷ ಬಿಸಿಲು ಹೆಚ್ಚು ಇದೆ.	ई वर्ष बिसिलु हेच्चु इदे । इस साल गर्मी बहुत ज्यादा है ।

45. ಮಳೆಗಾಲ / मळेगाल / **वर्षा ऋतु** (Rainy Season)

ನನಗೆ ಮಳೆ ಎಂದರೆ ಇಷ್ಟ.	ननगे मळे एंदरे इष्ट ।	मुझे बारीश अच्छी लगती है ।
ಪಕ್ಷಿಗಳು ಮರದ ಮೇಲೆ ನಿದ್ರೆ ಮಾಡುತ್ತವೆ.	पक्षिगळु मरद मेले निद्रे माडुत्तवे ।	पक्षी पेड़ों पर सोते हैं ।
ಮೋಡಗಳನ್ನುನೋಡಬಹುದು.	मोडगळन्नु नोडबहुदु ।	बादलों को देख सकते हैं ।
ಕಾಮನಬಿಲ್ಲು ಕಾಣಿಸುತ್ತಿದೆ.	कामनबिल्लु काणिसुत्तिदे ।	इन्द्रधनुष दिख रहा है ।
ಭಾರಿ ಮಳೆ ಆಗುತ್ತಿದೆ.	भारि मळे आगुत्तिदे ।	मुसलाधार बारिश हो रही है ।
ಕಳೆದ ವರ್ಷ ಹೆಚ್ಚು ಮಳೆ ಆಗಿತ್ತು.	कळेद वर्ष हेच्चु मळे आगित्तु ।	पिछले साल ज्यादा बारिश गिरी थी ।
ಆದರೆ, ಈ ವರ್ಷ ಹೆಚ್ಚು ಮಳೆ ಆಗಲಿಲ್ಲ.	आदरे, ई वर्ष हेच्चु मळे आगलिल्ल ।	लेकिन इस साल बारिश ज्यादा नहीं होगी ।
ನೀವು ಏಕೆ ನಡುಗುತ್ತಿದ್ದೀರಿ?	नीवु एके नडुगुत्तिद्दीरि ?	आप क्यों काँप रहे हैं ।
ನಾನು ಸಂಪೂರ್ಣ ನೆನೆದಿದ್ದೇನೆ.	नानु संपूर्ण नेनेदिद्देने ।	मैं पूरा भिंग गया हूँ ।
ಮಳೆ ಕಡಿಮೆಯಾದ ಬಳಿಕ ಹೊರಗೆ ಹೋಗೋಣ.	मळे कडिमेयाद बळिक होरगे होगोण ।	बारिश कम होने के बाद बाहर जायेंगे ।
ನಿನ್ನ ಬಳಿ ಮಂಜು ಬೀಳುತ್ತಿದೆಯಾ ?	निन्नबळि मंजु बीळुत्तिदेया ?	तुम्हारे पास बर्फ गिर रहा है क्या ?

46. ಋತುಗಳು / ऋतुगळु / **ऋतुयें** (Seasons)

ಆರು ಋತುಗಳಿವೆ.	आरु ऋतुगळिवे । हमारे यहाँ छः ऋतुयें होती हैं ।
ಋತುಗಳಲ್ಲಿ ಮೊದಲಿನದು ವಸಂತ.	ऋतुगळल्लि मोदलनेयदु वसंत । उसमें सबसे पहले वसंत ऋतु है ।
ಕೊನೆಯ ಋತು ಶಿಶಿರ	कोनेय ऋतु शिशिर । आखरी शिशिर ऋतु है ।
ಉಳಿದ ಋತುಗಳ ಹೆಸರು–ಗ್ರೀಷ್ಮ, ವರ್ಷ, ಶರದ್, ಹೇಮಂತ.	उळिद ऋतुगळु-ग्रिष्म, वर्ष, शरद्, हेमंत बचे हुए ऋतुओं के नाम ग्रीष्म, वर्षा, शरद, तथा हेमंत ऋतु हैं ।
ಶ್ರೀರಾಮನವಮಿ ವಸಂತ ಋತುವಿನಲ್ಲಿ ಬರುವ ಹಬ್ಬ.	श्रीरामनवमि वसंत ऋतुविनल्लि बरुव हब्ब । श्री रामनवमी वसंत ऋतु में आनेवाला त्यौहार है ।
ವಸಂತ ಋತುವಿನಲ್ಲಿ ಬರುವ ಉಗಾದಿ ಹಬ್ಬ ನನಗೆ ಇಷ್ಟ.	वसंत ऋतुविनल्लि बरुव उगादि हब्ब ननगे इष्ट । वसंत ऋतु में आनेवाला उगादी मुझे पसंद है ।
ಕೋಗಿಲೆಗಳು ಹಾಡುತ್ತವೆ.	कोगिलेगळु हाडुत्तवे । कोयल गाती है ।
ಈ ಋತುವಿನಲ್ಲಿ ಚಳಿ ಇರುವುದಿಲ್ಲ.	ई ऋतुविनल्लि चळि इरुवुदिल्ल । उस मौसम में सर्दी भी नहीं रहती है ।
ಮರ, ಗಿಡ ಹಸಿರಾಗಿರುತ್ತದೆ.	मर, गिड हसिरागिरुत्तदे । पेड़ और पौधे हरे रहते हैं ।
ವಸಂತ ಋತುವಿನ ಬಳಿಕ ಗ್ರೀಷ್ಮ ಋತು ಬರುತ್ತದೆ.	वसंत ऋतुविन बळिक ग्रीष्म ऋतु बरुत्तदे । वसंत ऋतु के बाद ग्रीष्म ऋतु आती है ।

ಈ ಋತುವಿನಲ್ಲಿ ಬಿಸಿಲು ಹೆಚ್ಚು ಇರುತ್ತದೆ.	ई रुतुविनल्लि बिसिलु हेच्चु इरुत्तदे ।	
	उस मौसम में धूप ज्यादा रहता है ।	
ಮೈ ಮೇಲೆ ಬಟ್ಟೆ ಹಾಕಿಕೊಳ್ಳಲು ಮನಸ್ಸು ಒಪ್ಪುವುದಿಲ್ಲ.	मै मेले बट्टे हाकिकोळ्ळलु मनस्सु ओप्पुवुदिल्ल ।	
	बदन पे कपड़े रखने को मन नहीं करता ।	
ಬಿಸಿಲಿನಿಂದ ದೇಹ ಮತ್ತು ಮನಸ್ಸಿಗೆ ಕಿರಿಕಿರಿ ಆಗುತ್ತದೆ.	बिसिलिनिंद देह मत्तु मनस्सिगे किरिकिरि आगुत्तदे ।	
	धूप से शरीर और मन चिडचिडा हो जाता है ।	
ಮಳೆಗಾಲ ಮನಸ್ಸಿಗೆ ಮುದ ನೀಡುತ್ತದೆ.	मळेगाल मनस्सिगे मुद नीडुत्तदे ।	
	बारिश के मौसम में दिल खुश होता है ।	
ಮಳೆ ಸುರಿಯುವುದನ್ನು ಕೇಳಿ ಜನರ ಮನಸ್ಸು ಅರಳುತ್ತದೆ.	मळे सुरियुवुदन्नु केळि जनर मनस्सु अरळुत्तदे ।	
	मेंढक के टर्र-टर्र सुनकर लोगों की जिंदगी खिलती है ।	

47. ಸಾಂತ್ವನ / सांत्वन / **सांत्वना** (Console)

ಅಲ್ಲಿ ಏನು ಗಲಾಟೆ ?	अल्लि ऐनु गलाटे ?	वहाँ कैसा शोर है ?
ಅಲ್ಲಿ ಅಪಘಾತ ನಡೆದಿದೆ.	अल्लि अपघात नडेदिदे ।	वहाँ टक्कर हुआ है ।
ಅಯ್ಯೋ ದೇವರೇ, ಇದು ದುಃಖದ ವಿಷಯ.	अय्यो देवरे, इदु दुःखद विषय ।	
	ओ भगवान ! यह अफसोस की बात है ।	
ತಪ್ಪು ಯಾರದು ?	तप्पु यारदु ?	गलती किसकी है ?
ಇದರಲ್ಲಿ ನಿಮ್ಮ ತಪ್ಪೇನೂ ಇಲ್ಲ.	इदरल्लि निम्म तप्पेनू इल्ल ।	
	इसमें आपका दोष नहीं है ।	
ನನಗೆ ತುಂಬ ದುಃಖವಾಗಿದೆ.	ननगे तुंब दुःखवागिदे ।	
	हमको बहुत दुःख हुआ है ।	

ಭಗವಂತನನಿರ್ಣಯವನ್ನು **ಬದಲಿಸಲು** ಯಾರಿಗೂ ಸಾಧ್ಯವಿಲ್ಲ.	भगवंतन निर्णयवन्न बदलिसलु यारिगू साध्यविल्ल । **भगवान के निर्णय को कोई रात नहीं कर सकता है ।**
ಇದನ್ನು ಕೇಳಿ ನನಗೆ ದುಃಖವಾಗಿದೆ.	इदन्नु केळि ननगे दुःखवागिदे । **वह सुनकर मुझे दुःख हुआ है ।**
ಯಾವುದೇ ಸಹಾಯ ಮಾಡಲಾಗದು.	यावुदे सहाय माडलागदु । **कोई सहायता नहीं कर सकते हैं ।**
ನಿಮ್ಮ ಬಗ್ಗೆ ನಮ್ಮ ಸಹಾನುಭೂತಿ ಇದೆ.	निम्म बग्गे नम्म सहानुभूति इदे । **हमको आपसे सहानुभूति है ।**
ನಾವೇನು **ಮಾಡಬಹುದು** ?	नावेनु माडबहुदु ? **क्या कर सकते है हम ?**
ನಾವೇನೂ ಮಾಡಲಾಗದು.	नावेनू माडलागदु । **हम कुछ भी नहीं कर सकते हैं ।**
ನೀವು ಏನು ಸಹಾಯ **ಮಾಡಬಹುದಿತ್ತೋ** ಅದನ್ನೆಲ್ಲ ಮಾಡಿದ್ದೀರಿ.	नीवु एनु सहाय माडबहुदित्तो अदन्नेल्ल माडिद्दीरि । **आप जितनी सहायता कर सकते थे उतनी सहायता आपने की ।**
ಇದಕ್ಕಿಂತ ಹೆಚ್ಚಿನದನ್ನು ಮಾಡಲು ಸಾಧ್ಯವಿಲ್ಲ.	इदक्किंत हेच्चिनदन्नु माडलु साध्यविल्ल । **इससे ज्यादा आप नहीं कर सकते है ।**
ಭಗವಂತ ಒಳ್ಳೆಯದು ಮಾಡುತ್ತಾನೆ.	भगवंत ओळ्ळेयदु माडुत्ताने । **भगवान भला करेगा ।**

48. ಬಾಲ್ಯ / बाल्य / बचपन (Childhood)

ಬಾಲ್ಯ ಎಲ್ಲರಿಗೂ ಇಷ್ಟ.	बाल्य एल्लरिंगू इष्ट । **बचपन सबको पसंद है ।**
ಆತನ ವಯಸ್ಸೆಷ್ಟು ?	आतन वयस्सेष्टु ? **उसकी उम्र कितनी है ?**
ಅವನು ನಿನಗಿಂತ ಚಿಕ್ಕವನು.	अवनु निगिंत चिक्कवनु । **वह तुमसे छोटा है ।**

ನಾನು ಅದನ್ನು ಒಪ್ಪುವುದಿಲ್ಲ.	नानु अदन्नु ओप्पुवुदिल्ल । मैं नहीं मानता हूँ ।
ಅದು ನಿನಗೆ ಬಿಟ್ಟದ್ದು.	अदु निनगे बिट्टद्दु । वह तुम्हारी मर्जी है ।
ನಾವಿಬ್ಬರೂ ಬಾಲ್ಯ ಸ್ನೇಹಿತರು.	नाविब्बरू बाल्य स्नेहितरु । हम दोनों बचपन के दोस्त हैं ।
ಚಿಕ್ಕವನಿದ್ದಾಗ ನೀನು ಏನು ಮಾಡಿದ್ದೆ ಎಂಬುದು ಗೊತ್ತಿದೆಯೇ?	चिक्कवनिद्दाग नीनु ऐनु माडिद्द एंबुदु गोत्तिदेये ? बचपन में तुम क्या करे मालूम है ?
ನಾವು ಮೂವರೂ ಒಂದೇ ವಯಸ್ಸಿನವರು.	नावु मूवरू ओंदे वयस्सिनवरु । म तीनों एक ही उम्रवाले है ।
ಅವನಿಗೆ ಬಾಲ್ಯದಲ್ಲೇ ಮದುವೆ ಆಗಿತ್ತು.	अवनिगे बाल्यदल्ले मदुवे आगित्तु । उसकी बचपन में ही शादी हो गई है ।
ಬಾಲ್ಯದ ಇನ್ನಷ್ಟು ನೆನಪುಗಳಿವೆ.	बाल्यद इन्नष्टु नेनपुगळिवे । बचपन की यादें और भी है ।
ಆ ನೆನಪುಗಳನ್ನು ಮರೆಯಬೇಕೆಂದರೂ ಮರೆಯಲು ಸಾಧ್ಯವಿಲ್ಲ.	आ नेनपुगळन्नु मरेयबेकेंदरू मरेयलु साध्यविल्ल । वे स्मृतियाँ भूलने से नहीं भुलाई जाती ।
ಅವನಿನ್ನೂ ಬ್ರಹ್ಮಚಾರಿ.	अवनिन्नू ब्रह्मचारि । वह और भी ब्रह्मचारी है ।
ಬಾಲ್ಯವನ್ನು ಯಾರೂ ಮರೆಯುವುದಿಲ್ಲ.	बाल्यवन्नु यारू मरेयुवुदिल्ल । बचपन को कोई भी नहीं भूल सकता ।
ಅವನು ವಯಸ್ಸಿಗಿಂತ ಚಿಕ್ಕವನಂತೆ ಕಾಣುತ್ತಾನೆ.	अवनु वयस्सिगिंत चिक्कवनंते काणुत्ताने । वह उम्र में छोटा दिखता है ।
ಬಾಲ್ಯದ ದಿನಗಳು ಚೆನ್ನಾಗಿರುತ್ತವೆ.	बाल्यद दिनगळु चेन्नागिरुत्तवे । बचपन के दिन अच्छे होते हैं ।

49. ಯೌವನ / यौवन / **यौवन** (Youth)

ಯೌವನ ಎಲ್ಲರಿಗೂ ಇಷ್ಟ.	यव्वन एल्लरिगू इष्ट । यौवन सबको पसंद है ।
ಹರೆಯ ಎಂದರೆ 20 ವರ್ಷ ವಯಸ್ಸಿನ ಕಾಲ.	हरेय एंदरे 20 वर्ष वयस्सिन काल । यौवन का मतलब बीस साल की उम्र है ।
ಯೌವನದಲ್ಲಿ ಎಲ್ಲವನ್ನೂ ಮಾಡಿಬಿಡುವ ಹುಮ್ಮಸ್ಸಿರುತ್ತದೆ.	याौव्वनदल्लि एल्लवन्नू माडिबिडुव हुम्मस्सिरुत्तदे । यौवन में कोई भी कुछ कर सकता है ।
ಯೌವನದಲ್ಲಿ ಪಾಪ ಇಲ್ಲವೇ ಪುಣ್ಯ **ಮಾಡಬಹುದು.**	यौव्वनदल्लि पाप इल्लवे पुण्य माडबहुदु । यौवन में कोई पाप या पुण्य कर सकता है ।
ಇದರಿಂದ ಯೌವನ ಕಾಲದಲ್ಲಿ ಜಾಗರೂಕರಾಗಿರಬೇಕು.	इदरिंद याौव्वन कालदल्लि जागरूकरागिरबेकु । इसलिए हमें यौवन काल में जागरूक रहना चाहिए ।
ಎಲ್ಲರೂ ಯೌವನ ಶಾಶ್ವತವಾಗಿರಬೇಕು ಎಂದುಕೊಳ್ಳುತ್ತಾರೆ.	एल्लरू यौव्वन शाश्वतवागिरबेकु एंदुकोळ्ळुत्तारे । सभी लोग यौवन में ही रहना चाहते हैं ।
ಯೌವನದಲ್ಲಿ ದೇಹದಲ್ಲಿ ಶಕ್ತಿ ಹೆಚ್ಚು ಇರುತ್ತದೆ.	यौव्वनदल्लि देहदल्लि शक्ति हेच्चु इरुत्तदे । यौवन में शरीर में ज्यादा शक्ति रहती है ।
ಬುದ್ಧಿ ಕೂಡಾ ಚುರುಕಾಗಿರುತ್ತದೆ.	बुद्धि कूडा चुरुकागिरुत्तदे । बुद्धि भी तेज होती है ।
ಯೌವನದಲ್ಲಿ ಶರೀರ ಮತ್ತು ಕಣ್ಣು ಹೊಳೆಯುತ್ತದೆ.	यौव्वनदल्लि शरीर मत्तु कण्णु होळेयुत्तदे । यौवन में शरीर और आँखे चमकती हैं ।
ದೇಶದ ಆಶಯಗಳು ಯುವ ಜನತೆಯ ಹೆಗಲ ಮೇಲಿರುತ್ತವೆ.	देशद आशयगळु युव जनतेय हेगल मेलिरुत्तदे । देश की आशाएँ हमेशा युवा जनता ही टिकी रहती है ।

ಯೌವನದಲ್ಲಿ ಜಗತ್ತು ಸುಂದರವಾಗಿ ಕಾಣಿಸುತ್ತದೆ.	यौव्वनदल्लि जगत्तु सुंदरवागि काणिसुत्तदे । **यौवन काल में यह दुनियाँ बहुत सुंदर लगती है ।**
ಸ್ನೇಹ ಹಾಗೂ ಶತ್ರುತ್ವದ ಸಮಯವೇ ಯೌವನ.	स्नेह हागू शत्रुत्वद समयवे यौव्वन । **दोस्ती और दुश्मनी करने का असली समय यौवन है ।**
ಯೌವನವು ಜೀವನದ ವಸಂತ ಋತು ಇದ್ದಂತೆ.	यौव्वनवु जीवनद वसंत ऋतु इद्दंते । **यौवन जीवन में वसंत ऋतु के जैसा है ।**
ಇಂಥ ಕಾಲವನ್ನು ವ್ಯರ್ಥವಾಗಿ ಹಾಳು ಮಾಡಬಾರದು.	इंथ कालवन्नु व्यर्थवागि हाळु माडबारदु । **इस पवित्र समय को व्यर्थ बर्बाद नहीं करना चाहिए ।**

50. ವೃದ್ಧಾಪ್ಯ / वृद्धाप्य / बुढ़ापा (Old Age)

ವೃದ್ಧಾಪ್ಯವು ಯೌವನದ ನಂತರ **ಬರುತ್ತದೆ.**	वृद्धाप्यवु यौव्वनद नंतर बरुत्तदे । **बुढ़ापा यौवन के बाद आता है ।**
60 ರ ನಂತರದ ವಯಸ್ಸಿನವರು ಹಿರಿಯ ನಾಗರಿಕರು.	60 र नंतरद वयस्सिनवरु हिरिय नागरिकरु । **बुढ़ापा का मतलब साठ से सौ साल तक रहता है ।**
ವೃದ್ಧಾಪ್ಯದಲ್ಲಿ ದೇಹ **ಬಲಹೀನವಾಗುತ್ತದೆ.**	वृद्धाप्यदल्लि देह बलहीनवागुत्तदे । **बुढ़ापा में शरीर बलहीन हो जाता है ।**
ರೋಗಗಳಿಂದ ಸಮಸ್ಯೆ ಆಗುತ್ತದೆ.	रोगगळिंद समस्ये आगुत्तदे । **रोग पकड़ कर तकलीफ देते हैं ।**
ವೃದ್ಧಾಪ್ಯದಲ್ಲಿ ಕೂದಲು ಬೆಳ್ಳಗಾಗುತ್ತದೆ.	वृद्धाप्यदल्लि कूदलु बेळ्ळगागुत्तदे । **बुढ़ापे में बाल सफेद हो जाते हैं ।**
ಕೂದಲು ಉದುರುತ್ತದೆ.	कूदलु उदुरुत्तदे । **बाल टूटकर गिर जाते हैं ।**
ಹಲ್ಲು ಉದುರುತ್ತದೆ.	हल्लु उदुरुत्तदे । **दाँत टूट जाते हैं ।**

ಇದು ಎಲ್ಲರಿಗೂ ಗೊತ್ತಿದೆ.	इदु एल्लरल्लू गोत्तिदे । यह सभी को मालूम है ।
ಹೀಗಿದ್ದರೂ ಯಾರೂ ಸಣ್ಣ ವಯಸ್ಸಿನಲ್ಲೇ ಸಾಯಲು ಇಚ್ಛಿಸುವುದಿಲ್ಲ.	हिगिद्दरू यारू सण्ण वयस्सिनल्ले सायलु इच्छिसुवुदिल्ल । फिर भी कोई कम उम्र में मरना नहीं चाहता है ।
ಆದರೆ, ಈಗ ಕೆಲವರು ಯೌವನದಲ್ಲೇ ವೃದ್ಧರಂತೆ ಆಗುತ್ತಾರೆ.	आदरे, ईग केलवरु यौव्वनदल्ले वृद्धरंते आगुत्तारे । लेकिन आजकल कई लोग यौवन में ही बुढ़े हो जाते है।
ಇದರರ್ಥ–ವೃದ್ಧಾಪ್ಯವು ಶಾಪವೇ ?	इदरर्थ-वृध्याप्यवु शापवे ? इसका मतलब बुढापा एक शाप है क्या ?
ನಾನು ಹಾಗೆ ಹೇಳುತ್ತಿಲ್ಲ.	नानु हागे हेळुत्तिल्ल । मैं ऐसा नहीं बोल रहा हूँ ।
ವೃದ್ಧಾಪ್ಯ ಕಷ್ಟದಾಯಕ. ಆದರೆ, ಅವರು ಅನುಭವದ ಅಮೂಲ್ಯ ನಿಧಿ.	वृद्धाप्य कष्टदायक । आदरे,अवरु अनुभवद अमूल्य निधि । बुढापा कष्टदायक है तो भी वह अनुभवों की अमूल्य निधि है ।

51. ಯೋಗ / योग / योगा (Yoga)

ಎಲ್ಲರೂ ಪ್ರತಿನಿತ್ಯ ಯೋಗ ಮಾಡಬೇಕು.	एल्लरू प्रतिनित्य योग माडबेकु । प्रत्येक मनुष्य को रोज योगा करना चाहिए ।
ಬೆಳಗ್ಗೆ ಯೋಗ ಮಾಡುವುದು ಒಳ್ಳೆಯದು.	बेळग्गे योग माडुवुदु ओळ्ळेयदु । सुबह योगा करना अच्छा है ।
ಯೋಗದಿಂದ ರೋಗ ದೂರವಾಗುತ್ತದೆ.	योगदिंद रोग दूरवागुत्तदे । योगा से रोग दूर होता है ।
ಯೋಗದಿಂದ ಯಾವುದೇ ನಷ್ಟವಿಲ್ಲ.	योगदिंद यावुदे नष्टविल्ल । योगा से नुकसान नहीं है ।

ಯೋಗದಿಂದದುರ್ಬಲ ಕೂಡಾ ಶಕ್ತಿಶಾಲಿಯಾಗುತ್ತಾನೆ.

योगदिंद दुर्बल कूडा शक्तिशालियागुत्ताने ।
योगा से कमजोर भी बलवान हो जाता है ।

ಪ್ರತಿದಿನವೂ ಯೋಗ ಮಾಡುವುದರಿಂದಎಲ್ಲ ರೋಗಗಳೂವಾಸಿಯಾಗುತ್ತವೆ.

प्रतिनिदवु योग माडुवुदरिंद एल्ल रोगगळू वासियागुत्तवे ।
हर दिन योगा करने से सभी प्रकार के रोग खत्म हो जाते है ।

ಶರೀರದಲ್ಲಿರೋಗನಿರೋಧಕಶಕ್ತಿ ಹೆಚ್ಚುತ್ತದೆ.

शरीरदल्लि रोगनिरोधक शक्ति हेच्चुत्तदे ।
शरीर में रोग निरोधक शक्ति बढ़ती है ।

ಪುಕ್ಕಲ ಕೂಡಾ ಧೈರ್ಯಶಾಲಿ ಆಗುತ್ತಾನೆ.

पुक्कल कूडा धैर्यशालि आगुत्ताने ।
डरपोक भी हिम्मतवाला बन जाता है ।

ಯೋಗದಿಂದಏನೆಲ್ಲ ಲಾಭವಿದೆ ಎಂದು ವಿವರಿಸಲು ಆಗುವುದಿಲ್ಲ.

योगदिंद ऐनेल्ल लाभविदे एंदु विवरिसलु आगुवुदिल्ल ।
योगा से कितने फायदे हैं कि बता नहीं सकते हैं ।

ಯೋಗವನ್ನುವಯಸ್ಕರು ಕೂಡ **ಮಾಡಬಹುದು.** ಸಣ್ಣ ವಯಸ್ಸಿನಲ್ಲೇ ಯೋಗ ಆರಂಭಿಸಿದರೆ ಒಳ್ಳೆಯದಾಗುತ್ತದೆ.

योगवन्नु वयस्करु कूडा माडबहुदु ।
सण्ण वयसिनल्ले योग आरंभिसिदरे ओळ्ळेयदागुत्तदे ।
योगा ज्यादा उम्र वाले भी कर सकते है । छोटी उम्र में योगा शुरू करने से अच्छा होता है ।

ಭಾಗ - 5

भाग - ५

PART - 5

1

ಪತ್ರ ಲೇಖನ

ಪತ್ರ ಲೇಖನ ಕೆಲವು ನಿಯಮಗಳನ್ನು ಅನುಸರಿಸಬೇಕು. ಇದರಿಂದ ಪತ್ರ ಬರೆಯಲು ಇಟ್ಟುಕೊಂಡಿದ್ದ ಉದ್ದೇಶ ಸಫಲವಾಗುತ್ತದೆ. ಸಂಬಂಧಿಗಳು, ಸ್ನೇಹಿತರಿಗೆ ಹಾಗೂ ಗುರುತಿನವರಿಗೆ ಪತ್ರ ಬರೆಯುವಾಗ,

ನಿಯಮ 1 : ಪತ್ರದ ಬಲಭಾಗದಲ್ಲಿ ವಿಳಾಸ ಬರೆಯಬೇಕು.

ನಂ.328/2

ಸುಭಾಷ್‌ನಗರ

ನೆಲಮಂಗಲ-562123

23.10.2014

ನಿಯಮ 2 : ವಿಳಾಸದ ಕೆಳಗೆ ದಿನಾಂಕ ಬರೆಯುವುದು.

ನಿಯಮ 3 : ವ್ಯಕ್ತಿ ಯಾರು ಎಂಬುದರ ಅನುಸಾರ ಸಂಭೋದನೆ ಇರಬೇಕು.

ತಂದೆ / ತಾಯಿಗೆ

ಪೂಜ್ಯ ಪಿತಾಜಿ / ಮಾತಾಜಿ

ಸೋದರ / ಸೋದರಿ / ಸ್ನೇಹಿತರಿಗೆ

ಪ್ರಿಯ ಸೋದರಿ / ಸೋದರ / ಸ್ನೇಹಿತ

ನಿಯಮ 4 : ಮುಖ್ಯಾಂಶ

ಸಂದರ್ಭ : ಪತ್ರ ಬರೆಯಲು ಕಾರಣವೇನು ಎಂಬ ವಿವರಣೆ

ಸಂದೇಶ : ಏನು ಹೇಳಬೇಕೆಂದಿದ್ದೀರಿ ಎಂಬ ವಿವರ.

ನಿಯಮ 5 : **ಅಂತ್ಯ** : ಪತ್ರವನ್ನು ಯಾರಿಗೆ ಬರೆಯಲಾಗುತ್ತಿದೆ ಎಂಬುದರ ಅನುಸಾರ ಇರಲಿದೆ.

ತಂದೆ-ತಾಯಿ, ಸೋದರ-ಸೋದರಿ ಹಾಗೂ ಸ್ನೇಹಿತರಿಗೆ

ನಿಮ್ಮ ಪ್ರೀತಿಯ ಮಗ, ಸಹೋದರ/ಸೋದರಿ / ಗೆಳೆಯ

ಉಪಾಧ್ಯಾಯರಿಗೆ ;

ನಿಮ್ಮ ವಿಧೇಯ

1 ಪತ್ರ ರಚನೆ /पत्र रचने / **पत्र लिखना** (Letter Writing)

पत्र लिखने के कुछ नियम है। उनके अनुसार लिखें तो जिस उद्देश्य से लिख रहे हों वह पूरा होता है। रिश्तेदार, मित्र और जिन पहचान के लोगों को लिखते समय -

नियम 1 : पत्र के दायाँ तरफ ऊपर भाग में आपका पता लिखा जाता है।

No. 328/2,
सुभाष् नगर
नेलमंगल - 562123

नियम 2 : पते के नीचे दिनांक लिखें। 23-10-2014

नियम 3 : संबोधन - यह व्यक्तियों के अनुसार रहते है।

माता और पिताजी को

पूज्य पिताजी / माताजी

भाईयों, बहनों और मित्रों को

प्रिय भाई / बहन / दोस्त

नियम 4 : मुखांश

संदर्भ : किसलिये लिख रहे है।

संदेश : क्या बताना चाह रहे है।

नियम 5 : **समाप्त :** पत्र जिनके लिए लिख रहे है उनके अनुसार रहता है।

माता और पिताजी / भाई और बहनों / दोस्तों के लिए तो

आपका प्रिय पुत्र / भाई / बहन / दोस्त

उपाध्याय को है तो

आपका आज्ञाकारी शिष्य

ಪಿರ್ಯಾದಿ ಪತ್ರದಲ್ಲಿ

ನಿಯಮ 1 : ಪತ್ರದ ಬಲಭಾಗದಲ್ಲಿ ಸ್ಥಳ, ದಿನಾಂಕ ನಮೂದಿಸಬೇಕು.

ನಿಯಮ 2 : ಪತ್ರದ ಎಡಭಾಗದಲ್ಲಿ 'ನಿಮ್ಮ ಸೇವೆಯಲ್ಲಿ' ಎಂದಿರಲಿ.

ನಿಯಮ 3 : 'ಮಹೋದಯರೇ' ಎಂದು ಸಂಭೋದಿಸಿ.

ನಿಯಮ 4 : ಹೇಳಬೇಕು ಎಂದುಕೊಂಡಿರುವ ವಿಷಯದ ಮುಖ್ಯಾಂಶವನ್ನು ಸಂಕ್ಷಿಪ್ತವಾಗಿ ತಿಳಿಸಿ

ನಿಯಮ 5 : ಕೊನೆಗ 'ಧನ್ಯವಾದ' ಎಂದು ಬರೆದು, ಹೆಸರು, ಸಹಿ ಹಾಕಬೇಕು.

फरियाद पत्र है तो -

नियम 1 : पत्र के दायाँ तरफ में ऊपर स्थल, दिनांक लिखें ।

नियम 2 : पत्र के बायाँ तरफ ऊपर 'सेवा में' लिखें ।

नियम 3 : महोदय लिखें ।

नियम 4 : जो बात बतानी है उसका मुख्यांश संक्षिप्त रूप में लिखना ।

नियम 5 : समाप्त : भवदीय जैसा लिख कर नीचे नाम और हस्ताक्षर करना ।

ನೌಕರಿಗೆ ಅರ್ಜಿ ಸಲ್ಲಿಸುವುದಾದಲ್ಲಿ,

ನಿಯಮ 1 : ಬಲಭಾಗದಲ್ಲಿ ಸ್ಥಳ, ದಿನಾಂಕ ಬರೆಯಿರಿ.

ನಿಯಮ 2 : ಬಲಭಾಗದಲ್ಲಿ ವಿಳಾಸ ಬರೆಯಿರಿ.

ನಿಯಮ 3 : ವಿಳಾಸದ ಕೆಳಗೆ ಯಾವ ಕಾರ್ಯಾಯಲಕ್ಕೆ, ಅಧಿಕಾರಿಗೆ ಪತ್ರ ಬರೆಯುತ್ತಿರುವಿರೋ ಅವರ ವಿಳಾಸ ಇರಲಿ.

ನಿಯಮ 4 : 'ಮಾನ್ಯರೆ' ಎಂದು ಸಂಭೋದಿಸಿ.

ನಿಯಮ 5 : ಯಾವ ಕೆಲಸಕ್ಕಾಗಿ ಅರ್ಜಿ ಸಲ್ಲಿಸುತ್ತಿದ್ದೀರಿ, ಅರ್ಹತೆಗಳೇನು, ಮತ್ತಿತ್ತರ ವಿವರ ಬರೆಯಿರಿ.

ನಿಯಮ 6 : 'ವಿಶ್ವಾಸಿ' 'ತಮ್ಮವ' ಎಂದು ಬರೆದು, ಹೆಸರು ಸಹಿ ಹಾಕಬೇಕು.

नौकरी के लिए आवेदन पत्र लिखते जब -

नियम 1 : पत्र के दायीं तरफ ऊपर स्थल और दिनांक लिखना ।

नियम 2 : पत्र के बायाँ तरफ ऊपर आपका पता लिखना ।

नियम 3 : आपके पते के नीचे आप जिस कार्यालय को पत्र लिख रहे हैं, उस अधिकारी के कार्यालय का पता लिखना ।

नियम 4 : संबोधन : जैसे : माननीय महोदय

नियम 5 : (मुख्यांश) आपने देखा, विज्ञापन, आप जिस पद के लिए आवेदन लिख रहे है उस पद का नाम अथवा अपनी अर्हता लिखना ।

नियम 6 : **समाप्त :** विश्वास पात्र उसके नीचे अपना नाम और हस्ताक्षर लिखना ।

2

ಅಭಿನಂದನೆ ಪತ್ರ **अभिनंदन पत्र अभिनंदने पत्र (Letter of Congratulation)**

4328/1

ಸುಬ್ರಹ್ಮಣ್ಯನಗರ

ಬೆಂಗಳೂರು- 560 010

30.10.2013

ಪ್ರಿಯ ಸ್ನೇಹಿತ,

ಹೇಗಿರುವೆ? **ನಾವಿಬ್ಬರೂ** ಭೇಟಿಯಾಗಿ ತುಂಬಾ ಸಮಯ ಆಗಿದೆ. ನಾನು ನಿನ್ನನ್ನು ನೋಡಬೇಕೆಂದಿರುವೆ. ನೀನೇನಾದರೂ **ಬಂದಲ್ಲಿ** ನಮ್ಮ ಮನೆಗೆ **ಬರಲೇಬೇಕು.**

ನಾನು ಇಂದಿನ ವೃತ್ತಪತ್ರಿಕೆಯಲ್ಲಿ ನಿನ್ನ ಫೋಟೋ ನೋಡಿದೆ. ನೀನು ಉತ್ತಮ ಅಧ್ಯಾಪಕನೆಂದು ಹೆಸರು ಗಳಿಸಿ, ರಾಷ್ಟ್ರಪ್ರಶಸ್ತಿಗೆ ಪಾತ್ರನಾಗಿರುವೆ. ಇದು ನನಗೆ ಸಂತಸ ತಂದಿದೆ.

ನಿನ್ನ ಸ್ನೇಹಿತ

ಮಣಿಭೂಷಣರಾವ್

ಪತ್ರದ ಮೇಲಿನ ವಿಳಾಸ

ಶ್ರೀ **ನರೇಶ್‌ರೆಡ್ಡಿ**

5-12-92, ಗುಲ್ಬರ್ಗ, ಕರ್ನಾಟಕ

2

ಅಭಿನಂದನೆ ಪತ್ರ **अभिनंदन पत्र अभिनंदन पत्र** (Letter of Congratulation)

नं. 4328/1

सुब्रमण्यनगर

बेंगळूरु - 560 010

30-10-2014

प्रिय मित्र नरेश रेड्डी,

कैसे हो ? हम दोनों को मिले हुये काफी समय हो गया । मैं तुम को देखना चाहता हूँ । अगर एक बार आ सको तो मेरे घर जरूर आना ।

मैंने आज के वार्ता अखबार में तुम्हारी तस्वीर देखी है । तुम उत्तम अध्यापक बने एवं राष्ट्रीय पुरस्कार पाया । यह मेरे लिए बहुत खुशी की बात है ।

आपका मित्र

मणिभूषण राव

लिफाफे पर पता :

श्रीमान नरेश रेड्डी

गुलबर्गा, कर्नाटक

3

ಸ್ನೇಹಿತನಿಗೆ ಪತ್ರ

ಬೆಂಗಳೂರು

25.11.2014

ಆತ್ಮೀಯ ಸ್ನೇಹಿತರಾದ **ಲಕ್ಷ್ಮಣರಾವ್** ಅವರೇ,

ನೀವು ಕ್ಷೇಮದಿಂದಿರುವಿರೆಂದು ಭಾವಿಸುವೆ. ನಿಮಗೆ ನಿನಪಿದೆಯೇ? ನೀವು ರಾಜಮಹೇಂದ್ರಿಗೆ **ಬರಬೇಕೆಂದು** ನನಗೆ ಹೇಳಿದ್ದಿರಿ. **ಬರಲು** ನನ್ನ ಬಳಿ ಸಮಯವಿಲ್ಲ. ಇರಲಿ ಬಿಡಿ, ಸಮಯ ಸಿಕ್ಕಾಗ ನೀವು ಖಂಡಿತಾ ಬನ್ನಿ.

ನಿಮಗೆ ಗೊತ್ತಿದೆಯೇ? ನಮ್ಮದು **ಬಹಳ** ಪುರಾತನ ನಗರ. ಬೆಂಗಳೂರು ಆಧುನಿಕ ನಗರ. **ಕಾಸ್ಮೊಪಾಲಿಟನ್** ಸಿಟಿ ಎನ್ನಲಾಗುತ್ತದೆ. ಬೇರೆ ರಾಜ್ಯ-ದೇಶಗಳ ಜನ ಇಲ್ಲಿ ಕೆಲಸ ಮಾಡುತ್ತಾರೆ. ವಿದ್ಯಾಭ್ಯಾಸಕ್ಕಾಗಿ ಆಗಮಿಸುತ್ತಾರೆ. ಬೆಂಗಳೂರು ದೇಶದ **'ಸಿಲಿಕಾನ್** ಸಿಟಿ'. ಜಗತ್ತಿನೆಲ್ಲೆಡೆಯ ಐಟಿ, ಬಿಪಿಒ, ಬಿಟಿ ಕಂಪನಿಗಳು ಇಲ್ಲಿ ನೆಲೆಯೂರಿವೆ. ಮೈಸೂರು ಕರ್ನಾಟಕದ ಸಾಂಸ್ಕೃತಿಕ ರಾಜಧಾನಿ.

ನಾನು ಕೆಲವು ಅವಶ್ಯ ಕೆಲಸಗಳಿಗಾಗಿ ಮುಂದಿನ ತಿಂಗಳು ಕೋಲ್ಕೊತ್ತಾಗೆ ಹೋಗುತ್ತಿದ್ದೇನೆ. ಸಾಧ್ಯವಾದರೆ ನಿಮ್ಮನ್ನು ಭೇಟಿಯಾಗುವೆ. ಹಿರಿಯರಿಗೆ ನನ್ನ ನಮಸ್ಕಾರ ಹಾಗೂ ಕಿರಿಯರಿಗೆ ಆಶೀರ್ವಾದ ತಿಳಿಸಿ.

ನಿನ್ನ ಸ್ನೇಹಿತ

ಕೆ.ಸುರೇಶ್

ಪತ್ರದ ಮೇಲಿನ ವಿಳಾಸ

ಶ್ರೀ **ಲಕ್ಷ್ಮಣರಾವ್**

3-10-10, **ಜಗದಾಂಬ ಸೆಂಟರ್**

ವಿಶಾಖಪಟ್ಟಣ (ಆಂಧ್ರಪ್ರದೇಶ)

3

मित्र को पत्र

बेंगळूरु

25-11-2014

मेरा मनपसंद दोस्त

लक्ष्मण राव

नमस्ते

आशा करता हूँ कि तुम कुशल हो । तुम को याद है, तुमने मुझे राजमहेन्द्री आने के लिए कहा था । मेरे पास आने का समय नही है । ठीक है, समय मिलने पर एक बार यहाँ जरूर आना ।

हमारा नगर बहुत् आदुनिक है । उसको कास्मोपालिटन् केहते है । इदर सारे राज्य और देश के आदमी आकार काम करते है । पटने है । बेंगळूर को 'सिलिकान सिटि' केहने है । इदर ज्यादा ऐटि, बिपिवो, बिटि कंपनियो रहते है । मैसूर कर्नाटक कि सांस्कृतिक राजदानी है ।

मैं कुछ आवश्यक काम से अगले महीने मे कोलकाता जा रहा हूँ । हो सके तो तुमसे मिलूँगा । बड़ों को मेरा नमस्कार और छोटों को आशीर्वाद ।

तुम्हारा मित्र

का. सुरेश

लिफाफे पर पता :

श्रीमान का. लक्ष्मण राव

३-१०-१०, जगदाम्बा सेंटर,

विशाखापट्टणम (आ.प्र.).

4

ರಜಾ ಚೀಟಿ

ಮೈಸೂರು

2-7-2014

....

....

....

ಮಾನ್ಯರೇ,

ನನ್ನ ಸಹೋದರನ ಮದುವೆ ಸಿಂಹಾಚಲದಲ್ಲಿ **ಸೆಪ್ಟೆಂಬರ್** 3, 2013ರಂದು ನಡೆಯಲಿದೆ. ಹೀಗಾಗಿ 5 ದಿನ ಶಾಲೆಗೆ ಬರಲು ಆಗುವುದಿಲ್ಲ, ನನಗೆ **ಸೆಪ್ಟೆಂಬರ್** 9ರವರೆಗೆ ರಜೆ ನೀಡಬೇಕೆಂದು ಮನವಿ ಮಾಡಿಕೊಳ್ಳುವೆ.

ಧನ್ಯವಾದಗಳೊಂದಿಗೆ,

ನಿಮ್ಮ ಆಜ್ಞಾಧಾರಿ ಶಿಷ್ಯ

ಟಿ.ಸೋಮನಾಥ್

छुट्टी के लिए आवेदन / रजे चीटि / ರಜೆ ಚೀಟಿ (Leave Letter)

मैसूरु

2-7-2014

सेवा में,

....

....

महोदय,

निवेदन है कि मेरे भाई की शादी दि. 3-9-2013 को सिम्हाचलम में होगी । इस कारण मैं पाँच दिन तक पाठशाला नहीं आ सकूंगा । अतः मुझे दिनांक 8-9-2013 तक पाँच दिनों की छुट्टी देने की कृपा करें ।

धन्यवाद ।

आपका आज्ञाकारी शिष्य

टि. सोमनाथ

5

ಪುಸ್ತಕ ಖರೀದಿ ಆದೇಶ

ಬೆಂಗಳೂರು

16.12.2013

ಇಂದ

ಕೆ. ಶಿವಕುಮಾರ್

ವಿಜಯನಗರ

ಬೆಂಗಳೂರು

ಇವರಿಗೆ

ಓರಿಯಂಟ್ ಬ್ಲಾಕ್ ಸ್ವಾನ್ ಪ್ರೈ.ಲಿ.

ನಾರಾಯಣಗುಡ

ಹೈದರಾಬಾದ್ - 29

ಮಾನ್ಯರೇ,

ನನಗೆ ಕೆಳಕಂಡ ಪುಸ್ತಕಗಳನ್ನು ವಿ.ಪಿ.ಪಿ. ಮೂಲಕ ಕಳುಹಿಸಬೇಕಾಗಿ ಮನವಿ

1. ಭಾರತೀಯ ಪಾಲನಾ ಶಾಸ್ತ್ರ 2 ಪ್ರತಿ
2. **ಅಮಲ್ತಾಸ್** (ಸರಣಿ) 3 ಪ್ರತಿ

ವಿ.ಪಿ.ಪಿ. ನನಗೆ ತಲುಪಿದ ಕೂಡಲೇ ಅದನ್ನು ತೆಗೆದುಕೊಂಡು ಹಣ ಸಂದಾಯ ಮಾಡುತ್ತೇನೆ.

ಧನ್ಯವಾದಗಳೊಂದಿಗೆ,

ನಿಮ್ಮ

ಕೆ.ಶಿವಕುಮಾರ್

5

ಪುಸ್ತಕ ಖರೀದಿಗೆ ಆದೇಶ / पुस्तक खरीदिगे आदेश /
पुस्तक का आर्डर देने के लिए पत्र
(Letter of order for Books)

बैंगळूरु
16-12-2013

प्रेषक
का. शिवकुमार
विजयनगर
बैंगळूरु

सेवा में,
ओरिएन्ट ब्लाकस्वान प्रै. लिमिटेड
नारायणगुडा
हैदराबाद - 29.

प्रिय महोदय,

मुझे निम्नलिखित पुस्तकें वि.पि.पि. द्वारा भिजवाइए ।

1. भारतीय पालन शास्त्र - 2 प्रतियाँ
2. अमलतास (सिरीज) - 3 प्रतियाँ

मैं आपको आश्वासन देता हूँ कि वि.पि.पि. के मिलते ही मैं उसका भुगतान कर दूँगा ।

धन्यवाद

आपका
का. शिव कुमार

6

ದೂರು ಪತ್ರ

ಬೆಂಗಳೂರು

20.6.2013

ಇಂದ

ಕೆ. ಕಲ್ಯಾಣ್

ಬಸವನಗುಡಿ

ಬೆಂಗಳೂರು

ಇವರಿಗೆ

ಪೊಲೀಸ್ ಇನ್ಸ್‌ಪೆಕ್ಟರ್

ಬಸವನಗುಡಿ

ಬೆಂಗಳೂರು

ಮಾನ್ಯರೇ,

ವಿಷಯ : ವಾಹನ ಕಳವು ಕುರಿತು

ನೆನ್ನೆ ರಾತ್ರಿ ನಾನು **ಮೋಟಾರ್ ಸೈಕಲ್‌ನ್ನು ಮುನ್ಸಿಪಲ್ ಮಾರ್ಕೆಟ್** ಹೊರಗೆ ನಿಲ್ಲಿಸಿದ್ದೆ. **ಮಾರ್ಕೆಟ್** ಒಳಗೆ ಹೋಗಿ ಕೆಲಕಾಲಾನಂತರ **ಬಂದು** ನೋಡಿದಾಗ, ಗಾಡಿ ಇರಲಿಲ್ಲ. ನನ್ನ ವಾಹನ ಸುಜುಕಿ **ಸಮುರಾಯ್**, 2005ರಲ್ಲಿ ತಯಾರಾಗಿದ್ದು, ಸಂಖ್ಯೆ : ಎಪಿ 31 **ಎಚ್** 2836. ಈ **ಸಂಬಂಧ** ತಾವು ಶೀಘ್ರವಾಗಿ ಕ್ರಮಕೈಗೊಂಡು ನನ್ನ ವಾಹನವನ್ನು ಹುಡುಕಿ ಕೊಡಬೇಕಾಗಿ ಮನವಿ.

ಧನ್ಯವಾದಗಳೊಂದಿಗೆ,

ನಿಮ್ಮ ವಿಶ್ವಾಸಿ

ಕೆ. ಕಲ್ಯಾಣ್

6

ದೂರು ಪತ್ರ / दूरु पत्र / शिकायत पत्र   (Complaint Letter)

बेंगळूरु
20-6-2013

प्रेषक
का. कल्याण
बसवनगुडि
बेंगळूरु

सेवा में,
बसवनगुडि
बेंगळूरु

महोदय,

विषय : वाहन चोरी

निवेदन है कि मैंने परसों रात को अपनी मोटर साईकिल म्युनिसिपल मार्केट के बाहर ताला लगा कर खड़ी की थी । अन्दर जा कर थाड़ी देर के बाद लौट आया । मैंने देखा तो वह दिखायी नहीं पड़ी । मेरा वाहन सुजुकी समुराई 2005 मॉडल है और उसका नं. ए.पी. 31 एच. 2836 है ।

आपसे अनुरोध है कि कृपया इस सम्बन्ध में जल्दी से कार्रवाई करें, ताकि मुझे मेरा वाहन वापस मिल सके ।

धन्यवाद

का. कल्याण

7

ಅರ್ಜಿ

ಬೆಂಗಳೂರು

22.10.2013

ಇವರಿಂದ
ಕೆ. ಅಯ್ಯಪ್ಪ
ರಾಜಾಜಿನಗರ
ಬೆಂಗಳೂರು

ಇವರಿಗೆ
ಮ್ಯಾನೇಜರ್
ಪುಸ್ತಕ ಮಹಲ್
ಬೆಂಗಳೂರು

ಮಾನ್ಯರೇ,

ವಿಷಯ : ಮಾರ್ಕೆಟಿಂಗ್ ಎಕ್ಸಿಕ್ಯುಟಿವ್ ಹುದ್ದೆಗೆ ಅರ್ಜಿ.

ವಾರ್ತಾಪತ್ರಿಕೆಯಲ್ಲಿನ ಜಾಹೀರಾತಿನಿಂದ ನಿಮ್ಮ ಸಂಸ್ಥೆಯಲ್ಲಿ ನಾಲ್ಕು ಮಾರ್ಕೆಂಟಿಗ್ ಎಕ್ಸಿಕ್ಯುಟಿವ್‌ಗಳ ಅವಶ್ಯಕತೆ ಇದೆ ಎಂಬುದು ತಿಳಿದು ಬಂದಿದೆ. ಆ ಹುದ್ದೆಗೆ ನಾನು ಯೋಗ್ಯ ಎಂದು ಭಾವಿಸಿದ್ದೇನೆ. ನನ್ನ ವಿವರ ಇಂತಿದೆ.

1. ಬಿ.ಕಾಂ.
2. ಭಾಷಾಜ್ಞಾನ : ಕನ್ನಡ, ಹಿಂದಿ, ಇಂಗ್ಲಿಷ್
3. ಮಾರ್ಕೆಟಿಂಗ್‌ನಲ್ಲಿ 2 ವರ್ಷ ಅನುಭವ.

ನಾನು ನಿಷ್ಠೆಯಿಂದ ಕರ್ತವ್ಯ ನಿರ್ವಹಿಸುತ್ತೇನೆ ಎಂದು ಆಶ್ವಾಸನೆ ನೀಡುತ್ತೇನೆ.

ಧನ್ಯವಾದಗಳೊಂದಿಗೆ,

ನಿಮ್ಮ ವಿಶ್ವಾಸಿ

ಕೆ. ಅಯ್ಯಪ್ಪ

7 ದರಖಾಸ್ತು ಪತ್ರ / दरखास्तुपत्र / आवेदन पत्र (Application)

बेंगळूरु

22-10-2013

प्रेषक

के. आय्याप्पा

राजाजिनगर

बेंगळूरु

सेवा में,

मैनेजर,

पुस्तक महल,

बेंगळूरु

महोदय,

विषय : मार्केटिंग एग्जिक्यूटिव पोस्ट के लिए आवेदन - सम्बधी - विज्ञापन ।

समाचार पत्रों के विज्ञापन के आधार पर मुझे मालुम हुआ है कि आपके कार्यालय में चार मार्केटिंग ऐग्जिक्यूटिव की जगह खाली है । मैं अपने को इस योग्य समझता हूँ । मेरी योग्यताएँ इस प्रकार है :

1. बी.काम.
2. भाषाओं का ज्ञान कन्नड हिन्दी और इंग्लिश ।
3. मार्केटिंग में दो साल अनुभव है ।

मैं आपको आश्वासन देता हूँ कि मैं अपने कर्तव्य को निष्ठा से पूरा करूँगा ।

धन्यवाद ।

आपका विश्वास पात्र

के. आय्याप्पा

ಭಾಗ - 6

भाग - ६

PART - 6

YouTube Audio Script

ಕನ್ನಡ ಮೂಲಕ ಹಿಂದಿ ಕಲಿಕೆ, ಸಿ.ಡಿ.

व्याकरण पद्धदि में कन्नड-हिन्दी बोलना सीखें ऑडियो स्क्रिप्ट

Learn Hindi through Kannada in Grammatical Way Audio Script

YouTube Link: https://www.youtube.com/watch?v=EPUgJFRrCrQ

ಮಿತ್ರರೇ,

ಭಾರತವು ಅತ್ಯಂತ ವಿಶಾಲವಾದ ದೇಶವಾಗಿದ್ದು, ಹಲವು, ಭಾಷೆ, ಧರ್ಮಗಳ ಸಂಗಮವಾಗಿದೆ. ಈವರೆಗೆ ಹಲವು ಭಾಷೆಗಳ ಗಣತಿ ಕೂಡಾ ನಡೆದಿಲ್ಲ. ಎಲ್ಲ ಭಾಷೆಗಳನ್ನು ಮಾತನ್ನಾಡುವುದು ಕಷ್ಟದ ಕೆಲಸ. ಆದರೆ, ಮನುಷ್ಯ ಸಾಮಾಜಿಕ ಪ್ರಾಣಿ. ಬದಲಾಗುತ್ತಿರುವ ಜಗತ್ತಿನಲ್ಲಿ ಈ ಪ್ರಾಂತ್ಯದ ಜನ ಬೇರೆಡೆಯ ಅಲ್ಲಿನ ಜನ ಈ ಪ್ರಾಂತ್ಯದ ಭಾಷೆಯನ್ನು ಕಲಿಯಬೇಕಾಗುತ್ತದೆ. ಇದು ಸುಮ್ಮನೆ ಆಗಿಬಿಡುವುದಿಲ್ಲ. ಇದಕ್ಕಾಗಿ ಬೇರೆಯವರ ಜತೆ ಸೇರುವುದು ಹಾಗೂ ಮಾತನ್ನಾಡಬೇಕಾಗುತ್ತದೆ. ಎಲ್ಲರೂ ವಿಭಿನ್ನ ಭಾಷೆಗಳ ಜನರ ಜತೆ ಸಂಪರ್ಕ ಬೆಳೆಸಿಕೊಳ್ಳಬೇಕಾಗುತ್ತದೆ. ಇದಕ್ಕಾಗಿ ಬೇರೆ ಭಾಷೆಗಳನ್ನು ಕಲಿಯಬೇಕಾಗುತ್ತದೆ.

ಎಲ್ಲ ಭಾಷೆಗಳ ಕಲಿಕೆ ಸಾಧ್ಯವಿಲ್ಲ. ಇದಕ್ಕಾಗಿ ಶೇ. 60-80ರಷ್ಟು ಜನ ಮಾತನ್ನಾಡುವ ಹಿಂದಿಯ ಕಲಿಯುವಿಕೆಗೆ ನಾವು ಆದ್ಯತೆ ನೀಡಬೇಕಾಗುತ್ತದೆ. ಕನ್ನಡದಿಂದ ಹಿಂದಿ ಕಲಿಕೆ ಹೇಗೆ, ಮಾತನ್ನಾಡುವುದು ಹೇಗೆ, ಶಬ್ದಗಳ ಉಚ್ಚಾರಣೆ ಹೇಗೆ? ಮತ್ತಿತರ ವಿವರ ಸಿ. ಡಿ. ಯಲ್ಲಿದೆ. ಸಿಡಿ ಮೂಲಕ ವಾಕ್ಯವನ್ನು ಹೇಗೆ ಹೇಳಬಹುದು? ಯಾವ ಶಬ್ದವನ್ನು ಹೇಗೆ ಉಚ್ಚರಿಸಬೇಕು ಮತ್ತಿತರ ಅಂಶಗಳು ನಿಮಗೆ ಚೆನ್ನಾಗಿ ಗೊತ್ತಾಗುತ್ತದೆ.

ಏಕೆಂದರೆ, ಬರಹ, ಓದು, ಶ್ರವಣ, ಮಾತು ಹಾಗೂ ಅರ್ಥ ಮಾಡಿಕೊಳ್ಳುವುದರ ನಡುವೆ ಬಹಳ ಅಂತರವಿದೆ.

ಉದಾ : ನೀವು ಎಲ್ಲಿಗೆ ಹೋಗುತ್ತಿದ್ದೀರಿ? ಎಂದು ಕೇಳುವಾಗ 'ಆಪ್ ಕಾ ಜಾರೆ?' ಎನ್ನಲಾಗುತ್ತದೆ.

ಇಲ್ಲಿ 'ಕಹಾ' ಶಬ್ದ 'ಕಾ' ಆಗಿದೆ. 'ಜಾರಹೇ ಹೈ' ಶಬ್ದ 'ಜಾರೆ' ಆಗಿದೆ. ಅಂತ್ಯದಲ್ಲಿರುವ 'ಹೈ' ಶಬ್ದ ಇಲ್ಲವಾಗಿದೆ.

'ಮೈ ಕನ್ನಡ ಮೆ ಬಾತ್ ಕರ್‌ತಾ ಹೂಂ' ಇದನ್ನು ನಾವು 'ಮೈ ಕನ್ನಡ ಮೇ ಬಾತ್ ಕರ್‌ತೂ' ಎನ್ನಲಾಗುತ್ತದೆ.

ಇಲ್ಲಿ 'ಕರ್‌ತಾ ಹೂ' ಶಬ್ದವು 'ಕರ್‌ತೂ' ಆಗಿದೆ.

ಅಭ್ಯಾಸ -1

ಅಭಿವಾದನ–ಯಾರನ್ನಾದರೂಭೇಟಿಯಾದಾಗ ಹಾಗೂ ಯಾವುದಾದರೂ ಕೆಲಸ ಆರಂಭಿಸುವ ಮುನ್ನ ಶುಭಕರ ಮಾತನ್ನು ಆಡಬೇಕು. ಇದರಿಂದ ಎದುರಿನಾತ ಸಂತೋಷಪಡುತ್ತಾನೆ.ನಾವು ಯಾರಿಗಾದರೂ ಶುಭಕಾಮನೆ ಹೇಳಿದರೆ, ಆತನೂ ನಮಗೆ ಶುಭ ಕೋರುತ್ತಾನೆ. ಇದರಿಂದ ಸೌಹಾರ್ದ ವಾತಾವರಣ ಸೃಷ್ಟಿಯಾಗುತ್ತದೆ.

1. ನಮಸ್ತೆ / ನಮಸ್ಕಾರ नमस्ते / नमस्कार **नमस्ते / नमस्कार**

2. ಶುಭರಾತ್ರಿ / शुभरात्रि / **शुभ रात्रि**

3. ಮತ್ತೆ ಭೇಟಿಯಾಗೋಣ./ मत्ते भेटियागोण / **फिर मिलेंगे**

4. ಟಾಟಾ / ಬೈ ಬೈ / टाटा / बै बै/ **अलविदा**

5. ಏನು ಸಮಾಚಾರ? / एनु समाचार? / **क्या हाल है ?**

6. ಏನೂ ಇಲ್ಲ. / ऐनू इल्ल / **कुछ नहीं**

7. ನಿಮ್ಮನ್ನು ಭೇಟಿಯಾಗಿ ಖುಷಿಯಾಯಿತು. / निम्मन्नु भेटियागि खुषियायितु / **आप से मिलकर खुशी हुई**

8. ಇದು ನನ್ನ ಅದೃಷ್ಟ. / इदु नन्न अदृष्ट / **यह मेरा सौभाग्य है**

9. ಹೊಸ ಸಂವತ್ಸರದ ಶುಭಾಕಾಂಕ್ಷೆಗಳು / होस संवत्सरद शुभाकांक्षेगळु / **नये साल की शुभकामनाएँ**

10. ಹಬ್ಬದ ಶುಭಾಶಯಗಳು./ हब्बद शुभाशयगळु / **त्योहार की शुभकामनाएँ**

ನಮಗಿಂತ ಸಣ್ಣ ವಯಸ್ಸಿನವರನ್ನು ಆಶೀರ್ವದಿಸುವಾಗ

नमगिंत सण्ण वयस्सिनवरन्नु आशीर्वदिसुवाग

अपने से छोटे उम्र वालों को आशीर्वाद देते समय

11. ಆಶೀರ್ವಾದ, ಚಿರಂಜೀವಿಯಾಗು / आशीर्वाद, चिरंजियागु / **आशीर्वाद चिरंजीव**

■ ನೆನಪಿಟ್ಟುಕೊಳ್ಳಿ / **नेनपिट्टुकोळ्ळि** / **याद रखें**

ನಾವು ಮಾತನ್ನಾಡುವಾಗ ಹಲ್ಲು, ಗಲ್ಲ, ಕಣ್ಣು, ಕಿವಿ, ಬಾಯಿ ಮತ್ತಿತರ ಅಂಗಗಳು ಒಟ್ಟಾಗುತ್ತವೆ. ಈ ಎಲ್ಲ ಅಂಗಗಳ ಪರಸ್ಪರ ಸಹಯೋಗದಿಂದನಾವು ಚೆನ್ನಾಗಿ **ಮಾತನ್ನಾಡಬಹುದಾಗಿದೆ.**

■ ಮರ್ಯಾದೆ / मर्यादे / शिष्टाचार (Courtesy)

1. ದಯವಿಟ್ಟು ಕುಳಿತುಕೊಳ್ಳಿ./ दयविट्टु कुळितुकोळ्ळि / **कृपया बैठिए**

2. ದಯವಿಟ್ಟು ಕಾಯಿರಿ./ दयविट्टु कायिरि / **कृपया प्रतीक्षा करें**

3. ದಯವಿಟ್ಟು ಕ್ಷಮಿಸಿ./ दयविट्टु क्षमिसि / **कृपया माफ कीजिए**

4. ನಾನು ನಿಮಗೆ ಸ್ವಲ್ಪ ಕಷ್ಟ ಕೊಡುತ್ತಿದ್ದೇನೆ.
   नानु निमगे स्वल्प कष्ट कोडुत्तिद्देने ।
   मैं आप को थोड़ा कष्ट दे रही हूँ ।

■ ಮನವಿ / मनवि / अनुरोध (Request)

1. **आज्ञा दीजिए** / आदेश नीडि / ಆದೇಶ ನೀಡಿ

2. **कृपया हस्ताक्षर करिए** / दयविट्टु हस्ताक्षर हाकि / ದಯವಿಟ್ಟು ಹಸ್ತಾಕ್ಷರ ಹಾಕಿ.

3. **कृपया अंदर आइए** / दयविट्टु ओळगे बन्नि ದಯವಿಟ್ಟು ಒಳಗೆ ಬನ್ನಿ.

4. **ऐसा न करें** / ई रीति माडबेडि / ಈ ರೀತಿ ಮಾಡಬೇಡಿ.

5. **मैं आपकी सहृदयता का आभारी हूँ ।**
   नानु निम्म सहृदयतेगे आभारियागिद्देने ।
   ನಾನು ನಿಮ್ಮ ಸಹೃದಯತೆಗೆ ಆಭಾರಿಯಾಗಿದ್ದೇನೆ.

■ ಆದೇಶ / आदेश / **आदेश** (Orders)

1. ನಾನು ಬರುವವರೆಗೆ ಇಲ್ಲಿಯೇ ಕಾಯುತ್ತಿರಿ. नानु बरुववरेगे इल्लिये कायुत्तिरि ।
   मेरे आने तक इधर ही इंतेजार करें ।
2. ಈ ಪತ್ರಗಳನ್ನು ಕಳಿಸು. ई पत्रगळन्नु कळिसु । **इन पत्रों को भेज दो ।**
3. ಈ ಪುಸ್ತಕಗಳನ್ನು ಸರಿಯಾಗಿ ಇರಿಸು. ई पुस्तकगळन्नु सरियागि इरिसु ।
   इन किताबों को सम्भाल कर रखो ।
4. ಹಾಗೆ ಮಾಡಬೇಡ. हागे माडबेड । **वैसा मत करो ।**
5. ನನಗೆ ಒಂದು ಚಹಾ ತಂದುಕೊಡು. ननगे ओंदु चहा तंदुकोडु । **मेरे लिये एक चाय लेकर आओ ।**

■ ಅನುಮತಿ / अनुमति / **अनुमति** (Permission)

1. ನೀವು ನನ್ನ ಜೊತೆ ಬರಲು ಸಾಧ್ಯವೇ? नीवु नन्न जोते बरलु साध्यवे ?
   क्या आप मेरे साथ आ सकते है ।
2. ನೀವು ನನಗೆ ಒಳಗೆ ಬರಲು ಬಿಡುತ್ತೀರಾ? नीवु ननगे ओळगे बरलु बिडुत्तीरा ?
   आप मुझे अंदर आने देंगे क्या ?
3. ನೀವು ನನ್ನ ಜೊತೆ ಮಾತನ್ನಾಡಲು ಸಾಧ್ಯವೇ? नीवु नन्न जोते मातन्नाडलु साध्यवे ?
   क्या आप मुझ से बात कर सकते हैं ?
4. ದಯವಿಟ್ಟು ನೀವು ನನಗೆ ಒಂದು ಪುಸ್ತಕ ಕೊಡುವಿರಾ? दयविट्टु नीवु ननगे ओंदु पुस्तक कोडुविरा ?
   कृपया आप मुझे एक किताब देंगे क्या ?

ಅಭ್ಯಾಸ - 2

ಮಿತ್ರರೇ, ಅಭ್ಯಾಸ 1 ರಲ್ಲಿ ನೀವು ಅಭಿವಾದನ, ಶಿಷ್ಟಾಚಾರ, ಆದೇಶ, ಬಿನ್ನಹ ಹಾಗೂ ಅನುಮತಿ ಬಗ್ಗೆ ತಿಳಿದುಕೊಂಡಿರಿ.ಈಗ ಮನೋಭಾವ, ಸಾಂತ್ವನ, ಕೋಪ, ಕ್ಷಮೆ ಮತ್ತಿತರ ವಿಷಯ ಕುರಿತು ಕಲಿತುಕೊಳ್ಳೋಣ. ನಿಮ್ಮ ಸ್ನೇಹಿತರು ಹಾಗೂ ಇತರರೊಂದಿಗೆಮಾತನ್ನಾಡುವಾಗ ಈ ಪದಗಳನ್ನು ಬಳಕೆ ಮಾಡಿ. ಯಾರಾದರೂ ತಮಾಷೆ ಮಾಡಿದರೆ ಇಲ್ಲವೇ ನಕ್ಕರೆ, ಅದರ ಬಗ್ಗೆ ಗಮನ ಹರಿಸಬೇಡಿ. ಭಾಷೆ ಇಲ್ಲವೇ ಕೌಶಲವೊಂದರ ಕಲಿಕೆ ವೇಳೆ ತಪ್ಪು ಸಹಜ.

■ ಸಾಂತ್ವನ / सांत्वन / **सांत्वना** (Console)

1. ಓ, ದೇವರೇ! / ओ, देवरे / **हे भगवान ।**
2. ಇದು ನಾಚಿಕೆಯ ವಿಷಯ. / इदु नाचिकेय विषय / **यह शर्म की बात है ।**
3. ಇದು ದುಃಖದ ವಿಷಯ. / इदु दुःखद विषय / **यह अफसोस की बात है ।**
4. ನೀವು ಕಾರಣವಿಲ್ಲದೆ ಚಿಂತಿತರಾಗಿದ್ದೀರಿ. नीवु कारणविल्लदे चिंतितरागिद्दीरि ।
   आप फिजुल परेशान हो रहे है ।
5. ನೀನು ಮೌನವಾಗಿ ಅಳುತ್ತಿರುವುದೇಕೆ? नीनु मौनवागि अळुत्तिरुवुदेके ?
   तुम चुपके से क्यों रोते हो ।
6. ಇದರಲ್ಲಿ ಚಿಂತಿಸುವಂಥದ್ದೇನಿಲ್ಲ. इदरल्लि चिंतिसुवंथद्देनिल्ल ।
   इस में फिक्र की कोई बात नहीं है ।
7. ಗಾಬರಿಯಾಗಬೇಡ. / गाबरियागबेड / **घबराओ मत ।**
8. ನನಗೆ ನಿಮ್ಮ ಬಗ್ಗೆ ವಿಶ್ವಾಸ-ನಂಬಿಕೆ ಇದೆ. / ननगे निम्म बग्गे विश्वास-नंबिके इदे ।
   मुझे आप पर यकीन / विश्वास है ।
9. ಎಲ್ಲವೂ ಸರಿಯಾಗುತ್ತದೆ. / एल्लवू सरियागुत्तदे / **सब ठीक हो जायेगा ।**
10. ಭಗವಂತನ ಮೇಲೆ ನಂಬಿಕೆ ಇಡಿ. / भगवंतन मेले नंबिके इडि / **भगवान पे आस्था रखो ।**
11. ನನಗೆ ನಿಮ್ಮ ಬಗ್ಗೆ ಸಹಾನುಭೂತಿ ಇದೆ. / ननगे निम्म बग्गे सहानुभूति इदे /**हमें तुम से सहानुभूति है ।**

■ ಕೋಪ / कोप /**नाराज़गी** (Anger)

1. ನಿನಗೆ ಕೆಲಸವನ್ನು ಬೇಗ ಮಾಡಲು ಸಾಧ್ಯವಿಲ್ಲವೇ? निनगे केलसवन्नु बेग माडलु साध्यवे ?
   तुम काम जल्दी नहीं कर सकते क्या ?
2. ನೀನು ನನ್ನ ಮಾತಿಗೆ ಮಹತ್ವ ನೀಡಿಲ್ಲವೇಕೆ? नीनु नन्न मातिगे महत्व नीडिल्लवेके ?
   तुम अपनी बातों को महत्व नहीं देते क्या ?
3. ನಾನು ನಿನ್ನನ್ನು ಎಂದೆಂದೂ ಕ್ಷಮಿಸುವುದಿಲ್ಲ. नानु निन्नन्नु एंदेंदू क्षमिसुवुदिल्ल ।
   मैं तुम्हें कभी क्षमा नहीं कर सकती हूँ ।
4. ನೀನು ಎಲ್ಲ ವಿಷಯಕ್ಕೂ ತಮಾಷೆ ಮಾಡುತ್ತೀ. नीनु एल्ल विषयक्कू तमाषे माडुत्ति ।
   तुम हर बात पर मजाक करते हो ।

■ ಕ್ಷಮಾಪಣೆ / क्षमापणे / क्षमा (Sorry)

1. ಇದು ತಪ್ಪಿನಿಂದ ಆಗಿದೆ. / इदु तप्पिनिंद आगिदे / **यह गलती से हुआ ।**

2. ಇದನ್ನು ಎಲ್ಲರೂ ಮಾಡುತ್ತಾರೆ. / इदन्नु एल्लरू माडुत्तारे / **ऐसा सब के साथ हो सकता है ।**

3. ನಿಮಗೆ ತೊಂದರೆ ಆಗುತ್ತದೆನೋ ಎಂದು ನನಗೆ ಚಿಂತೆ.
   निमगे तोंदरे आगुत्तदेनो एंदु ननगे चिंते ।
   मुझे चिंता है कि तुमको तकलीफ देना पड़ा ।

4. ಅಂದುಕೊಳ್ಳದೆ ಅದು ನಡೆದು ಹೋಗಿದೆ. अंदुकोळ्ळदे अदु नडेदु होगिदे ।
   अनजाने में वैसा हो गया ।

5. ಇದು ನನ್ನಿಂದ ಆದ ತಪ್ಪು, ನಾನು ಒಪ್ಪಿಕೊಳ್ಳುತ್ತೇನೆ. इदु नन्निंद आद तप्पु, नानु ओप्पिकोळ्ळुत्तेने ।
   यह मेरी गलती है, मैं मानता हूँ ।

6. ಇದರಲ್ಲಿ ನಿಮ್ಮ ತಪ್ಪು ಏನೂ ಇಲ್ಲ. /इदरल्लि निम्म तप्पु एनू इल्ल /**इसमें आपकी कोई गलती नहीं है ।**

7. ಆ ರೀತಿ ಆಗಿದ್ದಕ್ಕೆ ನಾಚಿಕೆ ಆಗುತ್ತಿದೆ./आरीति आगिद्दक्के नाचिके आगुत्तिदे / **फिर भी मैं शर्मिंदा हूँ ।**

8. ಇದರಲ್ಲಿ ನಾಚಿಕೆ ಪಡುವಂಥದ್ದು ಏನೂ ಇಲ್ಲ. इदरल्लि नाचिके पडुवंथद्दु एनू इल्ल ।
   इसमें शरमाने की कोई बात नहीं है ।

9. ನೀವು ನಿಮ್ಮ ವಾಗ್ದಾನವನ್ನು ಮರೆತಿರಾ ? नीवु निम्म वाग्दानवन्नु मरेतिरा ?
   तुम अपना वादा भूल गये क्या ।

10. ನನ್ನನ್ನು ಕ್ಷಮಿಸಿಬಿಡಿ. नन्नन्नु क्षमिसिबिडि ।
    मुझे माफ कीजिए ।

ಅಭ್ಯಾಸ - 3

ಮಿತ್ರರೇ, ಪ್ರೀತಿಯಿಂದ ಎಲ್ಲವನ್ನೂ ಸಾಧಿಸಬಹುದು ಎಂಬುದನ್ನು ನೀವು ಅರಿತುಕೊಳ್ಳಬೇಕು. ಜನರ ಜತೆಗೆ ಶಿಷ್ಟಾಚಾರ, ವಿನಮ್ರತೆಯಿಂದ ಮಾತನ್ನಾಡಿದರೆ, ಸಂಬಂಧ ದೃಢವಾಗುತ್ತದೆ. ಹೀಗಾಗಿ, ಈ ಶಬ್ದಗಳನ್ನು ಕಲಿತು, ಬಳಸಬೇಕಿದೆ.

काम जल्दी करना है तो बोलिए - ಬೇಗಬೇಗ ಮಾಡಿ /बेग बेग माडि / **जल्दी-जल्दी किजिए ।**

काम धीरे-धीरे करना है तो बोलिए - ನಿಧಾನವಾಗಿ ಮಾಡಿ. / निधानवागि माडि / **धीरे-धीरे कीजिए ।**

और धीरे धीरे करना है तो बोलिए -
ಕೆಲಸ ಇನ್ನಷ್ಟು ನಿಧಾನವಾಗಿ ಮಾಡಿ. / केलस इन्नष्टु निधानवागि माडि / **धीरे धीरे किजिए ।**

आपकी बात किसी को बतानी हो तो बोलिए -
ಕೇಳಿರಿ, ಕೇಳಿರಿ. / केळिरि, केळिरि / **सुनिए-सुनिए ।**

आपको किसी की सहायता चाहिए तो बोलिए - ಸ್ವಲ್ಪ ಸಹಾಯ ಮಾಡಿ. / स्वल्प सहाय माडि / **थोड़ी सहायता किजिए ।**
आपको किसी से मदद चाहिए तो बोलिए
ಸ್ವಲ್ಪ ನೆರವು ನೀಡಿ. / स्वल्प नेरवु नीडि / **मदद कीजिए ।**

किसी को बैठाना हो तो बोलिए -
ದಯವಿಟ್ಟು ಕುಳಿತುಕೊಳ್ಳಿ. / दयविट्टु कुळितुकोळ्ळि / **कृपया बैठिए ।**

किसी को बताना हो तो - ಹೇಳಿರಿ. /हेळिळि / **बताइए ।**

किसी को याद रखना हो तो - ಜ್ಞಾಪಿಸಿಕೊಳ್ಳಿ. / ज्ञपिसिकोळ्ळि / **याद कर लो ।**

ಅಭ್ಯಾಸ -4

ಮಿತ್ರರೇ, ಪ್ರತಿದಿನ ನಾವು ಹಲವರನ್ನು ನೋಡುತ್ತೇವೆ, ಮಾತನ್ನಾಡುತ್ತೇವೆ, ಪರಸ್ಪರ ಶುಭ ಹಾರೈಸುತ್ತೇವೆ. ಕೆಲವರ ಮಾತು ಕೇಳಬೇಕಾಗುತ್ತದೆ,ಸಮಾಧಾನಿಸಬೇಕಾಗುತ್ತದೆ.ಇಂಥ ಸಂದರ್ಭದಲ್ಲಿ ಇಲ್ಲಿ ಕೊಟ್ಟ ವಾಕ್ಯಗಳನ್ನು ನೆನಪಿನಲ್ಲಿಟ್ಟುಕೊಳ್ಳಬೇಕಾಗುತ್ತದೆ.

किसी से मिलते समय बोलिए - ಹೇಗಿದ್ದೀರಿ? /हेगिद्दीरि ? / **कैसे हैं ।**

सामने वाले को जवाब देते समय बोलिए - ಚೆನ್ನಾಗಿದ್ದೇನೆ./ चेन्नागिद्देने / **ठीक हूँ ।**

ಎಲ್ಲಿಗೆ ಹೋಗುತ್ತಿದ್ದೀರಿ?/ एल्लिगे होगुत्तिद्दीरि / **कहाँ जा रहे हैं ।**

किधर नहीं इधर ही कहने के लिए बोलिए - ಎಲ್ಲಿಗೂ ಇಲ್ಲ, ಇಲ್ಲಿಗೇ. / एल्लिगू इल्ल, इल्लिगे / **कहीं नहीं इधर ही ।**

ಏಕೆ ಒಬ್ಬರೇ ಹೋಗುತ್ತಿದ್ದೀರಿ? / एके ओब्बरे होगुत्तिद्दीरि । / **क्यों अकेले जा रहे हैं ?**

ಅಭ್ಯಾಸ -5

ಮಿತ್ರರೇ, ಯಾವ ಸಂದರ್ಭದಲ್ಲಿಯಾವ ಮಾತನ್ನಾಡಬೇಕು, ಅದಕ್ಕೆ ಸಂಬಂಧಿಸಿದ ಪ್ರಶ್ನೆ ಹಾಗೂ ಉತ್ತರ ಕುರಿತು ಕಲಿತಿದ್ದೀರಿ. ಚಪ್ಪಾಳೆ ಮತ್ತು ಸಂಭಾಷಣೆ ಎರಡೂ ಒಂದೇ ರೀತಿ. ಏಕೆಂದರೆ, ಚಪ್ಪಾಳೆ ತಟ್ಟಲು 2 ಕೈ ಬೇಕಾಗುತ್ತದೆ. ಅಂತೆಯೇ ಸಂಭಾಷಣೆಗೂಇಬ್ಬರ ಅಗತ್ಯವಿದೆ. ಹೀಗಾಗಿ, ನೀವು ಈರೀತಿ ಸಂಭಾಷಣೆಯನ್ನು ಅಭ್ಯಾಸ ಮಾಡಿ.

ಸಂಭಾಷಣೆ–1 **संभाषण** - 1

भास्करजी : ಅಮ್ಮಾ, ನಾನು ದೇವಸ್ಥಾನಕ್ಕೆ ಹೋಗುತ್ತಿದ್ದೇನೆ.
अम्मा, नानु देवस्थानक्के होगुत्तिद्देने ।
माँ ! मैं मन्दिर जा रहा हूँ ।

माँ : ಆಯಿತು. आयितु । **ठीक है ।**

भास्करजी : ಸೋದರ, ದೇವಾಲಯ ಎಲ್ಲಿದೆ ?
सोदर, देवालय एल्लिदे ?
भाई साब, मन्दिर कहाँ है ?

कोई आदमी : ನೇರವಾಗಿ ಹೋಗಿ ಬಲಕ್ಕೆ ತಿರುಗಿಕೊಳ್ಳಿ.
नेरवागि होगि बलक्के तिरुगिकोळ्ळि ।
सीधा जा के दाईं तरफ मुड़िए ।

पंडितजी : ಚಪ್ಪಲಿ ಕಳಚಿ ಇಟ್ಟು ಒಳಗೆ ಬನ್ನಿ.
चप्पलि कळचि इट्टु ओळगे बन्नि ।
पैर धोकर अंदर आइए ।

भास्करजी : ನಾನು ಚಪ್ಪಲಿ ಬಿಟ್ಟಿರುವೆ. ಈಗ ಏನು ಮಾಡಲಿ ?
नानु चप्पलि बिट्टिरुवे । ईग एनु माडलि ?
मैंने पैर धोये पंडितजी ! अब क्या करूँ ?

पंडितजी : ಮೂರು ಬಾರಿ ಪ್ರದಕ್ಷಿಣೆ ಮಾಡಿ.
मूरु बारि प्रदक्षिणे माडि ।
तीन बार भगवान की प्रदक्षिणा करिए ।

भास्करजी : ಪ್ರದಕ್ಷಿಣೆ ಮಾಡಿದೆ, ಪಂಡಿತರೇ.
प्रदक्षीणे माडिदे, पंडितरे ।
प्रदक्षिणा कर लिया पंडितजी ।

पंडितजी : ನೀವು ತಂದಿರುವ ವಸ್ತುಗಳನ್ನು ಈ ತಟ್ಟೆಯಲ್ಲಿ ಇಡಿ.
नीवु तंदिरुव वस्तुगळन्नू ई तट्टेयल्लि इडि ।
आप जो लाए वह सब इस थाली में रखिए ।

भास्करजी : ನನ್ನ ತಂದೆಯ ಹೆಸರಿನಲ್ಲಿ ಪೂಜೆ ಮಾಡಿ.
नन्न तंदेय हेसरिनल्लि पूजे माडि ।
मेरे पिताजी के नाम से पूजा किजिए ।

पंडितजी : ನಾನು ಹೇಳಿದಂತೆ ಹೇಳಿ. नानु हेळिदंते हेळि । **मैं जैसा बोलता हूँ वैसा बोलिये ।**
भास्करजी : ಸರಿ, ಪಂಡಿತರೇ. सरि. पंडितरे । **ठीक है पंडित जी ।**
पंडितजी : ಆರತಿ ತೆಗೆದುಕೊಳ್ಳಿ. आरति तेगेदुकोळ्ळि । **आरती लीजिए ।**

ಸಂಭಾಷಣೆ–2 संभाषण - 2

ಕಾರ್ಯಾಲಯವೊಂದರಲ್ಲಿ ಯಾವ ರೀತಿ ಮಾತು ಆರಂಭಿಸಬೇಕು ಎಂಬ ಅಭ್ಯಾಸ ಮಾಡೋಣ.
अब आप एक कार्यालय में कैसे बातचीत शुरू करेंगे है इसका अभ्यास करिए ।

विरेंद्र : ಶುಭೋದಯ, ಸರ್. शुभोदय, सर् । **शुभोदय साब !**
मेनेजर : ಶುಭೋದಯ. शुभोदय । **शुभोदय !**
विरेंद्र : ಕ್ಷಮಿಸಿ. ಸ್ವಲ್ಪ ತಡವಾಯಿತು.
क्षमिसि. स्वल्प तडवायितु ।
क्षमा करिए साब । थोड़ी देर हो गई ।

मेनेजर : ಪರವಾಗಿಲ್ಲ. ನೆನ್ನೆಯ ಕೆಲಸ ಎಲ್ಲಿಯವರೆಗೆ ಆಯಿತು ?
परवागिल्ल. नेन्नये केलस एल्लियवरेगे आयितु ?
ठीक है । कल का काम कहाँ तक हुआ ।

विरेंद्र : ಅರ್ಧದಷ್ಟು ಆಗಿದೆ. ಉಳಿದದ್ದನ್ನು ಈಗ ಮಾಡುತ್ತಿದ್ದೇನೆ.
अर्धदष्टु आगिदे । उळिदद्दन्नु ईग माडुत्तिद्देने ।
आधा हो गया साब । बच गया सो मैं अभी करता हूँ ।

मेनेजर : ಬೇಗ ಮಾಡಿ. ಬಹಳ ತಡವಾಗಿದೆ.
बेग माडि । बहळ तडवागिदे ।
जल्दी करो । बहुत देर हो गयी ।

विरेंद्र : ನೆನ್ನೆಯೇ ಕೆಲಸ ಮುಗಿಸಲು ಯತ್ನಿಸಿದೆ. ಆದರೆ, ಕರೆಂಟ್ ಇರಲಿಲ್ಲ.
नेन्नेय केलस मुगिसलु यत्निसिदे । आदरे, करेंट् इरलिल्ल ।
कल ही पूरा करने की कोशिश कि साब । मगर बिजली नहीं थी ।

मेनेजर : ಕರೆಂಟ್ ಇರಲಿಲ್ಲ ಎಂದರೆ, ಇಲಾಖೆಗೆ ಫೋನ್ ಮಾಡಬೇಕಿತ್ತು.
करेंट् इरलिल्ल एंदरे, इलाखेगे फोन् माडबेकित्तु ।
बिजली नहीं तो बिजली वालों को फोन करना था ।

विरेंद्र : ಈ ಕೆಲಸ ಮುಗಿದ ಮೇಲೆ ಏನು ಮಾಡಬೇಕು?
ई केलस मुगिद मेले ऐनु माडबेकु ?
साब । यह काम होने के बाद क्या करना है ?

मेनेजर : ದಿಲ್ಲಿಗೆ ಫೋನ್ ಮಾಡಿ, ಈ ಕೆಲಸ ಮುಗಿದಿದೆ ಎಂದು ತಿಳಿಸಬೇಕು.
दिल्लिगे फोन् माडि, ई केलस मुगिदिदे एंदु तिळिसबेकु ।
दिल्ली फोन करके, हमारे तरफ का काम पूरा हो गया का समाचार दे दो ।

ಸಂಭಾಷಣೆ–3 संभाषण - 3

ಶಾಮನು ಮನೆಗೆ ಬರುವ ಸಮಯದಲ್ಲಿ ರಸ್ತೆಯಲ್ಲಿದ್ದ ಮೆಣಸಿನಕಾಯಿ ಬಜ್ಜಿ ಅಂಗಡಿ ಬಳಿ ನಡೆಸಿದ ಸಂಭಾಷಣೆ
शाम में घर वापस जाते समय सड़क के बाजू में मिर्ची भज्जी की गाड़ी के पास संभाषण का अभ्यास करिए ।

शिवा : ಒಂದು ಪ್ಲೇಟ್ ಮೆಣಸಿನಕಾಯಿ ಬಜ್ಜಿ ಕೊಡಿ.
ओंदु प्लेट् मेणसिनकायि बज्जि कोडि ।
एक प्लेट मिर्ची दो ।

भज्जीवाला : ಒಂದು ಪ್ಲೇಟ್‌ಗೆ 16 ರೂ. ओंदु प्लेट्गे 16 रू.
एक प्लेट मिर्ची बज्जी सोलह रूपये है ।

शिवा : ಒಂದು ಪ್ಲೇಟ್‌ನಲ್ಲಿ ಎಷ್ಟು ಬಜ್ಜಿ ಇರುತ್ತದೆ?
ओंदु प्लेट्नल्लि एष्टु बज्जि इरुत्तदे ?
प्लेट मे कितने आते हैं ?

भज्जीवाला : ನಾಲ್ಕು ಇರುತ್ತದೆ. नाल्कु इरुत्तदे । **चार आते हैं ।**

शिवा : ಸರಿ ಕೊಡಿ. सरि कोडि । **ठीक है दे दो ।**

भज्जीवाला : ಪಕೋಡ ಕೂಡಾ ಬಿಸಿ ಇದೆ, ಸರ್.
पकोड कूडा बिसि इदे, सर् ।
पकौड़ी भी गरम है साब ।

शिवा : ಪಕೋಡ ಬಿಸಿ ಇದೆ. ಆದರೆ, ಅದರ ಬಣ್ಣ ಚೆನ್ನಾಗಿಲ್ಲ.
पकोड बिसि इदे । आदरे, अदर बण्ण चेन्नागिल्ल ।
पकौड़ी गरम है । मगर उसका रंग अच्छा नहीं है ।

भज्जीवाला : ಬಣ್ಣ ನೋಡಬೇಡಿ, ರುಚಿ ನೋಡಿ.
बण्ण नोडबेडि, रुचि नोडि ।
रंग मत देखना साब । उसका स्वाद देखना ।

शिवा : ಆಲೂಬಜ್ಜಿ, ಬದನೆಕಾಯಿಬಜ್ಜಿ, ಮೊಟ್ಟೆಬಜ್ಜಿ ತಲಾ ಒಂದು ಪ್ಲೇಟ್ ಕಟ್ಟಿಕೊಡು.
आलूबज्जि, बदनेकायिबज्जि, मोट्टे बज्जि तला ओंदु प्लेट् कट्टिकोडु ।
आलू भज्ञी, बैंगन भज्ञी, अंडा भज्ञी भी एक-एक प्लेट पार्सल करो ।

भज्जीवाला : ನಮ್ಮ ಬಜ್ಜಿಯನ್ನು ಒಮ್ಮೆ ತಿಂದರೆ ಮತ್ತೆ ಮತ್ತೆ ಇಲ್ಲಿಗೆ ಬರುತ್ತೀರಿ ಸರ್. ಅದರ ಸ್ವಾದ ಅಷ್ಟು ಚೆನ್ನಾಗಿದೆ.
नम्म बज्जियन्नु ओम्मे तिंदरे मत्ते मत्ते इल्लिगे बरुत्तीरि सर् ।
अदर स्वाद अष्टु चेन्नागिदे ।
हमारी भज्ञियाँ एक बार खायेंगे तो बार बार इधर ही आयेंगे साब ।
उनका स्वाद ही वैसा उम्दा रहता है ।

ಸಂಭಾಷಣೆ–4 संभाषण - 4

ಹೊಸ ಸಿನೆಮಾ ಒಂದರ ಕುರಿತು ಮಾತುಕತೆಯನ್ನು ಅಭ್ಯಾಸ ಮಾಡಿ.
नए आए एक सिनेमा के बारे में बातचीत का अभ्यास करिए ।

शरद : ಈ ಸಿನೆಮಾ ಹೇಗಿದೆ ಎನ್ನುವುದು ಗೊತ್ತಿದೆಯಾ?
ई सिनेमा हेगिदे एन्नुवुदु गोत्तिदेया ?
यह सिनेमा कैसा है मालूम है क्या ?

कोटेश : ಭಿತ್ತಿಪತ್ರಗಳನ್ನು ನೋಡಿದರೆ ಚೆನ್ನಾಗಿದೆ ಅನ್ನಿಸುತ್ತಿದೆ.
बित्तिपत्रगळन्नु नोडिदरे चेन्नागिदे अन्निसुत्तिदे ।
वाल पोस्टर्स देखकर तो अच्छा लग रहा है ।

शरद : ಟಿಕೆಟ್ ಲಭ್ಯವಿದೆಯೇ?
टिकेट् लभ्यविदेये ?
कुछ टिकट उपलब्ध है क्या ?

कोटेश : ಬಾಲ್ಕನಿ ಹೊರತುಪಡಿಸಿಬೇರೆಲ್ಲ ಟಿಕೆಟ್ ಖಾಲಿಯಾಗಿವೆ.
बाल्कनि होरतुपडिसि बेरेल्ल टिकेट् खालियागिवे ।
बालकनी बिना सब हो गये ।

शरद : ದಯವಿಟ್ಟು ಮೂರು ಟಿಕೆಟ್ ಕೊಡುವಿರಾ?
दयविट्टु मूरु टिकेट् कोडुविरा ?
कृपया तीन टिकेट देंगे क्या ?

कोटेश : ಜನ ಹೇಳುತ್ತಿದ್ದಾರೆ, ಈ ಸಿನೆಮಾ ಬಹಳ ಚೆನ್ನಾಗಿದೆ ಎಂದು.
जन हेळुत्तिद्दारे ई सिनेमा बहळ चेन्नागिदे ।
लोग कह रहे है कि यह सिनेमा बहुत अच्छा है ।

शरद : ಜನ ಹೇಳುತ್ತಿದ್ದಾರೆ ಎಂದರೆ ಚೆನ್ನಾಗಿರಲೇಬೇಕು.
जन हेळुत्तिद्दारे एंदरे चेन्नागिरलेबेकु ।
लोग कह रहे है, मतलब अच्छा ही होगा ।

कोटेश : ಹಾಗೇನೂ ಇಲ್ಲ, ಇದರಲ್ಲಿ ಹಲವು ನಟ, ನಟಿಯರು ಇದ್ದಾರೆ.
हागेनू इल्ल । इदरल्लि हलवु नट, नटियरु इद्दारे ।
वैसा नही है । इसमें कई अभिनेता और अभिनेत्रियाँ है ।

शरद : ಅದು ಸರಿ ಆದರೆ, ಕತೆ ಮುಖ್ಯ.
अदु सरि । आदरे, कते मुख्य ।
वह तो ठीक है लेकिन कहानी मुख्य है ।

कोटेश : ಇದರ ಕತೆ ಕೂಡಾ ಚೆನ್ನಾಗಿದೆ. ಇದು ಅವಾರ್ಡ್ ಪಡೆದ ಕೌಟುಂಬಿಕ ಚಿತ್ರ.
इदर कते कूडा चेन्नागिदे । इदु अवार्ड पडेद कौटुंबिक चित्र ।
इसकी कहानी अच्छी है । यह एक अवार्ड पानेवाली पारिवारिक सिनेमा है ।

ಸಂಭಾಷಣೆ–5 **संभाषण - 5**

ಮಿತ್ರರೇ, ಈಗ **ಹೋಟೆಲ್**ನಲ್ಲಿ ನಡೆಯುತ್ತಿರುವ ಮಾತುಕತೆಯನ್ನು ಕಲಿಯೋಣ.

मित्रों ! अब होटल में चल रहे बातचीत का अभ्यास करिए ।

सर्वर : ಸರ್, ನಿಮಗೇನು ಬೇಕು ? सर्, निमगेनु बेकु ? **साब ! क्या चाहिए आपको ?**

सोमनाथ : ತಿಂಡಿ ಏನಿದೆ ? तिंडि एनिदे ? **टिफिन क्या है ?**

सर्वर : ಇಡ್ಲಿ, ದೋಸೆ, ಪೂರಿ. इड्लि, दोसे, पूरि । **इडली, दोसा, पूरी**

सोमनाथ : ಒಂದು ಪ್ಲೇಟ್ ಪೂರಿ ತಾ. ओंदु प्लेट् पूरि ता । **एक प्लेट पूरी लाओ ।**

सर्वर : ತೆಗೆದುಕೊಳ್ಳಿ ಸರ್. तेगेदुकोळ्ळि सर् । **यह लीजिए साब ।**

सोमनाथ : ಪೂರಿ ಬಿಸಿಯಾಗಿಲ್ಲ. पूरि बिसियागिल्ल । **पूरी गरम नहीं है ।**

सर्वर : ವಾತಾವರಣ ತಂಪಾಗಿದೆ ಸರ್, ಹೀಗಾಗಿ ತಣ್ಣಗಿದೆ.
वातावरण तंपागिदे सर् । हीगागि तण्णगिदे ।
मौसम ठंडा है साब । इसलिए वैसा हुआ ।

सोमनाथ : ಚಹಾ ಹೇಗಿದೆ? ಬಿಸಿ ಅಥವಾ ತಂಡಿ. चहा हेगिदे ? बिसि अथवा तंडि ।
चाय कैसी है ? ठंडी या गरम ?

सर्वर : ಸಂದೇಹವೇಬೇಡ. ಖಂಡಿತವಾಗಿಯೂ ಬಿಸಿ ಇದೆ ಸರ್.
संदेहवे बेड । खंडितवागियू बिसि इदे सर् ।
संदेह नहीं साब । बिलकुल गरम है ।

सोमनाथ : ಸರಿ. ಒಂದು ಚಹಾ ತೆಗೆದುಕೊಂಡುಬಾ.
सरि. ओंदु चहा तेगेदुकोंडु बा ।
अच्छा, तो एक चाय लाओ ।

ಸಂಭಾಷಣೆ–6 **संभाषण - 6**

ಮಿತ್ರರೇ, ಪುಸ್ತಕದ ಅಂಗಡಿಯಲ್ಲಿ ನಡೆಯುವ ಸಂಭಾಷಣೆಯನ್ನು ಅಭ್ಯಾಸ ಮಾಡೋಣ.

मित्रों ! अब पुस्तक की दुकान में बातचीत में चल रहे संभाषण का अभ्यास करिए ।

श्याम : ನಿಮ್ಮ ಬಳಿ ವಿ ಎಂಡ್ ಎಸ್ ಪಬ್ಲಿಷರ್ಸ್ ಪ್ರಕಟಿಸಿದ ಪುಸ್ತಕಗಳು ಇವೆಯೇ ?
निम्म बळि वि एंड् एस् पब्लिषशर्स प्रकटिसिद पुस्तकगळु इवेये ?
क्या आपके पास वी एण्ड एस पब्लिशर्स की किताबें मिलती है ?

सेल्समेन : ಇವೆ ಸರ್. इवे सर् । **मिलती है साब ।**

श्याम : ಹಿಂದಿ ಕಲಿಕೆಗೆ ಒಂದು ಪುಸ್ತಕ ಬೇಕಿದೆ.
हिन्दी कलिकेगे ओंदु पुस्तक बेकिदे ।
हिन्दी सीखने के लिए एक किताब चाहिये है ।

सेल्समेन : ಇದೋ ತೆಗೆದುಕೊಳ್ಳಿ. इदो तेगेदुकोळ्ळि । **यह लीजिए साब ।**

श्याम : ಇದು ಉಪಯುಕ್ತ ಪುಸ್ತಕವೇ?
इदु उपयुक्त पुस्तकवे ?
क्या आप कह सकते है कि यह एक उपयुक्त किताब है ?

सेल्समेन : ಇದು ಚೆನ್ನಾಗಿ ಮಾರಾಟವಾಗುತ್ತಿದೆ. ಫಟಾಫಟ್ ಮಾರಾಟ ಆಗುತ್ತಿದೆ.
इदु चेन्नागि माराटवागुत्तिदे । फटाफट् माराट आगुत्तिदे ।
इसका सेल अच्छा है साब फटा-फट बिक रही है ।

श्याम : ನೀವು ಸತ್ಯವನ್ನೇ ಹೇಳುತ್ತಿದ್ದೀರಿ ಎಂದು ನಂಬುತ್ತೇನೆ.
नीवु सत्यवन्ने हेळुत्तिद्दीरि एंदु नंबुत्तेने ।
मुझे विश्वास है कि आप सच बोल रहे हैं ।

सेल्समेन : ಧನ್ಯವಾದ ಸರ್. धन्यवाद सर् । **धन्यवाद साब ।**

ಸಂಭಾಷಣೆ–7 संभाषण - 7

ಮಿತ್ರರೇ, ಆಸ್ಪತ್ರೆಯಲ್ಲಿ ನಡೆಯುವ ಸಂಭಾಷಣೆಯನ್ನು ಅಭ್ಯಾಸ ಮಾಡೋಣ.
मित्रों अब हॉस्पिटल में होने वाले बातचीत का अभ्यास करिए ।

सौम्या : ಡಾಕ್ಟರ್, ನನ್ನ ತಲೆ ನೋಯುತ್ತಿದೆ.
डॉक्टर्, नन्न तले नोयुत्तिदे ।
डॉक्टर साब मुझे सिर में दर्द है ।

डॉक्टर : ಯಾವಾಗಿನಿಂದ? यावागिनिंद ? **कब से है ?**

सौम्या : ಒಂದು ವಾರದಿಂದ. ಬರುತ್ತದೆ, ಹೋಗುತ್ತದೆ.
ओंदु वारदिंद । बरुत्तदे, होगुत्तदे ।
एक हफ्ते से है साब ! जा रहा है आ रहा है ।

डॉक्टर : ತಲೆನೋವು ಮಾತ್ರವೇ ಅಥವಾ ಬೇರೆ ಕಾಯಿಲೆ ಏನಾದರೂ ಇದೆಯೇ ?
तलेनोवु मात्रवे अथवा बेरे कायिले ऐनादरू इदेये ?
क्या आपको सिर्फ सिर का दर्द है या दूसरी भी बीमारी है ?

सौम्या : ನನ್ನ ಆರೋಗ್ಯ ಇಂದು ಸರಿಯಾಗಿಲ್ಲ ಸರ್.

नन्न आरोग्य इंदु सरियागिल्ल सर् ।

मेरी तबियत आजकल ठीक नहीं हैं साब

डॉक्टर : ಸರಿ ಇಲ್ಲ ಎಂದರೆ ಏನು ಅರ್ಥ ?

सरि इल्ल एंदरे ऐनु अर्थ ?

ठीक नहीं है का क्या मतलब है ?

सौम्या : ಸಣ್ಣ ಕೆಲಸ ಮಾಡಿದರೂ ಸುಸ್ತಾಗುತ್ತದೆ.

सण्ण केलस माडिदरू सुस्तागुत्तदे ।

छोटा काम करने पर भी थकान महसूस कर रही हूँ ।

डॉक्टर : ನಾನು ನಿಮಗೆ ಕೆಲವು ಮಾತ್ರೆ ಕೊಡುತ್ತೇನೆ. ಅದನ್ನು ಸರಿಯಾಗಿ ತೆಗೆದುಕೊಳ್ಳಬೇಕು.

नानु निमगे केलवु मात्रे कोडुत्तेने । अदन्नु सरियागि तेगेदुकोळ्ळबेकु ।

मै आपको कुछ गोलियाँ देती हूँ । उनसे ठीक हो जायेगी ।

www.ingramcontent.com/pod-product-compliance
Lightning Source LLC
Chambersburg PA
CBHW080954020726
47505CB00009B/2198
* 9 7 8 9 3 5 7 9 4 0 1 3 9 *